மஞ்சு அக்காவின் மூன்று முகங்கள்

தமிழ்மகன்

விலை : ரூ. 230/-

மின்னங்காடி
பதிப்பக வெளியீடு - 17

மஞ்சு அக்காவின் மூன்று முகங்கள் / சிறுகதைத் தொகுப்பு

ஆசிரியர் : தமிழ்மகன் ©
முதல் பதிப்பு : 2014
இரண்டாம் பதிப்பு : 2021
வெளியீடு : மின்னங்காடி பதிப்பகம்
24, அண்ணா 3-வது குறுக்குத் தெரு,
அவ்வை நகர், பாடி, சென்னை - 50.

Rs.230/-

Manju Akkavin Moondru Mugangal / Short Story collection

Author : Tamilmagan ©
First Edition : 2014
Secon Edition : 2021
Published by : Minnangadi Publications
24, Anna 3rd Cross Street,
Avvai Nagar, Padi, Chennai - 50
Website : www.minnangadi.com
Mail : minnangadipublications@gmail.com
Phone : 72992 41264

ISBN : 978-93-92973-11-6

ஆசிரியர் குறிப்பு

பிறப்பு, படிப்பு, பணி:

- தமிழ்மகன் என்கிற பா.வெங்கடேசன் சென்னையில் 1964இல் பிறந்தவர்.

- படிப்பு; B.Sc., M.A. மாநிலக் கல்லூரி, சென்னைப் பல்கலைக்கழகம்.

- 1989 தொடங்கி போலீஸ் செய்தி, தமிழன் நாளிதழ், வண்ணத்திரை, தினமணி, குமுதம், குங்குமம், ஆனந்த விகடன் இதழ்களில் 2019 வரை பணியாற்றியவர்.

- மாநிலக் கல்லூரியில் படித்தபோது 'பூமிக்குப் புரியவைப்போம்', 'ஆறறிவு மரங்கள்' என இரண்டு கவிதைத் தொகுதிகள் வெளியாகின.

- இளைஞர் ஆண்டையொட்டி, 1984இல் டி.வி.எஸ். நிறுவனமும் இதயம் பேசுகிறது இதழும் இணைந்து நடத்திய போட்டியில் இவரது வெள்ளை நிறத்தில் ஒரு காதல் புதினம் முதல் பரிசு பெற்றது. இதயம் பேகிறது இதழில் தொடராக வெளியானது. அரசியல் விமர்சகர் சின்னக்குத்தூசி தேர்வு செய்தார். இதுவும் கல்லூரி படிக்கும்போதே நிகழ்ந்தது. பேராசிரியர்கள் இரா.இளவரசு, கவிஞர் மு.மேத்தா, பொன். செல்வகணபதி, இ.மறைமலை, பி.சிவகுமார் போன்றோர் ஆசிரியர்களாக - வழிகாட்டிகளாக- அமைந்தனர்.

விருதுகள்

- 1984-ல் இதயம் பேசுகிறது - டி.வி.எஸ் நிறுவனம் நடத்திய போட்டியில் வெள்ளை நிறத்தில் ஒரு காதல் நாவலுக்கு விருது.

- மொத்தத்தில் சுமாரான வாரம் குறுநாவல் தி.ஜானகிராமன் நினைவு போட்டியில் தேர்வு செய்யப்பட்டது. 1986-ல் தேர்வு செய்தவர் எழுத்தாளர் அசோகமித்திரன்.

- இவர் எழுதிய மானுடப் பண்ணை நாவல் 1996இல் தமிழக அரசின் விருது பெற்றது.

- எட்டாயிரம் தலைமுறை சிறுகதைத் தொகுப்பு 2008-ம் ஆண்டுக்கான தமிழக அரசின் விருது பெற்றது.

- எழுத்தாளர் சுஜாதா நினைவு அறிவியல் புனைகதை விருது (2008).
- வெட்டுப்புலி நாவல் (2009) கோவை ரங்கம்மாள் நினைவு விருது, ஜெயந்தன் அறக்கட்டளை விருது பெற்றது.
- ஆண்பால் பெண்பால் நாவலுக்கு (2011) விகடன் விருதும் ஜி.எஸ். மணி நினைவு விருதும் கிடைத்துள்ளன.
- வனசாட்சி நாவல் (2012) சுஜாதா அறக்கட்டளை விருது, மலைச்சொல் விருதுகள், அமுதன் அடிகள் விருது ஆகியன பெற்றது.
- வேங்கை நங்கூரத்தின் ஜீன் குறிப்புகள் நாவலுக்கு கனடா இலக்கியத் தோட்ட புனைவு இலைக்கிய விருது (2017) பெற்றார்.
- திராவிடர் கழகத்தின் பெரியார் விருது (2014), விஜய் டி.வி நீயா? நானா? வழங்கிய இலக்கிய விருது (2016) உள்ளிட்ட பல விருதுகள் பெற்றவர்.
- படைவீடு நாவல் (2021) வென்றுமண்கொண்டார் விருது, சௌமா விருது, வள்ளுவப் பண்பாட்டு விருது, உலகத் தமிழ்ப் பண்பாட்டு மைய விருது ஆகியன பெற்றது.
- படைவீடு நாவலுக்காக மலேசிய நாட்டின் கே.ஆர்.சோமா நில நல வாரியத்தின் இலக்கிய விருது பெற்றவர். (பத்தாயிரம் அமெரிக்க டாலர் தொகை பரிசு.)
- தென்னிந்தியப் புத்தகக் கண்காட்சியின் 2024-ஆம் ஆண்டுடின் சிறந்த நாவலுக்கான கலைஞர் பொற்கிழி விருது பெற்றவர்.

எழுதிய நூல்கள்

- பூமிக்குப் புரியவைப்போம், ஆறறிவு மரங்கள் இரண்டும் கவிதைத் தொகுப்புகள்.
- வெள்ளை நிறத்தில் ஒரு காதல் (1984), மானுடப் பண்ணை நாவல் (1996), சொல்லித் தந்த பூமி (1997), ஏவி. எம். ஸ்டுடியோ ஏழாவது தளம் (2007), வெட்டுப்புலி (2009),ஆண்பால் பெண்பால் (2011), வனசாட்சி (2012), ஆபரேஷன் நோவா (2014), தாரகை (2016), நான் ரம்யாவாக இருக்கிறேன் (2018), படைவீடு (2020), பிரம்மராட்சஷ் (2021), ஞாலம் (2024) ஆகியவை இவரது நாவல்கள்.
- எட்டாயிரம் தலைமுறை (2008), சாலை ஓரத்திலே வேலையற்றதுகள் (2006),

மீன்மலர் (2008), அமரர் சுஜாதா (2013), மஞ்சு அக்காவின் மூன்று முகங்கள் (2014) இவரது சிறுகதைத் தொகுப்புகள்.

- இவருடைய நூல்கள் பலவும் முனைவர் பட்டத்துக்கும் ஆய்வு பட்டயங்களுக்கும் எடுத்தாளப்பட்டுள்ளன. கல்லூரிகளில் பாடமாக வைக்கப்பட்டுள்ளன.

- திரைப் பிரமுகர்கள் பற்றிய அரிய செய்திகளைச் சொல்லும் செல்லுலாயிட் சித்திரங்கள் (திரை) (2009), நூற்றாண்டு கண்ட தமிழ்ச் சிறுகதைகளை அறிமுகப்படுத்தும் தமிழ்ச் சிறுகதைக் களஞ்சியம் - (2013) ஆகிய கட்டுரைத் தொகுப்புகளும் இவர் படைப்புகள். சென்னையின் வரலாற்றை மெட்ராஸ் நல்ல மெட்ராஸ் (2016) என்ற பெயரில் எழுதியிருக்கிறார். விகடன் இணைய இதழில் வெளிவந்து பெரும் வரவேற்பைப் பெற்றது.

- ஆனந்த விகடனில் வெளியான ஆபரேஷன் நோவா (2014), ஜூனியர் விகடனில் வெளியான 'நான் ரம்யாவாக இருக்கிறேன்' (2018) ஆகிய அறிவியல் புனைகதைகள் பெரும் வாசக வரவேற்பைப் பெற்றன. திரையுலகைப் பின்னணியாகக் கொண்டு தாரகை என்ற நாவலை எழுதியுள்ளார்.

திரைத்துறை பணிகள்

- உள்ளக்கடத்தல், ரசிகர் மன்றம், பீட்ஸா மம்மி -3, கொற்றவை உள்ளிட்ட திரைப்படங்களுக்கு வசனம் எழுதியுள்ளார். நான் ரம்யாவாக இருக்கிறேன், ஆபரேஷன் நோவா நாவல்கள் சினிமாவுக்காக ஒப்பந்தமாகியுள்ளன.

குடும்பம்

தந்தை க.பாலகிருஷ்ணன் - தாய் பார்வதி. மனைவி திலகவதி.

மகன் மாக்ஸிம் - மருமகள் த.சந்தியா. பேத்தி அகல்விழி.

மகள் அஞ்சலி - மருமகன் ஸ்ரீதர். பேரன்கள் அதியமான், அகிலன்.

தொடர்புக்கு:
writertamilmagan@gmail.com
7824049160

பிரபஞ்சன் சாரின் அறையில்

ஒரு மழை நாள். பிரபஞ்சன் சாரின் அறையில் அவருடன் பேசிக்கொண்டிருக்கிறேன். அறை முழுதும் புத்தகங்கள். தளத்தில் இருந்து மழை சொட்டுகிறது. மழை படாத இடங்களுக்கு புத்தகங்களை நகர்த்தி வைக்கிறார். பிரபஞ்சன் சார் அடுத்து அந்தப் புத்தகத்தை நகர்த்தப் போகிறார் என்று மழைக்குத் தெரிந்திருக்கிறது. அவர் நகர்த்தி வைத்த இடத்தில் சரியாக சொட்டுகிறது. அறைக்குள் மழை. அதன் நடுவே விளையாட்டு.

"முக்கியமான புத்தகங்களை பீரோவுக்குள் வைத்துப் பூட்டிவிட்டேன்" என்கிறார் பெருமிதமாய்.

கொஞ்ச நேரம் கழித்து அவராகவே, "இன்னும் கொஞ்சம் புத்தகங்களை நண்பரின் அறையில் வைத்திருக்கிறேன்" என்றார்.

பின் ஒரு பெரிய பையில் இப்போதைக்கு அவருக்கு அவசியமாகத் தேவைப்படுகிற சில புத்தகங்களை எடுத்து அடுக்கி முதுகில் சுமந்தபடி, "கிளம்பலாமா?" என்றார்.

தளத்தில் மழை சொட்டிக்கொண்டிருக்கிறது. மின் விசிறியும் மழையில் நனைந்துவிட்டதால் கொஞ்ச நாட்களாக சுழல்வதில்லை. ஒரு மின் விளக்கு எரியும்... இன்னொன்று மினுக்க மட்டும் செய்யும். அந்த மாதிரி அறையில்தான் அவர் தனியாக இருக்கிறார். மனிதகுலத்தின் மேன்மைக்கான பல உன்னதமான படைப்புகள் அந்த அறையில்தான் உருவாகின்றன என்பது ஆச்சர்யமாகத்தான் இருக்கிறது.

"உங்களால் தொடர்ந்து விருப்பமாக எழுத முடிகிறதா?" என்றேன்.

கொஞ்சம் யோசித்துவிட்டு, "டால்ஸ்டாய், எழுத்தாணி கொண்டு ஒவ்வொரு சொட்டாக மையைத் தொட்டுத்தான் இத்தனை பிரம்மாண்டமான நாவல்களை படைத்தார். அவர் அதிகாலையில் எழுந்திருப்பார். இன்று யார் தம்மை சந்திக்க வருவார்கள். எத்தனை மணிக்கு வருவார்கள் என்பதை ஒரு துண்டுச் சீட்டில் எழுதி தன் பணியாளிடம் கொடுத்துவிடுவார். அவர் எழுதித் தந்த பெயர் உள்ளவர் மட்டும் அந்த நேரத்தில் அனுமதிக்கப் படுவார். அவ்வளவு கறாராக இருந்துதான் இவ்வளவு எழுத முடிந்தது" என்றார். "எழுதுவதற்கு ஒரு ஆதரவு தேவையாக இருக்கிறது" என்றும் சொன்னார்.

பிரபஞ்சன் கறாராகவும் இருப்பதில்லை. அவருக்குப் பணியாளும் இல்லை. வீட்டுக் கூரையில் இருந்து மழைத்துளி சொட்டாத இடத்தில் அமர்ந்து அவரும் இரவெல்லாம் எழுதுகிறார்.

அனில் அம்பானி தன் அடுத்த ஐயாயிரம் கோடி ரூபாய்க்கான ஆயத்தத்தில் காட்டும் ஈடுபாட்டோடு எழுதுகிறார். எழுத்தின் மீது உள்ள பிடிவாதம் அல்லவா? துர்கேனிவின் மேல் கோட்டு, தஸ்தேவஸ்கியின் அருவருப்பான விவகாரம், புதுமைப்பித்தனின் மனித இயந்திரம் தரத்தில் இதோ... பிரபஞ்சனின் குமாரசாமியின் பகல் பொழுது.

அப்படியான எழுத்துச் சங்கிலியில் ஒரு கண்ணியாக இருப்பதற்காகத்தான் பலரும் தங்களை வருத்தி எழுதுகிறார்கள். 'என் மாம்சம் வார்த்தையானது... எனது ரத்தம் ஆறாவது விரல் வழியாக வழிகிறது' என்கிறார் கவிஞர் அப்துல் ரகுமான். 'என் வார்த்தை மாம்சம் ஆனது' என்ற கர்த்தரின் படைப்பைவிட வலியானதுதான் பேனாவின் வழியாக ரத்தத்தை மையாக வெளியேற்றும் எழுத்தாளனின் படைப்பு.

காலத்தின் கண்களைக் கட்டி, திருடப்பட்ட தருணங்களைத் திரட்டித்தான் பல எழுத்தாளர்கள் எழுத வேண்டியிருக்கிறது. என்னுடைய வேலை, குடும்பம், உறக்கம், ஓய்வு போக மீதமிருக்கும் நேரத்தில்.. ஒரு வகையில் ஒவ்வொரு நாளின் 24-ம் மணிக்குப் பிறகே நான் எழுதுகிறேன்.

அப்படி எழுதப்பட்ட இச் சிறுகதைகளை வெளியிட்ட தினமணி, ஆனந்தவிகடன், கல்கி, குங்குமம், சரயு, மின்மினி, ஆறாம் திணை, திண்ணை டாட் காம், வார்த்தை, அம்ருதா இதழ்களுக்கு நன்றி.

அன்புடன்,

தமிழ்மகன்

டிச 16, 2014

திருவள்ளூர் மாவட்டம் ஜெகநாதபுரத்தில் உயர்நிலைப் பள்ளி அமைய பெரு முயற்சி எடுத்த மைத்துனர் க.கேசவன் அவர்களுக்கு...

கதைகள்	பக்க எண்
நினைவின் நிழல்	11
இது பாம்புக் கதை அல்ல	20
நியாயச் சங்கிலி	27
வயசு	33
துன்பம் நேர்கையில்	40
கட்டில் தோழன்	51
ஒரு மரப் பெட்டி கனவு	59
மெஹர்	66
தகவல்	72
மணமகள்	80
அதிகாரி சார்	86
மஞ்சு அக்காவின் மூன்று முகங்கள்	93
புரூஸ் லீ தாத்தா	99
நிரம்பி வழியும் வீடு	104
சம்பா	110
சிறு துணை	116
மாலதி	123
காதல் தன் வேலையைக் காட்டுதடி	131
போர்	135
சுற்றம்	140
கோணம்	144
சமாதி	152
இப்படிக்குப் பூங்காற்று	158
இடுக்கண் களைதல்	164
அங்குசம்	172
கலாவுக்குக் கல்யாணம்	178
தெரிந்தவர்	183

நினைவின் நிழல்

நான் அமைதியாகக் கண் அயர்ந்து இருந்தேன். எனக்கு உயிர் இருக்கிறதா என்பதை பலரும் நம்பிக்கையே இல்லாமல் பரிசோதித்துக்கொண்டிருந்தார்கள். உடலில் ஒரு அசைவும் இல்லை. பத்து குதிரைத்திறன் உள்ள நீர் இறைக்கும் இயந்திரத்தை தோளில் சுமந்து செல்லக்கூடிய என் தோள்கள் துடைத்துப் போட்ட கரிக்கந்தை போல கிடந்தன. இமையைக்கூட அசைக்க முடியவில்லை. என்னைச் சுற்றி நான்கைந்து டாக்டர்கள் நின்றிருப்பதை மிக யோசனைக்குப் பிறகே உணர்ந்தேன். எல்லோருமே நான் பிழைப்பது அரிது என்பதைத் தங்கள் மருத்துவ அறிவைக்கொண்டு தீர்மானமாகச் சொன்னார்கள்.

நெடிய உருவம் கொண்ட ஆங்கிலேயரை நினைவுபடுத்தும் தோற்றம் உள்ள அந்த மருத்துவர்- இது அவருடைய குரலை வைத்து நான் செய்த கற்பனை- என்னை ஏறத்தாழ இறந்துவிட்டதாகவும் இனி எனக்குச் செய்யும் மருத்துவ உதவி வீண்விரயம் என்றும் சொன்னார். என்னால் அதற்கு பதில் சொல்ல முடியவில்லை. நாக்கையோ, உதடுகளையோ அசைக்கும் முயற்சிகள் பயனளிக்கவில்லை. சொல்லப்போனால் அதற்கு எப்படி முயற்சி செய்ய வேண்டும் என்பது விளங்கவில்லை. நான் உயிரோடுதான் இருக்கிறேன் என்பதை என்னால் சொல்ல முடியவில்லை.

என் வாயும் மூக்கும் பிராணவாயு செலுத்துவதற்கான கருவிகளால் மூடப்பட்டிருந்தன. சிரமப்பட்டு சுவாசிக்கிறேன்.

“வென்டிலேஷன் வெக்கணும்னா ஒரு நாளைக்கு 50 ஆயிரம் ரூபா ஆகும்னு சொல்லிட்டீங்களா?”

“சொல்லிடுறோம் சார்.. ”

“அதை மொதல்ல சொல்லிடுங்க. அட்டண்டர் யாரு இருக்காங்க?” என்னைப் பொறுத்தவரை அந்த நேரத்தில் அங்கு இருந்தவர்கள் எல்லோருமே டாக்டர்கள் என்பதைப் புரிந்துகொள்கிறேன்.

ஒரு பெண் குரல் “அவங்க் வொய்ஃப் இருக்காங்க சார்”& இது நர்ஸாக இருக்கலாம்.

“இப்ப எங்க இருக்காங்க?”

“வெளிய வரான்டாவுல நிக்கறாங்க சார்”

“வரச் சொல்லுங்க”

என் மனைவி வரப்போகிறாள்.. அவளை இவர்கள் அழவைக்கப் போகிறார்கள்... என்னால் எதுவும் செய்ய முடியாது.. எனக்குச் சிந்திப்பதற்கே சோர்வாக இருந்தது. சில நேரங்களில் எங்கிருக்கிறேன் என்பதையே உணர முடியாமல் இருந்தது. எங்கிருக்கிறேன் என்பதைத் தெரிந்துகொள்ளவோ, தெரிவிக்கவோ திராணி இல்லை.

டாக்டர் ஒருவர், “இதுவரைக்கும் எத்தனை நாளா வெண்டிலேஷன்ல வெச்சு இருக்காங்க?” என்று விசாரித்தார். அவருடைய கேள்வியில் இருந்து அவர் இப்போதுதான் என்னை முதன்முதலாகப் பார்க்க வந்திருக்கிறார் என்பதை அனுமானித்தேன். சிறப்பு விருந்தினராக வந்திருக்கும் பெரிய மருத்துவராக இருப்பார்.

“வாம்மா... என்ன ஆச்சு இவருக்கு?”

“வேலைக்குப் போயிட்டு வந்தாரு.. காலைல இருந்து சாப்படல. கஷ்டமான வேலை சார்... கஷ்டமான குடும்பம் சார்..”

“அழாதம்மா. விஷயத்தைச் சொல்லுங்க”

“பசி எடுக்குது. சாப்பாடு போடுன்னு சொன்னாரு. ஒரு வா தான் சாப்புட்டாரு. கை எல்லாம் வலிக்குதுன்னு துடிச்சாரு. வாயெல்லாம் இழுத்துக்குச்சி.. என்னமோ சொல்றாரு. ஆன ஒண்ணுமே புரியலை.. ” எனக்கும் அவள் சொல்கிற சம்பவம் நினைவுக்கு வந்தது. கணபதிராமன் நிலத்தில் ஆழ்துளைக் கிணற்றில் சப் மெர்ஸிபிள் மோட்டாரைப் பொருத்தினேன். பூமிக்குள் இறக்கப்பட்டிருந்த குழாயில் லேசாக வளைவு இருந்தது. மோட்டர் உள்ளே செல்வதில் சிரமம் ஏற்பட்டது. பெரும்பாடு. ஒவ்வொரு முறை மேலே ஏற்றி சர்ஜிங் செய்துவிட்டு மோட்டரை இறக்கி... காலையில் இருந்து வேலை இழுத்துவிட்டது. சரியான டென்ஷன். சாப்பிடவே இல்லை. ஆறு மணிக்குத்தான் வீட்டுக்கு வந்தேன். சாப்பிட உட்கார்ந்தேன். இடது கையில் அப்படி ஒரு வலி. தலை வெடித்துவிடுவதுமாதிரி ஒரு பிரமை. வெடித்துவிட்டதா என்று தெரியவில்லை. தொட்டுப் பார்த்து உறுதி செய்ய நினைத்தேன். அய்யோ என் கை? அது எங்கே இருக்கிறது?

"அப்புறம்..?"

"ஜி.ஹெச்.சுக்கு தூக்கினு போனோம்... அங்க ஒண்ணும் முடியாதுன்னு சொல்லிட்டாங்க..."

"எம்.ஆர்.ஐ. ஸ்கேன் எடுத்தாங்களா?"

"அங்க எடுக்கலை... இங்க கொண்டுவந்த பிறகுதான் எடுத்தாங்க" என்று இன்னொரு டாக்டர் பதில் சொன்னார்.

"இப்பவும் ஒண்ணும் சொல்றதுக்கு இல்லம்மா.."

"எப்பிடியாவது காப்பாத்திடுங்க சார்..."

"99 சதவிதம் வாய்ப்பே இல்லம்மா. இப்ப இந்தக் கருவிய எடுத்துட்டா அவர் கதை முடிஞ்சுடும். இதலதான் ஓடிக்கிட்டு இருக்கு.."

"அப்பன்னா இதை எடுக்காதீங்க சார்..." குரல் பதறியது. பயப்படாதே விமலா.

"இதுக்கு ஒரு நாளைக்கு அம்பது ஆயிரம் வாடகை.. அப்புறம் மருந்து, வாடகை, டாக்டர் ஃபீஸ் எல்லாம் இருக்கு. முடியுமா உங்களால?"

"எத்தனை நாளிக்கி இப்பிடி வெச்சிருக்கணும்? அப்புறம் நல்லாயிடுமா?"

"அத சொல்ல முடியாதும்மா.. இதை வெச்சி இருந்தா உயிர் இருக்கும். எடுத்துட்டா சொல்ல முடியாது"

விசும்பலும் கேவிக் கேவி அழுவதும் கேட்டது. நான் எழுந்து கொள்ள விரும்பினேன். அதை எப்படி செய்வதென்று தெரியவில்லை.

"மனச தேத்திக்கம்மா... இதுவரைக்கும் மூணு நாள் வெச்சிருக்காங்க. ஒன்றை லட்சத்துக்கு மேல ஆகிருச்சு. அதுக்குத்தான் சொல்றேன்"

மூன்று நாட்களா? அதிர்ச்சியாக இருந்தது. படுக்கையில் மூன்று நாட்களாகவா இருக்கிறேன்? கொடுத்த செக் என்ன ஆனது? கடையை யார் பார்த்துக்கொள்கிறார்கள்? மேனேஜரிடம் ஸ்டாக் வைக்கச் சொன்னார்களா? கதிரேசன் மோட்டர் கேட்டானே? அய்யோ மூன்று நாட்களா..?

"எத்தனை நாள் வேணா இருக்கட்டும் சார்" அழுதாள்.

"அழாதம்மா. நீங்க சொன்னாத்தான் எடுப்போம். ரெண்டு நாளைக்கு ஒரு தரம் பணம் கட்டிடுங்க. வேற யாராவது விபரம் தெரிஞ்சவங்க இருந்தா வரச் சொல்லுங்க.." ஒவ்வொருவரின் காலடிச் சத்தமும் நின்று நின்று நகருவது கேட்டது. என் மனைவி

மட்டும் என் அருகே நின்று அழுது கொண்டிருந்தாள். அவள் என் கையைப் பிடித்துக்கொண்டிருப்பதை உணர முடிந்தது. பதிலுக்கு உணர்த்த முடியவில்லை. அவளுடைய கைச்சூடு இதமாக இருந்தது. ஆனால் அழுதுகொண்டே அங்கிருந்து சென்றுவிட்டாள்.

வெகு நேரத்துக்கு யாருமே இல்லை. யாருமற்ற சூனியவெளியில் நான் உருவமற்று இருந்தேன். எடையும் இருப்பதாகத் தெரியவில்லை. நான் என்பது ஒரு வெற்றிடம் போல இருந்தது. இதையெல்லாம் நான் சிந்திக்கிறேனா, எனக்காக யாரோ சிந்திக்கிறார்களா? எதா அவது ஒரு இடத்தில் இருக்கிறேனா, எல்லா இடத்திலும் இருக்கிறேனா? யுகமா, வினாடியா? யாரோ என் நெற்றியில் அழுத்துவது தெரிந்தது. ஓ விமலா விபூதி பூசி விடுகிறாள். விபூதித் துகள்கள் நெற்றியில் நமைக்கின்றன. கடவுள் அருள் வேலை செய்கிறது. கடவுள் துகள்.. ஆஹா..

"நாலு நாலா இப்பிடியேத்தாண்ணா இருக்காரு.." கூட வேறு யாரோ நிற்கிறார்கள்.

"என்ன சொல்றாங்க?"... அட இந்தக் குரல்.. அரசு... திருநாவுக்கரசு.. வந்துவிட்டாயா..? இந்த டாக்டர்களுக்குப் புரிய வை. நான் உயிருடன்தான் இருக்கிறேன். டாக்டர்களுக்குச் சொல். என் மனைவிக்கு நம்பிக்கைக் கொடு.

"நீங்க வந்தா பெரிய டாக்டரு பாக்கணும்னு சொன்னாரு. இருண்ணா இப்ப ரவுண்ட்ஸ் வருவாரு."

"ரமேஷ்.. ரமேஷ் எழுந்திர்றா... டேய் ரமேஷ்... நான் பேசறது கேக்குதா?" அரசு என் காதருகில் கத்தினான்.

கேட்கிறது. நன்றாகக் கேட்கிறது.

"என்னடா எல்லாத்தையும் போட்டது போட்டது மாதிரி இங்க வந்து படுத்துட்ட? எழுந்துரு."

என்னை மெல்ல உலுக்கினான்.

"சார் அப்பிடிலாம் அசைக்கக் கூடாது..."

வேறு ஒரு பெண்ணின் குரல். நர்ஸ்.

"கால் அசையுதே..." என்றான் ரமேஷ்.

"நாம எந்த எடத்திலயாவது கிள்ளினா, அசைச்சா அந்த இடத்தில மட்டும் ஒரு ஸ்டிமுலேஷன் இருக்கும்.. இத பாருங்க... பாத்தீங்க இல்ல? எங்க கிள்றமோ அந்த இடத்தில அசையும்.. அவ்வளவுதான். அதுக்கும் பிரெய்னுக்கும் சம்பந்தமில்ல.. பல்லி வால் அறுந்து கீழ விழுந்தாலும் துடிக்கும் தெரியுமா? அப்பிடித்தான். மூளை கண்ட்ரோல் இல்லை.."

அடிப்பாவி எங்கேயோ கிள்ளிக்காட்டி விளக்குகிறாள். சிறிய மவுனமும் மெல்லிய காலடிச் சத்தமும் கேட்டது.

“என்னம்மா முடிவு பண்ணே?”

“அண்ணா கிட்ட சொல்லுங்க.”

“சொந்த அண்ணனா?”

“இல்ல சார். சின்ன வயசுல இருந்து ஃப்ரண்ட்...”

“ரத்த சம்பந்தம் இருந்தாத்தான் சொல்ல முடியும்..”

“ரிலேஷனும்தான்.. ஊர்ல பங்காளிங்க..”

நல்லவேளை. நன்றாகச் சமாளித்துவிட்டான்.

“ஓ.கே. இவங்க சொல்லி இருப்பாங்க. பாயிண்ட் ஒன் பர்சன்ட் சான்ஸ்தான் இருக்கு. வென்டிலேஷன் வெச்சி இருக்கறதால மூச்சு போய்கிட்டு இருக்கு.. ரொம்ப கஷ்டம். வீட்டுக்கு எடுத்துக்கிட்டு போயிடுறது நல்லது.”

“வேற சான்ஸ் இல்லையா டாக்டர்?”

“அமெரிக்காவுல இருந்து டாக்டர் வந்தாலும் காப்பாத்த முடியாது.. அப்படி ஒரு சான்ஸ் இருந்தா நாங்களே சொல்லி இருப்போம்.”

“வேற ஏதாவது ரிஸ்க் எடுக்கலாம்னாலும் சொல்லுங்க டாக்டர்”

“இல்ல சார். எதாவது இருந்தா இன்னேரம் செஞ்சி இருப்போம்... இப்ப ஒரு நாளைக்கு சராசரியா அம்பதாயிரம் ஆகுது. வசதியானவங்க பத்து நாள் இருபது நாள்கூட வெச்சிருக்காங்க”

“அப்படி வெச்சிருந்தா குணமாகுமா?”

டாக்டர் எதுவும் சொல்லவில்லை. அவர் உதட்டைப் பிதுக்கி இருக்கலாம். ஆள்காட்டி விரலை வானத்தை நோக்கிக் காட்டி இருக்கலாம்.

“வெச்சுருக்கறது பலனளிக்குமா? எத்தனை பர்ஸெண்ட் ஹோப்?”

“அதான் சொல்லிட்டனே.. நேத்தே இந்த அம்மாகிட்ட வீட்டுக்குக் கூட்டிக்கிட்டுப் போறதுதான் நல்லதுன்னு எங்க பி.ஆர்.ஓ. டிபார்ட்மென்ட்ல இருந்து கன்வீன்ஸ் பண்ணியிருக்காங்க... சொன்னாங்களா, இல்லியாம்மா?”

“சொன்னாங்க சார்” அவள் குரல் உடைந்திருந்தது.

“நல்லா யோசிச்சுக்கம்மா. டாக்டர் சொல்றது புரியுதில்ல? தினமும் அம்பதாயிரம் கொடுத்து...” அரசுவின் குரல்.

“இன்னும் வீடுகூட கட்டி முடிக்கலையே..”

“அதுக்குத்தான் சொல்றேன்... வீட்டுக்கு எடுத்துக்கிட்டு போறதுதான் புத்திசாலித்தனம்... புரிஞ்சுக்கம்மா.”

டேய் அரசு.. என்னடா இப்படி சொல்லிட்டியே... நான் உயிரோடதான்டா இருக்கேன். நண்பா..

விமலாவின் அழுகை மட்டும் கேட்டுக்கொண்டு இருந்தது.

“சார் அப்படின்னா இன்னும் ஒரு நாள் இருக்கட்டும். நான் வேற சில டாக்டர் கிட்ட ஒபீனியன் கேட்டுக்கிட்டு சொல்றேன்.”

“ஓ.கே. உங்க இஷ்டம்..”

செருப்புகள் தரை உரசும் சப்தம் மெல்ல தேய்ந்து மறைந்தது. அப்புறம் வெகு நேரத்துக்கு யாருமே வரவில்லை. சோர்வில் நினைவு மங்குவதும் திடீரென விழிப்பதும் நர்ஸ் வந்து குளுகோஸ் ஏறும் ஊசியை அழுத்திப் பார்த்துவிட்டுப் போவதுமாக இருந்தது. எத்தனையோ யுகமாக படுத்திருப்பது போல இருந்தது. திடீர் திடீரென நினைவு தப்பிப் போனது.

மீண்டும் சப்தங்கள். யாரோ அருகே வந்து நிற்கிறார்கள். போகிறார்கள்.

“மூளைக்கு ரத்தம் சப்ளை ஆகுற ரெண்டு முக்கியமான நரம்பு பிளாக் ஆகி இருக்கு. மூளைக்கு இப்ப ரத்தம் போகல. அதாவது மினிமம் பங்ஷன் ஆகுற அளவுக்குப் போகுது. ஹார்ட் வேலை செய்யுது. லங்ஸ் வேலை செய்யுது.. கிட்னி வேலை செய்யுது.. ஐ திங்க் செஃப்ட் பிரெய்னுக்கு கொஞ்சூண்டு சப்ளை இருக்கு. இந்த பிளாக்கை சரி பண்ண இன்னும் மருந்து கண்டு பிடிக்கல. அதைக் கரைக்க முயற்சி பண்ணா அது மூளைக்குள்ள போய் இன்னும் காம்பிளிகேஷன் அதிகமாகும். புரியுதுங்களா?”

டாக்டர் யாருக்கோ விளக்கிக்கொண்டிருந்தார். எதிரில் தலை அசைத்துக்கொண்டிருப்பது யாரென்று தெரியவில்லை.

“நீங்க உடல்தானம் பற்றி யோசிக்கறதுதான் நல்லது.”

“காதுகிட்ட போய் பேசினா கண்ணுக்குள்ள பாவை அசையுது டாக்டர்.” – அரசு.

“நீங்க பாத்தீங்களா?”

“நான் பாத்தன் சார்.. வாயில விபூதி போட்டன். நெஞ்சுக்குழி ஏறி எறங்குச்சு சார்.”

“ஏம்மா இது என்ன ஆஸ்பித்திரியா, மாரியம்மன் கோயிலா? அவரால எதையும் முழுங்க முடியாது. சளியை எல்லாம் ட்யூப் வழியாத்தான் எடுக்குறோம். சளி லங்ஸ்குள்ள போயீ இங்ஃபெக்ஷன் ஆகிடுமோ, நிமோனியா வந்துடுமோன்னு பயந்துகிட்டு இருக்கேன்..

நீ பாட்டுக்கு விபூதிய வாயில போட்டன்னு சொல்றியே... இன்னோரு முறை இப்படி பண்ணா வீட்டுக்கு அனுப்பிடுவேன்... புரியுதா?"

"எங்க குலசாமி கோயில்ல மந்திரிச்சு எடுத்தாந்தாங்க சார்.. அதனாலதான்... இனிமே குடுக்க மாட்டன் சார்."

டாக்டர் ஒரு பெருமூச்சை வெளியேற்றி, "என்ன பண்ணலாம் சொல்லுங்க?" என்றார்.

விமலாவும் அரசுவும் மட்டும் இருந்தனர். இருவரில் யார் என்னை என்ன செய்யப் போகிறார்கள் என்று தெரியவில்லை.

"எல்லாரும் கிராமத்து ஆளுங்க. வென்டிலேஷனை எடுத்தா இறந்துடுவாங்கன்னா அதுக்கு ஒத்துக்க மாட்டாங்க. சென்டிமென்ட்ஸ்... வீடு வாசல் எல்லாத்தையும் வித்தாவது உசுர காப்பாத்தணும்னு நினைப்பாங்க டாக்டர்.."

"அதுக்காக எண்டலஸ்ஸா இப்படி வெச்சுக்கிட்டுருந்தா? பணம் இல்ல வேஸ்ட்..? உனக்கு பொண்ணு இருக்கில்லம்மா?"

"பத்தாவது போவுது."

இந்திராவை மறந்துவிட்டேனே.. என் இனிய இந்திரா...

"ம் பின்ன?"

மவுனம்.

எல்லோரும் கையைப் பிசைந்துகொண்டிருக்கிறார்கள். நான் பிழைப்பேனா, மாட்டேனா என்பது எனக்கும் தெரியவில்லை.

"எடுத்திடலாம்மா..." அரசு மெதுவாகச் சொன்னான். சொன்னானா, கேட்டானா?

விமலா அழுவது பிசிறாகக் கேட்டது.

"அமாவாசை வரைக்கும் எடுக்க வேணாம் சார்.."

"அமாவாசை என்னைக்கு?"

"ரெண்டு நாள் இருக்கு சார்."

"உங்க இஷ்டம். மீன் டைம் வென்டிலேஷன் இல்லாம சர்வைவ் ஆகிறாரான்னு ட்ரை பண்ணி பாக்கறம்.. அப்புறம் உங்க லக்."

"அதனால ஏதாவது ஆபத்து இருக்குமா?"

"நோ.. நோ.. கிராஜுவலாத்தான் செய்வோம்... டோன்ட் வொர்ரி"

எல்லோரும் நகர்ந்தனர். மின்விசிறி சுழலும் சப்தம் கேட்டது. அது குளிரூட்டப்பட்ட அறையும்கூட. அவர்கள் சொல்லும் வென்டிலேஷன் என்ற கருவிதான் என்னைக் கட்டுப்பாட்டில் வைத்திருக்கிறது. கருவிதான் சிந்திக்கிறது. கருவி இல்லையேல் உயிர் இல்லை; சிந்தனை இல்லை.

டாக்டர்கள் வருகிறார்கள். நர்ஸுகளுக்குக் கட்டளை இடுகிறார்கள். ரிப்போர்ட் எழுதி என் கட்டில் கம்பியில் அட்டையில் தொங்கவிட்டுவிட்டுப் போகிறார்கள்.

"நாலு லிட்டர் கொடும்மா போதும்" என்கிறார்கள். பி.பி., நார்மல் என்றது கேட்டது. டிரக்கியா பண்ணிடலாம் என்கிறார்கள்.

அமாவாசை வந்துவிட்டதா என்று தெரியவில்லை. எல்லா நாளும் அமாவாசை மாதிரி இருந்தது.

யாரோ வருகிறார்கள். விமலா, விமலாவின் அம்மா, அரசு, அரசுவின் மனைவி... எல்லோர் குரலையும் அடையாளம் தெரிந்தது. என் காதருகே வந்து எழுந்திரு.. எழுந்திரு என்று அன்பாகச் சொல்கிறார்கள். நம்பிக்கையாகச் சொல்கிறார்கள்.

"நீங்க சொல்றது எதுவுமே அவருக்குக் கேட்காது.." டாக்டர் மட்டும் பிடிவாதமாக இருந்தார்.

"இல்லை டாக்டர். நான் கூப்பிட்ட போது அவர் அவர் மூச்சை இழுத்து விட்டார்.." அரசுவின் மனைவி சொல்வது சரிதான். அவர் சரியாகக் கண்டுபிடித்துவிட்டார். என்னால் மூச்சு விட முடிந்தது. அதையே சைகையாகப் பயன்படுத்தத்தான் அப்படிச் செய்தேன். "எங்க இன்னொரு வாட்டி கூப்பிடுங்க நானும் பார்க்கிறேன்.."

"அண்ணா... ரமேஷ் அண்ணா... இங்க பாருங்க... நான் பேசறது கேக்குதா?"

மூச்சை வேகமாக இழுத்து விடுவதற்கு சக்தி திரளவில்லை. வழக்கமாக விடும் மூச்சே நின்று போனது போல இருந்தது. பெரும் போராட்டத்துக்குப் பின் ஓரளவுக்கு இழுத்துவிட்டேன்.

"பார்த்தீங்க இல்ல சார்?"

"ஓ.கே. உங்களுக்கு நார்மலா நடக்கிற எல்லாமே அதீதமா தெரியுது.. ஆன ஒரு விஷயம். இப்ப ஓரளவுக்கு முன்னேற்றம் இருக்கு... வென்டிலேஷன் ரிமூவ் பண்ணிட்டோம். ஆக்ஸிஜன் மட்டும் வெச்சிருக்கோம். அது ஒரு சப்போர்ட்டுக்குத்தான். அவரால சுவாசிக்க முடியுது. ஆனா இதனால எல்லாம் பொழைச்சுடுவார்னு சொல்ல முடியாது."

"அப்படின்னா இன்னும் ரெண்டு நாள் இருக்கட்டும் சார்.."

"பத்து நாள் ஆகிடுச்சு.. இத்தனை நாளா மூளைக்கு ரத்தம் போகலைன்னா அந்த செல்லெல்லாம் என்ன கதி ஆகி இருக்கும்னு நினைச்சுப் பாருங்க. பெட் ஷோர் வேற. உடம்பே ஊதினாப்பல ஆகிடுச்சு."

யாரோ கை அழுத்திப் பார்க்கிறார்கள். பெண்ணின் கை. விமலாவா? அரசுவின் மனைவியா?

டாக்டர் "உங்க இஷ்டம்" என்றார்.

எல்லோரும் போய்விட்டார்கள்.

இரவு கண்ணைத் திறந்தேன். அது அன்று இரவா, அடுத்த வருட இரவா என்பது தெரியவில்லை. இரவு என்பது மட்டும் தெரிந்தது. ஏனென்றால் என்னைச் சுற்றி நட்சத்திரங்கள் மின்னிக் கொண்டிருந்தன. அங்கு ஒரு நிலவும் இருந்தது.

● ஆனந்த விகடன், 2013.

இது பாம்புக் கதை அல்ல

"பாம்பு ரெண்டு நாளா சாப்பிடல சார்.. ஏதாவது தர்மம் பண்ணுங்க சார்" என்ற குரல் பஸ்ஸின் ஜன்னல் ஓரத்தில் இருந்து வந்தது.

நான் திரும்பி குனிந்து பார்ப்பதை அறிந்து, பாம்புகள் தவிர வேறெதையும் பத்திரப்படுத்தி வைக்க முடியாத அந்தப் பிரத்யேக மூங்கில் கூடையை எனக்கு உயர்த்திப்பிடித்துக் காண்பித்தான் பாம்பாட்டி. அவன் காட்டிய கூடையில் நல்ல பாம்பு ஒன்று சுருண்டு படுத்திருந்தது. அவ்வளவு நெருக்கத்தில் இதுவரை நான் எந்தப் பாம்பையும் பார்த்ததில்லை. என் கையில் உரசும் தூரத்தில் பாம்பின் தலை இருந்தது.

"கடிச்சிடப் போகுதுப்பா.. தள்ளிப்புடி..."

"கடிக்காது சார்... ரெண்டு நாளா அதுவே சாப்புடாம பட்னியா கெடக்குது சார்."

அதுதான் மேலும் பயமுறுத்தியது. இருக்கிற பசியில் கவ்வியெடுத்துவிட்டால்..?

பாம்பின் தலை மீது ஒரு தட்டுத் தட்டி அதை சீறும்படி செய்தான் பாம்பாட்டி.

"பாம்புக்குப் பசி எடுத்தா என்னை என்னப்பா பண்ண சொல்றே?"

"முட்டை வாங்கித்தந்தா சாப்பிட வெச்சுடுவேன் சார்."

அவனுக்கு இருபத்தைந்து மதிப்பிடலாம். ஆனால் அதை வெளிப்படுத்துவதில் காட்டிய அலட்சியத்தால் இன்னொரு பத்து வயது கூடுதலாகத் தெரிந்தான்.

ஐந்து ரூபாய் கொடுத்து அனுப்பிவைத்தேன். பஸ் கிளம்புகிற மாதிரி தெரியவில்லை. பஸ்ஸில் என்னைத் தவிர வேறு யாரும் இல்லாதது சந்தேகத்தை ஏற்படுத்தியது. இறங்கி விசாரிக்கலாம் என கீழே வந்தேன். பேருந்து அலுவலகத்தில் கொட்டாவி விட்டுக் கொண்டிருந்தவர், வாயை அவசரப்பட்டு மூடும் எத்தனம் எதுவும் இல்லாமல் "ஆ....றுமணிக்கித்தான்" என்றார். ஆ...றுமணிக்கு இன்னும் ரொம்ப நேரம் இருந்தது.

நேரத்தைக கடதத உடனடியாக அங்கு செய்ய முடிவது ஒரு டீ குடிப்பதுதான். ஆனால் அதற்கு அவசியம இருக்கவில்லை. அந்தப் பாம்பாட்டி பாம்பின் பக்கத்தில் முட்டையை வைத்துக் காத்துக் கொண்டிருப்பதைப் பார்த்தேன். பாம்பு எப்படித்தான் முடடையை விழுங்குமா என்று ஆச்சர்யமாக இருந்தது.

அவன் என்னைப் பார்த்துவிட்டான்.

"உடம்பு சரியில்ல இவனுக்கு. முன்னெல்லாம் லொடுக்குனு முழுங்கிட்டு ஓட்டை மட்டும் வெளிய துப்பிடுவான்... பாம்பு டாக்டர் யார்ன்னா தெரிமா சார் உனுக்கு?"

"எதுக்கு பாம்பை வெச்சுக்கிட்டு அவஸ்தை பட்றே..? காட்லவுட்டா பொழைச்சு போவுது."

அவன் துயரம் கொட்டும் பார்வையோடு என்னைப் பார்த்தான்.

"என்னவுட்டா அதுக்கு யாரும் இல்ல சார்... அதுவாத்தான் என்னைத் தேடி வந்துச்சி. அதான் சார் பிரச்னை. நம்மளைத் தேடி வந்த ஜீவனைத் தொரத்தி அடிச்சா எங்க சார் போவும்?"

ஆரம்பத்திலிருநதே அவனுடைய போக்கு விபரீதமாகத்தான் இருந்தது. பாம்புக்கு உடம்பு சரியில்லை என்பதும் பாம்பு டாக்டர் இருக்காங்களா என்பதும் பாம்புதான் என்னைத் தேடி வந்தது என்பதும் எல்லாமே ஆர்வம்தருவதாக இருந்தது. ஆ.று மணி வரைக்கும் இவனே போதும். அவனுக்குப் பக்கத்தில் பேருந்து திண்டில் உட்கார்ந்தேன்.

"நான் பாம்பாட்டி கெடையாது சார். கொளுத்து வேலதான செஞ்சிக்னு இருந்தன். வூடு கட்றதுக்கு பக்தா நாயுடு சூளை பிரிக்கும்போது நிறைய பாம்பு கெடக்குதுன்னு சொன்னாங்க. பத்து வருஷத்துக்கு முன்னாடி போட்ட சூளை சார். இப்பத்தான் வீடு கட்றதுக்கு வேலை வந்துது. கட்டுவேலை பாத்துகுனு இருந்தவன் பராக்கு பாக்கறதுக்குப் போனேன். பாம்பைப் பார்த்துட்டு எல்லாரும் பயந்து ஓடினப்ப நானு முன்னாடிப் போயி சின்னதும் பெருசுமா பதனாறு நல்ல பாம்பை அடிச்சுப் போட்டேன். அதாங்க பர்ஸ்ட்டு.. அப்புறம் எங்க பாம்பு புடிக்கணும்னாலும் என்னைத்தான் கூப்புடுவங்க."

அதன் பிறகு அவன் சொன்னது இதுதான்.

சித்திரையின் சொந்த ஊர் செங்கல்பட்டு அருகே சிறுனியம். புதிதாக மணமாகி வனிதா என்ற அழகான இளம் மனைவி. கணவன் இபபடி பொழுதுக்கும் பாம்பு பிடிக்கிற வேலையில் தீவிரமாக ஈடுபட்டுவருவதில் அவளுக்கு எரிச்சல் இருந்தது. ஒரு சினிமா இல்லை. விசேஷம் இல்லை...

அன்றைக்கு பாம்பு பிடிக்க வருமாறு அழைத்தான் பாளையம். குடிசையின் வாசலில் இருந்து அவன் விளித்த அபயக்குரலில் இருந்த பதற்றத்தைச் சித்திரையால் அனுமானிக்க முடிந்தது. சித்திரை இன்றைய சம்பாத்தியத்துக்கு வழி கிடைத்துவிட்ட சந்தோஷத்துடன் லுங்கியை அவிழ்த்து இறுக்கிக் கட்டுவதற்குள் வனிதா குறுக்கே வந்தாள். “எங்க கௌம்பறே இப்போ? நீ பாம்பு புடிக்கப் போனியனா நான் என் ஆத்தா வூட்டுக்கு பஸ் ஏறிடுவேன்.. சொல்லிட்டேன்” தீர்மானமாகச் சொன்னாள்.

சித்திரை மனைவியின் பேச்சைத் தட்ட முடியாமல் “அவன்கிட்டே வரமுடியாதுன்னு சொல்லிட்டு வந்துட்றேன்” என்றபடிதான் வெளியே வந்தான். பாளையத்தின் பதற்றமான முகத்தைப் பார்த்தபோது அவனால் ‘எங்கே இருக்குது?’ என்பதாகத்தான் கேட்கமுடிந்தது.

வீட்டின் கட்டிலுக்கு அடியில் பாம்பைப் பார்த்ததாகச் சொன்னான் பாளையம். ஆவேசமாக வெளியில் வந்த வனிதா, புடவை முந்தானையை உதறிய வேகத்தையும் கொண்டையை முடிந்து கொண்ட வேகத்தையும் பார்த்தபோது அவள் புறப்பட்டுப் போய்விடுவாள் போலத்தான் இருந்தது. அவள் போகவில்லை.

வனிதாவின் அம்மா இது விஷயமாக மருமகனைத் திருத்துவதற்கு வந்தாள்.

“நாகதோஷம் பொல்லாததுப்பா.... நாகாத்தம்மன் கோயில்ல நாப்பது நாள் வெளக்கு வெச்சு பூஜை பண்ணாக்கா சரியாயிடும்.”

“நான் இங்க சோறு இல்லாத, தண்ணி இல்லாத கஷ்டப்பட்றேன். பாம்பு புடிக்கிறனாங் காட்டியும் ஏதோ செலவுக்கு வந்துக்குனுக்கிது.. அதையும் வுட்டுட்டு இன்னா பண்ண சொலறே?” என்ற தர்க்கரீதியான கேள்வியை மாமியாரிடம் கேட்டான்.

அவன் பாம்பு பிடிப்பதை விடுவதாக இல்லை என்பது அடுத்த ஆறு மாதத்தில் உறுதியாகத் தெரிந்துவிட்டது. அடிக்கடி அம்மா வீட்டுக்குக் கிளம்பிப்போய்விடுவதும் வருவதுமாக இருந்தாள்.

வனிதா அவனிடம் பட்டாணி வாசனை வருவதாகவும் அது பாம்புகளுக்கான வாடை என்றும் ஒருதரம் அருவருப்பாகச்

சொன்னாள். அவள் அப்படிச் சொன்னது அவனுக்குப் பெருமையாக இருந்தது.

நடுவே ஒருதரம் சித்திரையை பாம்பு தீண்டிவிட்டது. வாயில் நுரைதள்ளி ஒருவழியாகப் பிழைத்துவந்தான். அத்துடன் அவன் பாம்பு பிடிப்பதை விட்டுவிடுவான் என்று வனிதா எதிர்பார்த்தாள். ஆனால் அதன் பிறகு அவனுக்கு பயம் சுத்தமாகப் போய்விட்டது. அடுத்தமுறை அவனை பாம்பு தீண்டிய போது விஷமே ஏறவில்லை. பாம்பு கடித்த இடத்தில் கொஞ்சம் சுண்ணாம்பு மட்டும் தடவிவிட்டு சும்மா இருந்துவிட்டான். அவனைக் கடித்த பாம்புதான் இறந்து போய்விட்டதாக ஊருக்குள் பேசிக் கொண்டார்கள்.

வனிதா அவனே பாம்பாக மாறிவிட்டது போன்று அவனை நெருங்கவே பயந்தாள். எல்லா பாம்புகளும் அவனுக்குத் தண்ணி பாம்பு போலத்தான். அவள் பாம்புக்கு ரொம்பவும் பயப்பட ஆரம்பித்தாள். அதனால் ஒருநாள் முடிவாக அவனைவிட்டுப் பிரிந்துபோய்விட்டாள்.

இதுதான் அவன் சொன்னக் கதை.

அவன் இன்னும் சொல்லிக் கொண்டிருப்பவன் போலத்தான் இருந்தான். அதற்குள் பஸ்ஸை எடுக்கவே நான்தான் கிளம்பிவிட்டேன்.

இந்தக் கதை இன்னொரு இடத்தில் இருந்து மறுபடியும் தொடரும் என்று நான் எதிர்பார்க்கவில்லை.

சென்னையில் தேவநேய பாவாணர் அரங்கங்கத்தில் சுற்றுச்சூழல் ஆர்வலர் ஒருவர் பாம்புகள் குறித்துப் பேசுவதாகச் சொல்லி நண்பர் அழைத்துச் சென்றார். சிறிய அரங்கம். மேடையில் இருப்பவர்களையும் சேர்த்துப் பதினாறு பேர் இருந்தனர். ஒருவர் வேட்டி சட்டை அணிந்து தனியாகத் தெரிந்தார். காலில் மாட்டியிருந்த ரப்பர் செருப்பின் ஒரு பட்டை நீல நிறத்திலும் ஒரு பட்டை பச்சையிலும் இருநதது. முன் வரிசையில் அமர்ந்து கொண்டு அவருக்காகத்தான் மேடையல் இருப்பவர் பிரத்யேகமாகப் பேசுவது போல வேகமாக தலையசைத்து, பேசுபவரை ஆமோதித்துக் கொண்டிருந்தார்.

பாம்புகள் குறித்து அன்று பேசியவர் சொல்லியதில் இரண்டு முக்கியமான விஷயங்களைத் தெரிந்து கொண்டேன்.

பாம்புக்குக் கால்கள் இல்லை என்றுதான் இதுவரை நினைத்திருந்தேன். சில பாம்புகளுக்கு இரண்டு சிறிய கால்கள் இருக்கின்றன. அவற்றில் நகங்களும் உண்டு என்றார்.

அப்படியா என அங்கிருந்தவர்களில் பனிரெண்டு பேர்

அவசரமாக ஆச்சர்யப்பட்டு கேட்டனர். மீதி மூன்றுபேருக்கும்கூட ஆச்சர்யம் இருந்தது. ஆனால் கேட்க தயங்கியவர்களாக இருந்தனர்.

அவை எப்போதும் அதன் உடலுக்குள் புதைந்தபடியே இருக்கும். எதையாவது பற்றிக் கொள்ள வேண்டியிருக்கும் போதுதான் அவற்றைப் பயன்படுத்துகின்றன. நல்ல பாம்பு தன் இணையைச் சேரும்போது அந்தக் கால்கள் மூலம்தான் இணையைப் பிடித்துக் கொள்கிறது என்றார்.

ஒரு பாம்பைக் கொன்றுவிட்டால் அதன் இணை கொன்றவர்களைப் பழிவாங்குவதற்கு வருமா என்று ஒருவர் கேட்டார். எனக்கு அது அபத்தமான கேள்வியாக இருந்தது. ஒரு நடிகை பாம்பாக ஒரு படத்தில் நடித்தார். அவள் தேவைப்படும் நேரங்களில் பெண்ணாகவும் பாம்பாகவும் மாறிக் கொள்ளும் வசதி கொண்டவளாக இருப்பாள். பெண்ணாக இருக்கும் தருணங்களில் கவர்ச்சியான உடை அணிந்துவந்து தன் பாம்புக் கணவனைக் கொன்றவர்களைப் பழி தீர்ப்பாள். பாம்பு வந்து பழி வாங்குவது அந்த அளவுக்குத்தான் நம்பகத்தன்மை கொண்டதாக இருந்தது.

ஆனால் அந்தப் பாம்பு ஆய்வாளர் பாம்புகளைக் கொன்றால் வேறு ஒரு பாம்பு அந்த இடத்தைத் தேடி வருவதுண்டு என்றார்.

"பாம்புகள் இனப்பெருக்கத்துக்கான வேட்கை கொள்ளும்போது பிரோமோன் என்ற வாசனையை வெளியிடுகிறது. அந்த வாசனையைக் கொண்டே பாம்புகள் தங்கள் ஜோடியைக் கண்டடைகின்றன. பாம்புகளை நாம் தாக்கும்போது தன்னிச்சையாக பாம்பின் உடம்பில் இருந்து பிரிமோஸ் வெளியாகிவிடுகிறது. அந்த வாசனைக்காக அடுத்த நாளில அந்த இடத்துக்கு ஒரு பாம்பு தேடி வருவதற்கான வாய்ப்பு நிறைய உண்டு. அதையே மக்கள் பாம்பு பழி வாங்க வந்ததாக நினைத்துக் கொள்கிறார்கள்" என்ற தகவலைச் சொன்னார்.. இந்த இரண்டு தகவல்களும் 'அன்று பெற்றவை'யாக இருந்தன.

அதையட்டி ஒரு சம்பவத்தைச் சொன்னார். "கிராமத்து வீடு ஒன்றில் மனிதனை ஒரு பாம்பு தீண்டிவிட்டது. அவன் இறந்து போய்விட்டான். அங்கிருந்த பாம்பைக் கண்டுபிடித்து அடித்துக் கொன்றுவிட்டார்கள். அடுத்த ஒரு வாரம் அதே வீட்டில் அவன் மனைவியும் இன்னொரு பாம்பு கடித்து இறந்து போய்விட்டாள். மக்கள் உடனே நாகதோஷம் என்று கிளப்பிவிட்டார்கள். பாம்பை அடித்துவிட்டால் அந்த இடத்தில் வேறு வாசனை திரவியத்தை அந்த இடத்தில் தெளித்துவிட்டாலே போதும். அந்தக் காலத்தில் பாம்பை அடித்தால் மஞ்சளைக் கரைத்துத் தெளிக்கும் சடங்குகள் இருந்தன" அவர் பேசிக்கொண்டு போனார்.

கூட்டத்தில் வேட்டி சட்டையில் அமர்ந்திருந்தவர், "எங்க ஊர்ல பாம்பு புடிக்கிறவன் ஒருத்தன் இருந்தான். அவனுக்குப் பாம்பு கடிச்சா விஷம் ஏர்றது இல்ல. சும்மா கொஞ்சம் சுண்ணாம்பு தடவிப்பான். அவ்ளதான். அதெப்படி?" ஏதோ புதிர்போட்டுவிட்டு விடைகண்டுபிடிக்கச் சொன்னவர் மாதிரி கேட்டார்.

"ஏற்கெனவே சின்னச் சின்ன பாம்புகள் கடித்து விஷம் பழகியவர்களுக்கு நம் உடம்பிலேயே விஷ முறிவு உருவாகிவிடும்.. அதே போல ஒரு நல்ல பாம்பு அடுத்தடுத்து யாரையாவது தீண்டினாலும் இரண்டாவதாகக் கடிபட்டவருக்கு விஷத்தின் வீரியம் கம்மியாகத்தான் இருக்கும்.. மூன்றாவது பாம்பு தீண்டியதும் பதறாமல் இருக்க வேண்டும். பதறினால் ரத்தவோட்டம் அதிகமாக இருக்கும். விஷம் வேகமாக பாதிப்பை ஏற்படுத்தும். நீங்கள் சொல்கிற நபர் இப்படி ஏதாதொரு காரணத்தால் தப்பித்திருக்கலாம" என்று பொறுமையாக பதில் சொன்னார்.

அந்த பதில் அவருக்குப் போதுமானதாக இருந்தது. "அவன் எம காதகனாச்சே... பதறவே மாட்டான்..." என சமாதானம் சொல்லிக் கொண்டார்.

கூட்டம் முடிந்து அந்தச் சிறிய குழு மெள்ள கலைந்தபோது வேட்டிக்காரரிடம் எனக்குப் பேசுவதற்கு விஷயம் இருப்பது போல இருந்தது.

"நீங்க சித்திரையைப் பத்தித்தான் சொன்னீங்களா?" என்று ஆரம்பித்தேன்.

"அட அவனைத் தெரியுமா... அவனை எப்பிடித் தெரியும்?"

"செங்கல்பட்டு பஸ் ஸ்டாண்டில் பார்த்தேன்."

"அவன் பொண்டாட்டி பாம்பு கடிச்சு செத்துப் போன பொறவு அவன் ஊர்லயே தங்கறதில்லே.. அவனாச்சு அவன் பாம்பாச்சு.. எங்கயாவது சுத்திக்கிட்டு இருப்பான்... நான் இங்க டி.வி.எஸ்.ல பேரிங் வாங்கறதுக்கு வந்தேன் ... பாத்தாக்கா பாம்பபத்தி பேசறதா 'போடு'ல எழுதி வெச்சிருந்தாங்க. சரி இன்னான்னு பாக்கறதுக்கு வந்தேன்.. செங்கல்பட்டு வந்தா சிறுனியத்துக்கு வாங்க. இப்ப பஸ் உட்டுக்கிறானுங்க. சம்பந்தம் வூடுன்னா யார்ன்னாலும் சொல்லுவாங்க.." -மூன்று விஷயங்களை மூன்று சிறிய நிறுத்தங்களுக்குப் பிறகு தொடர்ச்சியாகச் சொன்னார். நான் தலையை மட்டும் ஆட்டினேன்..

அவருடைய அன்பான அழைப்பை என் காது ஏற்கவே இல்லை. வனிதா கோபிச்சுக்கிட்டுப் போனதாகச் சொன்னது ஏன் என்ற சந்தேகம் விஷம் மாதிரி இறங்கியது.

இந்தக் கதையைத் தொடங்குவதற்கு எனக்கு முதல்வரி கிடைத்துவிட்டது.

வனிதாவை அந்தப் பாம்புதான் கடித்தது என்று தெரிந்தும் சித்திரை அதைச் செல்லமாக வளர்ப்பதற்கு ஒரு காரணம் இருந்தது.

... இனிமேல்தான் எழுத வேண்டும் இந்தக் கதையை.

● ஆனந்த விகடன். 2012.

நியாயச் சங்கிலி

ஜூலியா ஒரு முறை சிரித்துப் பேசிக் கொண்டிருந்ததைப் பார்த்தபிறகு அவளை எனக்குப் பிடித்துப் போய்விட்டது. அதற்கு முன்னால் அவளை சட்டென வித்தியாசம் காண இயலாத மங்கோலிய பெண் தரத்தில்தான் வைத்திருந்தேன்.

அவளுடைய பல்வரிசை அலாதியானது. அவளை அருகே அழைத்து கொஞ்ச நேரம் சிரிக்கச் சொல்லிப் பார்த்துக் கொண்டிருக்கலாம்போல இருந்தது. அடுத்தகட்டமாக அந்தச் சிறிய நாசிக்குள் உடலுக்குத் தேவையான ஆக்ஸிஜன் எப்படி சென்று உருமாறித் திரும்புகிறது என்ற ஆச்சர்யமும் உடன் சேர்ந்து கொள்ளும்.

சிரிக்க எத்தனிக்கும்போது முன் இரண்டு செவ்வக பற்கள் மட்டும் கார்ட்டூன் முயலுக்கானது போல வெளியே தெரியும். அவளைப் பிடித்துப் போக அதுவும் போதுமானதுதான். முழு அழகையும் தரிசிக்க வேண்டுமானால் அவளுக்குப்பிடித்தமாதிரியான நல்ல ஜோக்கைச் சொல்ல வேண்டும். ஜோக்கைவிட அவளுக்குப் பிடித்தமானதாக அது இருக்க வேண்டும் என்பதுதான் முக்கியம்.

“பழனிச்சாமி இன்னும் வரவில்லையா?” என்று நான் ஒரு தரம் அவளைக் கேட்டபோது சிரித்தாள். இது ஒரு ஜோக்கா என்று கேட்கக்கூடாது. அவளுக்குப் பிடிக்க வேண்டும் என்று அதனால் தான் முதலிலேயே சொன்னேன். அப்படிச் சிரிக்கும்போது அவள் முகம் சட்டென தேவதையின் முகமாக மாறிவிடும். வடகிழக்கு தேவதை.

பழனிச்சாமி அந்த மூன்று நட்சத்திர ஓட்டலின் ரெஸ்டராண்ட் மேனேஜர். எம்.பி.ஏ. படித்தவன் என்பது அவனுடைய

நடவடிக்கையில் சுத்தமாகத் தெரியாது. அவன் வந்துவிட்டால் ஓட்டல் ஊழியர்கள் அவனுடைய கட்டுப்பாட்டுக்குள் இயங்குவார்கள். அவனுக்கு அடிமை போல நடிப்பார்கள். நான் ஜூலியாவிடம் கேட்டபோது அவன் வந்திருக்கவில்லை.

இந்த ஓட்டலில் நடக்கும் ஊழலை வேவு பார்க்க அனுப்பியிருப்பதால் முதலில் என் கவனம் அவன் மீதுதான் இருந்தது. அவன் பெண்களைப் பணிய வைப்பதில் கவனமாக இருந்தான். என்னைப் பணித்திருப்பது இந்த மாதிரி செக்ஸ் ஊழல்களைக் கண்காணிக்க அல்ல. ஓட்டலின் லாபம் அதனாலும் குறைந்திருந்தது வேறுவிஷயம்.

ஓட்டலின் லாபம் பலவிதங்களில் கணிசமாக குறைந்திருந்தது. அதற்கான காரணத்தை மூன்று மாதங்களுக்குள் கண்டுபிடிக்க வேண்டும் என்று எனக்கு அங்கேயே ஒரு அறை ஒதுக்கிக் கொடுத்து கேட்கும்போதெல்லாம் காளான் சூப், இறால் பிரியாணி... எனக் கொடுத்துக் கொண்டிருந்தார்கள்.

இந்தியாவின் வடகிழக்கு மாகாணங்களில் இருந்து நிறைய பெண்கள் அங்கே ஹவுஸ் கீப்பிங், சமையல் எடுபிடி வேலைகளுக்கு அமர்த்தப்பட்டிருந்தார்கள். நாளெல்லாம் பாத்திரங்கள் கழுவிக் கொண்டும் காய்கறிகளை நறுக்கிக் கொண்டும் அறைகளைச் சுத்தம் செய்து கொண்டும் இருந்தார்கள். எப்போதும் ஈரத்தில் அவர்கள் எப்படித் தாக்குப் பிடிக்கிறார்கள் என்பது புதிராக இருந்தது. அவர்கள் யாருக்கும் ஐந்தாயிரத்துக்கு மேல் சம்பளம் வழங்கப்படவில்லை. அங்கு வேலை பார்க்கிற பெண்கள் எல்லோரும் கொட்டி வாக்கத்தில் ஒரு வீடு எடுத்துக் குழுவாக தங்கியிருக்கிறார்கள் என்றார்கள். சாப்பாடு ஓட்டலில். சம்பளத்தில் பெரும்பகுதியை ஊருக்கு அனுப்பி வைத்துவிட்டு அன்றலர்ந்த மலர்கள் போல எப்போதும் கலகலப்பாகவும் இருந்தார்கள்.

அவர்களுக்குச் சம்பளம் வழங்குவதில் அட்மின் மேனேஜர் தரப்பில் சிறிய அளவுக்கு ஊழல் நடப்பதை அறிந்தேன்.

இணக்கமானவர்களுக்கு சில சலுகைகள் இருந்தன. அதிகார துஷ்பிரயோகம்தான். அதற்கு ஊழல் என்ற பெரிய வார்த்தையை பிரயோகிக்காமல் தவிர்த்தேன். பழனிச்சாமி அதற்கு ஒரு படி அதிகம். சிலரை பயன்படுத்திக் கொள்வதும் தெரிந்தது.

பாலுக்குப் பூனையைக் காவல் வைத்தது போல செக்யூரிட்டி மேனேஜர் அலெக்ஸலண்டர். ஸ்டோர்ஸ் அவனுடைய கண்ட்ரோலில் இருந்தது.

இந்த மூன்று பிரிவும் தனித்தனி ராஜாங்கமாக இருந்தது. ஒருவர் தயவு இல்லாமல் ஒருவர் தவறு செய்ய முடிந்தது. அல்லது ஒருத்தர் தவறை மற்றவர் கண்டு கொள்ளாமல் இருந்தனர்.

இதைக் கண்காணிக்கத்தான் நான் வந்திருக்கிறேன் என்பது தெரிந்ததும் என் முப்பதுக்கும் குறைந்த வயதைக்கூட கணக்கில் எடுத்துக் கொள்ளாமல் மூவருமே இறங்கி வந்து வழிந்தனர்.

காபி ஆர்டர் செய்வதற்கே யோசனையாக இருந்த என்னை "வொய் டோன்ட் யு பிரஃபர் மஸ்ரூம் சூப்?' என பழனிச்சாமி விசாரித்ததில் கொஞ்சம் ஐஸ்ூம் பெருந்தன்மையும் இருந்தது.

"வீட்டுக்கு பிரியாணி பார்ஸல் பண்ணி வெச்சிருக்கேன்' என்கிறார் அலெக்ஸாண்டர்.

இந்த சூப்புக்கும் பிரியாணிக்கும் பணியாத மனம் ஜூலியாவின் புன்னகைக்குப் பணிந்தது. தினமும் என்னுடைய டேபிளைத் துடைத்து தண்ணீர் நிரம்பிய கண்ணாடிக் குடுவையில் அழகான மலர் ஒன்றை சொருகி வைத்துவிட்டுப் போவாள். நான் பேசவில்லை என்றால் அவளும் பேச மாட்டாள். அதனால் நான் எப்படியும் முதலில் பேச்சை ஆரம்பிக்க வேண்டிய கட்டாயத்தில் இருந்தேன். அவளுடன் பேசுவதற்கு விஷயமே இல்லாததால் வீட்டில் இருந்து கிளம்பும்போதே அதற்காக யோசித்து வைக்க வேண்டியிருந்தது.

"மஞ்சள் நிறம்தான் உனக்கு பிடிக்குமா? நீயும் மஞ்சள்.. உன் உடையும் மஞ்சள்."

நான்கைந்து நாட்களாக இதை யோசித்து வைத்திருந்து இன்றுதான் அவள் மஞ்சள் உடையில் வந்திருந்ததால் சொன்னேன். சிரித்தாள். ஜென்ம சாபல்யம்.

அவள் ஜீன்ஸ் பேன்ட்டும் களங்கம் இல்லாத மனதோடு கை வைக்காத பனியனும் அணிந்து வந்தாள்.

ஒருமுறை அவள் கம்ப்யூட்டரைத்துடைத்துக்கொண்டிருந்தபோது எதேச்சையாக என்னுடைய விரல்கள் அவளுடைய விரல்களோடு பட்டபோது மின்தாக்குதல்போல உணர்ந்தேன்.

அன்று நான் சாரி என்று சொன்னதற்காகச் சிரித்தாள்.

பரவாயில்லை என்றது அந்தச் சிரிப்பு.

"உங்கள் குடும்பத்தில் எத்தனை பேர்?"

அவள் மூன்று விரலைக் காட்டிவிட்டு ஒருவிரலை உடனே மடித்துவிட்டாள். "அண்ணனை மிலிட்டரிக்காரர்கள் சுட்டுவிட்டார்கள். இரண்டு தங்கைகள்.. திரிபுராவில் படிக்கிறார்கள். நான்தான் வேலைசெய்து பணம் அனுப்புகிறேன்" என்றாள் ஆங்கிலத்தில். சில நேரங்களில் தமிழில் முயற்சி செய்வாள். அவளுடைய தமிழ் உச்சரிப்பில் இருந்த பிழைகளும்கூட அழகாகத்தான் இருந்தன.

"எதற்காக சுட்டார்கள்?"

அவள் கண்கள் அதற்குள் சிவந்து போயின. "என் அண்ணன் நல்லவன். நியாயம் பேசுபவன்" அந்த நேரம் பார்த்து பழனிச்சாமி உள்ளே வரவே எதுவுமே பேசிக் கொள்ளவில்லைபோல துரிதமாக மாற்றிக் கொண்டாள். நான்தான் சுதாரித்துக் கொள்ளமுடியாமல் தடுமாறினேன்.

எம்.டி. அழைப்பதாகச் சொன்னான் பழனிச்சாமி.

ஓட்டலின் டைரக்டர் கிருஷ்ணதாஸ் உடுப்பிக்காரர். ரோஸ் திரவத்தால் நிரப்பப்பட்ட பலூன் மாதிரி இருந்தது அவருடைய முகம்.

வந்த ஒரு மாதம் கழித்துத்தான் இப்போதுதான் அவரைப் பார்த்துப் பேச முடிந்தது. அவருக்கு பெங்களூரில், மும்பையில், டெல்லியில் என்று ஓட்டல்கள் இருந்தன. பறந்து கொண்டே இருப்பவர்.

"ஏதாவது தெரிந்ததா?" என்றார்.

கே.ஓ.டி. யில் நடக்கும் ஊழலைச் சொன்னேன்.

கிச்சன் ஆர்டர் டோக்கன். சாப்பிட வருபவர்களிடம் ஆர்டர் எடுப்பவர்கள் இரண்டு கார்பன் காப்பி வைத்து மொத்தம் மூன்று ரசீது தயாரிப்பார்கள். ஒன்று கிச்சனுக்குப் போகும். இன்னொன்று அக்கவுண்ட் டிபார்ட்மெண்டுக்கு இன்னொன்று கஸ்டமருக்கு. பெரும்பாலும் கார்பன் வைக்காமல்தான் ஆர்டர்கள் எடுக்கப்படுகிறது என்றேன். சாப்பிட வருபவர்களுக்கு அவர்கள் கேட்கும் உணவு பரிமாறப்பட்டுவிடும். அதற்கான பில்லும் கொடுக்கப்படும். ஆனால் சமையல் கூடத்தில் இருக்கும் பில்லும் அக்கவுண்டுக்கு வரும் பில்லும் அதைக்காட்டாது. ஒரே நாளில் ஆயிரக்கணக்கில் அதில் இழப்பு ஏற்படும் வாய்ப்பு இருப்பதாகச் சொன்னேன்.

கிருஷ்ணதாஸ் உஷ்ணமாவது தெரிந்தது. அமைதியாக தலையை மட்டும் அசைத்துக் கொண்டிருந்தார்.

மறுநாள் டை கட்டி ஆர்டர் எடுத்துக் கொண்டிருந்த பத்து பதினைந்து பையன்கள் வீட்டுக்கு அனுப்பப்பட்டனர். புதுப்பையன்கள் டை கட்டி நின்றிருந்தார்கள். எல்லாம் ஒரே நாளில். எனக்குத் தூக்கி வாரிப் போட்டது. அவசரப்பட்டுவிட்டோமோ, அவசரப்பட்டுவிட்டாரா என்று குழம்பினேன். அடுத்து அவரைச் சந்தித்து வேலையைவிட்டு அவர்களை நீக்கியிருக்க வேண்டாம் என்று சொல்வதற்கு முயன்றேன். எம்.டி. டெல்லி போய்விட்டார் என்றார்கள்.

முதன் முறையாக எல்லோரும் என்னைக் கண்டு அஞ்சியதைப் பார்த்தேன். மானேஜர்களின் அச்சம்கூட பாதிக்கவில்லை. ஜூலியா

மழையில் நனைந்த பூனைபோல ஒடுங்கிப் போய் என் அறைக்குள் வந்தாள். என்னை நேர்கொண்டு பார்க்கவும்கூட பயந்தாள். அதிகார வர்கத்து ஆசாமிபோல பார்த்தாள். அவளுடைய புன்னகையை கொலை செய்த குற்றம் என்னை உறுத்த ஆரம்பித்துவிட்டது.

அதே நாளில் தொழிலாளர் கணக்கெடுப்பு அதிகாரிகள் வந்திருப்பதாகச் சொன்னார்கள். ஓட்டலுக்குப் பெரிய சிக்கல்தான். நிறைய பேர் கணக்கில் வராத தொழிலாளர்கள்தான். பலரும் தினக்கூலி போலத்தான் இருந்தார்கள். நிர்வாக மேலாளரைப் பார்த்துவிட்டு, மத்தியான சாப்பாட்டை ஒரு கை பார்த்துவிட்டுக் கிளம்ப இருந்த அவர்கள் தொழிலாளர்கள் விஷயத்தில் நியாயமாக இருப்பார்கள் என்று தோன்றவில்லை. அன்று இரவே அவர்களுக்கு ஐந்தாவது மாடியில் ரூம் போட்டு கவனித்ததையும் அறிந்தபோது எரிச்சலும் வருத்தமும் அதிகமானது. அன்று அங்கு அனுப்பி வைக்கப்பட்டவள்... வேண்டாம் அது உண்மையாக இருக்கக் கூடாது.

போதாதா? தொழிலாளர் நலன்கள் மிகச் சிறப்பாகப் பேணப்படுவதாக சான்றிதழ் கொடுத்துவிட்டுப் போய்விட்டார்கள்.

நான் என்னுடைய பாஸை சந்தித்து ஓட்டலில் இப்படியெல்லாம் நடப்பதைச் சொன்னேன். என்னுடைய முதலாளி சென்னையின் முக்கியமான ஆடிட்டர். அவர் பார்வைக்குப் பல நிறுவனங்களின் வரவு செலவுகள் வரும். கேரட் வில்லைகளை சுவைத்துக் கொண்டே பதற்றமில்லாமல் ராட்சஷத்தனமாக வேலை பார்ப்பார்.

நான் சொன்னதையெல்லாம் பொறுமையாகக் கேட்டுவிட்டு, சிறிய ஏப்பத்தோடு, "நம்ம வேலையே எல்லா ஊழலையும் நேர்மையாக செய்ய வைப்பதுதான்" என்றார்.

"மிகக் குறைந்த சம்பளத்துக்குப் பெண்களை வேலை வாங்குவதோடு எதற்கெல்லாமோ பயன்படுத்துகிறார்கள். பாவம் அந்த வெளியூர் பெண்கள்.. நம்மால் எதுவுமே செய்ய முடியாதா?"

ஆடிட்டர் செல்போனில் யாருக்கோ போன் போடுவதில் தீவிரமாக இருந்தார். அவருடைய அலட்சியம் என்னை மேலும் குரலை உயர்த்த வைத்துவிட்டது.

"கோடி கோடியாக ஊழல் செய்கிறவர்கள் ஆயிரக்கணக்கில் ஊழல் செய்கிறவர்களை வேலையைவிட்டு அனுப்புவது என்ன நியாயம் சார்?"

"உன் வேலையை மட்டும் பார்" ஆடிட்டர் கோபமாக செல்போனை டேபிளின் மீது வீசினார். அது மூடி தனியாக பேட்டரி தனியாகக் கழன்று தொடர்ந்து வேலைசெய்யுமா என்ற சந்தேகத்தை ஏற்படுத்தியது.

“ஒரு ஓட்டல் நடத்தணும்னா எவ்வளவு பேருக்குக் கப்பம் கட்டணும் தெரியுமா? எத்தனை அரசியல்வாதி, எத்தனை அதிகாரி, எத்தனை போலீஸ்காரன்... நேர்மையா இருந்தா சைக்கிள்ல ட்ரம் டீ கூட விக்க முடியாது தெரியுமா?.. உன்னை அங்க எதுக்கு அனுப்பினேன்?... முதலாளிக்கு யாரெல்லாம் துரோகம் பண்றான்னு பாக்கச் சொன்னேன்... முதலாளி என்ன துரோகம் பண்றான்னா பாக்கச் சொன்னேன்? நீ என்ன பெரியண்ணாவா... நாட்டையே கண்காணிக்கிறதுக்கு?”

எதிர்பாரா தாக்குதலால் நிலைகுலைந்து போனேன்.

“ஒவ்வொரு மட்டத்தில ஒவ்வொருவிதமா ஊழல் நடந்துகிட்டு இருக்கு. நம்ம எல்லையோட நாம நின்னுடணும்.. தொடர்ந்து போய்க்கிட்டே இருந்தா அது அமெரிக்க ஜனாதிபதி வரைக்கும் போகும்.. முடியுமா?” அறிவுரை போல சொன்னார்.

நான் பொறுமையாக டேபிளில் கிடந்தவற்றை ஒன்று சேர்த்து அவரிடம் கொடுத்துவிட்டு மெத்தென்று அடியெடுத்து வைத்து வெளியேறினேன். “செல்லிடத்துக் காப்பான் சினம் காப்பான்’ என சம்பந்தமில்லாமல் திருக்குறள் ஒன்று நினைவுக்கு வந்தது.

ஒரு ஓட்டல் நிர்வாகம் உலகையே புரிய வைத்துவிட்ட ஞானோதயம். அவரவர் தரப்பில் குற்றங்களும் அதற்கான நியாயங்களும் கற்பிக்கப்பட்டன.

கன்னிமரா நூலகத்துக்கு எதிரே பைக்கை நிறுத்தி இரண்டு “வில்ஷஸ’ ஒரே நடையில் புகைத்துவிட்டுக் கிளம்ப இருந்த நேரத்தில் ஜூலியா அவர்கள் ஊர் பையனோடு வருவதைப் பார்த்தேன்.

‘அண்ணனை எதற்காகக் கொன்றார்கள்’ கேள்வி அப்படியே உறைந்துபோய் இருந்தது மனத்தில். பையன் தன் ஒல்லியான கால்களுக்குக் கச்சிதமாக ஜீன்ஸ் பேண்ட் போட்டிருந்தான். ஜூலியா என்னைப் பார்த்துச் சிரித்தாள். நான் அதைத் தவறவிடவில்லை. அவனைக்காட்டி, “நான் மணக்க இருப்பவர்.. என் அண்ணனோட நண்பர்’ என்றாள்.

இருவர் மீதும் ஒரே நேரத்தில் பரிதாபம் ஏற்பட்டு, வேகமாக அவர்களின் முகங்களைப் பார்த்தேன். அவன் என்னோடு கைகுலுக்க தயாராகியிருந்தான்.

• **தினமணி தீபாவளி மலர், 2011.**

வயசு

சபரிமலைக்குப் போவதற்கு மாலை போட்டிருந்தான் பீட்டர். அது எனக்கு வினோதமாக இருந்தது.

விபூதியிட்டு கழுத்திலே கருப்புத் துண்டு சுற்றிக் கொண்டு செருப்பு போடாமல் இருந்தான். பீட்டர் எங்கள் வங்கியின் அட்டண்டர். குழந்தைக்கு ஜுரம் வந்தால் தர்காவுக்குப் போய் தண்ணீர் தெளித்துக் கொண்டு வருகிற பழக்கமும் அவனுக்கு இருந்தது. அவனுடைய சர்வமத நல்லிணக்கத்தைக் கண்டு பூரிக்க முடியாதபடி அவனுடைய செருப்பு போடாத கால் என் கவனம் பற்றிக் கொண்டது.

எனக்கு மாணிக்கம் ஞாபகத்துக்கு வந்துவிட்டான். வாழ்நாள் முழுதும் ஒரு கேள்விக்குறியாக மனதில் தங்கிவிட்டவன். திருமணத்தன்று காசியாத்திரை செல்லும் சடங்கின்போதும்கூட மாணிக்கம் நினைவுக்கு வந்துவிட்டுப் போனதுகூட கல்யாணமாகி இருபத்தெட்டு ஆண்டுகள் ஆனபின்பும் மறக்கவில்லை. சரண்யாவின் தம்பி என் கால்களைக் கழுவி மஞ்சள், குங்குமமிட்டு புதுச் செருப்பை மாட்டிவிட்டு கையில் குடையைக் கொடுத்தான். செருப்பை மாட்டிய தருணத்தில் மூளையில் ஏதோ ஒரு பகுதியில் மின்னல் போல மின்னிவிட்டுப் போனான். இப்போது பீட்டரைப் பார்த்தபோது மின்னியது போல.

மாணிக்கத்துக்குப் பள்ளிக்குப் பக்கத்திலேயே வீடு. ஆனால் அவன் என்னுடன் பள்ளிக்குச் செல்லவேண்டும் என்பதற்காக இரண்டு கிலோமீட்டர் தள்ளியிருந்த என் வீட்டுக்கு வருவான். என்னை வந்து அழைத்துக் கொண்டு அவன் வீட்டுக்குப் பக்கத்தில் இருந்த பள்ளிக்கூடத்துக்குச் செல்வான். மாலையிலும் என்னை

வீட்டில் வந்து விட்டுவிட்டுப் போவான். அவ்வளவு பிரியமா என்ற கேள்வி இன்னேரம் உங்கள் மனதில் தோன்றியிருக்கும். என் மீது அவனுக்குப் பிரியம் இருந்தது உண்மைதான். அவனுடைய இந்தச் சுற்றுப் பயணத்துக்கு வேறொரு முக்கியமான காரணம் இருந்தது, என் செருப்பு.

முதல் முறை வீட்டுக்கு வந்து அழைத்துச் செல்ல ஆரம்பித்தபோதே செருப்பு போட்டு நடப்பவர்கள் பாதங்கள் மெத்தென்று இருக்கும் என்று பேசிக் கொண்டு வந்தான். தனக்கும் செருப்பு போட்டுக் கொண்டு நடந்து செல்வதில் மிகுந்த ஆர்வம் இருப்பதாகச் சொன்னான். அவனுடைய அபிப்ராயத்தை அவன் சொல்லிக் கொண்டுவருகிறான் என்பதாகத்தான் என் பிஞ்சு மனம் அப்போது நினைத்திருக்கக் கூடும். அன்றைய தினம் என் காலில் இருந்த செருப்பையும் அவனுடைய வெறும்காலையும் திரும்பத் திரும்ப ஒப்பிட்டுவிட்டு வேறொன்றும் சொல்லாமல் போய்விட்டான்.

அது அவனுடைய ஆசையோ அபிப்ராயமோ இல்லை; விண்ணப்பம். இரண்டாவது நாளில்

மாணிக்கம் நன்றாகப் புரிகிறமாதிரியே சொன்னான்: "உன் செருப்பைத் தாடா. எனக்கு செருப்பு போட்டு நடக்கணும்னு ரொம்ப ஆசைடா"

அதுவரை என்னிடம் யாரும் செருப்பை கடனாகக் கேட்டதில்லை. ஒரு நான்காம் வகுப்பு மாணவனிடம் வேறு எந்தக் கடனைத்தான் கேட்டிருக்கப் போகிறார்கள்?

ஞாபகத்தில் அது ஒருவேளை முதல் கடனாகவும் இருக்கலாம். யாராவது கடன் கேட்டால் இப்போதும் தவிர்க்க முடியாமல் தவிப்பதுபோலவே அப்போதும் தவித்துப் போனேன். மாணிக்கத்தின் கண்களில் நான் ஒரு பரிதாபத்தை உணர்ந்திருக்க வேண்டும். நட்ட நடு மார்க்கெட் சாலையில் செருப்பைக் கழற்றிவிட்டு தரையில் நின்றேன். அது சொத சொதவென ஈரமான தரையாக இருந்தது.

ஆரம்பத்தில் காலை வைக்கக் கூச்சமாக இருந்தது. மாணிக்கம் கொஞ்ச தூரம் செருப்பு போட்டு நடந்துவிட்டு செருப்பைத் தந்துவிடுவான் என்று எதிர்பார்த்தேன்.

பள்ளிக்கு அருகே வந்த பிறகு தந்துவிடுவான் என்று மனதைத் தேற்றிக் கொண்டேன். அவன் தரவில்லை. உள்ளே நுழைந்ததும் பிரேயருக்கு கிரவுண்டுக்குப் போக வேண்டும். அப்போதும் தரவில்லை. மீண்டும் வகுப்பில் வந்து அமர்ந்தபோதும் தரவில்லை.

எப்போது தரப்போகிறான் என்ற யோசனை படிப்பில்

சிந்தனையைச் செலுத்தவிடாமல் இம்சிக்க ஆரம்பித்துவிட்டது.

இடையில் ரீஸஸ் பெல் அடித்தபோதும் மத்தியானம் சாப்பாட்டு மணி அடித்தபோதும் அவன் செருப்பு சரசரக்க என் முன்னால் நடந்து கொண்டே இருந்தான்.

என்றுமில்லாத அளவுக்கு நடப்பது மாதிரி இருந்தது. எனக்கு செருப்பைத் திருப்பிக் கேட்பதில் அப்படி என்ன தயக்கமோ.. அவனையே பார்த்துக் கொண்டிருந்தேனே ஒழிய திருப்பிக் கேட்கவில்லை. எப்போதாவது நான் அவனையே கவனிக்கிற எண்ணம் மேலோங்கிவிட்டால் ஒருதரம் திரும்பிப் பார்த்து ஒரு புன்னகையைச் சிந்துவான். செருப்பு உன்னுடையதுதான்.. எனக்கு ஞாபகம் இருக்கிறது என்ற அர்த்தம் அதில் புதைந்திருக்கும்.

மாலை வீட்டுக்குப் போவதற்கான நீண்ட மணியும் அடித்தாகிவிட்டது. அப்போது அவன் நிச்சயம் தந்துவிடுவான் என்று எதிர்பார்த்தேன். அவன் கண்டு கொள்ளவே இல்லை. செருப்பை அணிந்து கொண்டிருப்பதில் அவனுக்கு இருக்கும் ஆசையெல்லாம் தீரும் வரை அவன் அதைத் தரமாட்டானோ என்ற பயம் கவ்வியது நினைவிருக்கிறது.

வீட்டுக்குப் போய் செருப்புக்கு என்ன பதில் சொல்வது என்ற அச்சமும் இப்படி ஏமாந்துவிட்டோமே என்ற தன்னிரக்கமும் உலுக்க ஆரம்பித்துவிட்டது.

மாணிக்கம் என்னுடன் என் செருப்பைப் போட்டுக் கொண்டு என் வீடு வரை வந்தான். வீட்டுக்குப் பத்தடி தூரம் இருக்கும்போது தெரு ஓரத்தில் செருப்பைக் கழற்றிவிட்டு அதை என்னை அணிந்து கொள்ளுமாறு சைகையில் சொன்னான். இப்படி ஒருவர் செருப்பை இன்னொருவர் மாற்றிக் கொள்வது வெட்கப்படும்படியாக இருந்தது. நான் அவசரமாக செருப்பைப் போட்டுக் கொண்டேன்.

ஒருவித நிம்மதி மனதில் குடியேறியது. செருப்பு மிகவும் சூடாகவும் பிசுபிசுப்பாகவும் இருந்தது. கைக்கு கிடைத்த திருப்தியில் வீட்டை நோக்கி ஓடினேன்.

மறுநாள் காலை பள்ளிக்குப் புறப்படும்போது மாணிக்கம் வந்தபோதே தயக்கம், பயம், லீவு போட்டுவிடலாம் போன்ற மன உணர்வு எல்லாம் சேர்ந்து கொண்டது.

மாணிக்கம் வழக்கத்துக்கு மாறாக உற்சாகமாக இருந்தான். அவன் பார்வை சுவர் ஓரம் கிடந்த செருப்பின் மீதே இருந்தது.

தினமும் மாணிக்கம் என்னை அழைத்துச் செல்ல வீட்டுக்கு வர ஆரம்பித்தான். தினமும் என் செருப்பின் மீதுதான் அவன் சவாரி செய்தான். எதற்காகவோ அவனுக்குத் தரமறுப்பதில்

தமிழ்மகன் | 35

எனக்கு தயக்கம் இருந்தது. மறுக்க இயலாதவாறு அவன் என்னைக் கேட்டிருப்பான் என்று நினைக்கிறேன்.

மார்க்கெட் சாலை வந்ததும் செருப்பை வாங்கிக் கொள்வான். அன்று முழுதும் அவனே போட்டிருப்பான். மாலையில் திருப்பித் தந்துவிடுவான். தெருவில் பிள்ளையார் கோவிலைப் பார்த்தால் நடந்தபடியே புத்தி போட்டுக் கொள்வதுமாதிரி மார்க்கெட் சாலை வந்ததும் செருப்பை கழற்றிவிடுவது வழக்கமாகிவிட்டது. ஒவ்வொரு முறை செருப்பை அணியும்போதும் "ரொம்ப ஆசைடா" என்பான். பக்கத்துவீட்டு மாமா நெய் தோசையும் துவையலும் சாப்பிடும்போது கண்களில் வெளிப்படுத்தும் பிறவிப் பயனை மாணிக்கத்தின் ஆர்வத்தில் கண்டதை இப்போது ஒப்பிட்டுப் பார்க்கிறேன்.

வீட்டில் அடம்பிடித்து வாங்கிய செருப்பை இப்படி ஒருவன் அனுபவித்துக் கொண்டிருப்பதை என் பிஞ்சு நெஞ்சம் எப்படித்தான் தாங்கிக் கொண்டதோ?

கார்த்திகேயன் "உன் செருப்பைக் கேட்டு வாங்குடா' என்று ஆவேசப்பட்டான். அவனுக்கு நான் படும்பாடு நன்றாகத் தெரிந்திருந்தது.

"எப்படி கேக்கறதுன்னு தெரியலை"

"நான் கேட்டு வாங்கித் தரட்டா?"

"வேணாம்.. வேணாம்.. இருக்கட்டும்."

கார்த்திகேயன் ஒரு லூஸஹபையனா இவன் என்பதாக என்னைப் பார்த்தான்.

இப்படியாக இது தினசரி நிகழ்ச்சியாகிவிட்டது.

ஒருவாரம் போனதும் நான் துணிச்சலாக "நீ ஏன் உனக்கு ஒரு செருப்பு வாங்கிக் கொள்ளக்கூடாது?" எனக் கேட்டேன்.

"நானா?" இப்படி கேட்டுவிட்டு, கொஞ்ச தூரம் மௌனமாக வந்தான். என் கேள்வியில் ஏதோ பிழை இருந்துவிட்டது போல நானும் பேசாமல் நடந்துவந்தேன்.

"எனக்கு அப்பா இல்லைடா. அம்மாதான் வீட்டு வேலை செஞ்சி காப்பாத்தறாங்க. இதையெல்லாம் வாங்கித் தரமாட்டாங்க" தெரு முடிவுக்கு வந்ததும் இப்படி முடித்தான்.

நாங்கள் குடியிருந்த வீட்டில் எல்லா பையன்களுக்குமே அப்பா இருந்தார்கள்.

அம்மா மட்டும் உள்ள வீட்டை நான் அறியாதவனாக இருந்தேன். மாணிக்கம் இதைச் சொன்னபோது வருத்தப்படவும்கூட

தெரியவில்லை. செருப்பை அவனே அணிந்து வரட்டும் என்று விட்டுவிட்டேன்.

அதன் பிறகு அந்தச் செருப்பு, என் பாத அழுத்தத்துக்குப் பொருந்தாத இடத்தில் குழியாகி யாருடைய டவுசரையோ போட்டுக் கொண்டிருப்பது மாதிரி ஆகிவிட்ட நேரத்தில் அவன் வேறு வீட்டுக்கு மாறிப் போய்விட்டான்.

பள்ளிக்கூடமும் மாறிவிட்டான். இருந்தாலும் செருப்புப் பள்ளம் ஆறாத வடுவாக எனக்குள் தங்கிவிட்டது.

பரதன் பாதரட்சையைக் காட்டுக்கு வந்து பெற்றுச் சென்றுவிட்டான் என்ற போது ராமன் காட்டில் செருப்பில்லாமல் எப்படி அவதிப்பட்டிருப்பான் என ஒரு பட்டிமன்ற பேச்சாளர் சிரிப்பு மூட்டிக் கொண்டிருந்தார். அப்போதும் மாணிக்கம் உருவில் பரதன் தோன்றி மறைந்தான்.

மாணிக்கம் ஏறத்தாழ இரண்டு வருஷம் என் செருப்பின் மீது இருந்தான் என்பதோடு அவன் நினைவு செருப்போடு சேர்ந்து போனதற்கு இன்னொரு காரணமும் இருந்தது.

அதன் பிறகு அவனைப் பல வருடங்களுக்குப் பார்க்கவேயில்லை. குடும்பத்தோடு படம் பார்க்கப் போயிருந்தபோது தியேட்டரில் அவனைப் பார்க்க முடிந்தது. அவனும் அவனுடைய மனைவி, குழந்தையுடன் வந்திருந்தான்.

அவனுடைய குழந்தை செருப்பு போட்டிருக்கிறதா என்று அவசரமாகப் பார்த்தேன். என் வன்மத்தை அவன் உணர்ந்து கொள்வானோவென சட்டென்று சுதாரித்ததை அவன்

பார்த்துவிட்டான்.

“எப்படி போகுது லைஃப்?” இயல்பாக பேச்சைத் துவங்கினேன். ஆனால் அது செயற்கையாக இருந்தது.

“செருப்பு கம்பெனில சூப்பர்வைஸரா வேலை பாக்கறேன். ஜெயிலுக்குப் போய் வந்ததில அந்தத் தொழிலையாவது ஒழுங்கா கத்துக்குனு வந்தேன்.”

“ஜெயிலுக்கா?” பதறியபடி கேட்டேன். அவன் மெதுவாக தெரிவித்ததை என்னையும் அறியாமல் போட்டு உடைத்துவிட்டேன். என்னுடைய நண்பர்களில் உறவினர்களில்

யாருமே ஜெயிலுக்குப் போய் வந்தவர்கள் இல்லை. ஜெயிலை பஸ்ஸில் போகும்போது பார்த்ததோடு சரி. அவனை புதிய ஜீவராசி போல எதிர் கொள்ளும் பிரமிப்பு என்னிடம் இருந்தது.

"நிஜமாவே தெரியாதா?" என்னை ஊடுருவிப் பார்த்தான். எனக்கு உண்மையிலேயே தெரிந்திருக்கவில்லை என தெரிந்து கொண்டான்.

"சரி நம்பர் குடு. போன்ல சொல்றேன்."

அவன் சொன்னது எனக்கு ஒரு காட்சியாகப் பதிவாகியிருந்தது.

துணைப்பாடப் புத்தகத்தை மறந்து வைத்துவிட்டிருந்ததால் அன்றைக்கு மத்தியானம் புத்தகத்தை எடுத்துச் செல்ல வீட்டுக்கு வந்திருக்கிறான் மாணிக்கம்.

வீட்டு வாசலில் ஒரு ஜோடி செருப்பு இருந்திருக்கிறது. அது ஆண்கள் அணியும் செருப்பு. கதவு தாழிடப்பட்டிருந்தது. வாசலிலேயே உட்கார்ந்திருக்கிறான் மாணிக்கம் கொஞ்ச நேரத்தில் கதவு திறந்து கொண்டு கணேச மேஸ்திரி வெளியே வந்தார். பையனைப் பார்த்ததும் தடுமாற்றம். அவசரமாக செருப்பை மாட்டிக் கொண்டு குனிந்த தலை நிமிராமல் வேகமாகப் போய்விட்டார்.

மாணிக்கம் வீட்டுக்குள் போனான். அங்கே அவன் அம்மா.. அவளும் இவனை எதிர்பார்க்காமல் தடுமாறினாள். ஆறாம் வகுப்பு படிக்கும் பையனாக இருந்தாலும் அவனுக்கு இதில் இருக்கும் தவறு புரிந்திருக்கும் என்பதை உணர்ந்திருந்தாள். எதுவும் பேசாமல் டி.வி. க்குப் பக்கத்தில் குத்துக்காலிட்டு அமர்ந்து தலையைமுட்டிக்காலுக்கு மேல் சாய்த்துக் கொண்டு குலுங்கி அழ ஆரம்பித்திருக்கிறாள். மாணிக்கம் வேறு எதுவும் விசாரிக்க

வேண்டிய அவசியம் இருக்கவில்லை.

அடுப்புக்கு மேலே பாத்திரங்கள் வைக்கும் ஸ்டாண்டில் காய்கறி நறுக்கும் கத்தி பளபளத்துக்கொண்டிருந்தது. அதை உறுதியாகப் பிடித்துக் கொண்டான்.

அம்மா தலை கவிழ்ந்து அழுது கொண்டிருந்தாள். கத்தியை கழுத்துக்குக் கீழே சொருகி தீவிரமாக ஒரு இழுப்பு இழுத்தான். குபுக்கென ரத்தம் பீச்சியடித்தது. தலை மட்டும் முட்டிக்காலில் இருந்து நழுவி தொங்கியது.

அந்த நேரத்தில் அம்மாவின் முகத்தில் வலியைவிட அதிர்ச்சிதான் அதிகமாகத் தெரிந்ததாக மாணிக்கம் சொன்னான்.

சிறுவர் சீர்திருத்தப்பள்ளியில் செருப்பு தைக்கக் கற்றுக் கொண்டு வெளியே வந்ததும் ஜெயிலரின் ஆதரவில் செருப்பு கம்பெனி வேலையில் சேர்ந்ததாகவும் சொன்னான்.

அதே கம்பெனியில் வேலை பார்த்த பெண்ணையே திருமணம்

செய்து கொண்டு வாழ்க்கை ஓடிக் கொண்டிருக்கிறது என்றான்.

எல்லோரிடமும் சொல்வது போல உடனே "ஃபேமலியோட ஒரு தரம் வீட்டுக்கு வாடா' என்று அழைக்க யோசனையாக இருந்தது. அவன் எதை எதிர்பார்க்காமல் மேற்கொண்டு பேசிக் கொண்டு போனான்.

கடைசியாக அவன் சொன்னான்: "ஜெயில்ல இருந்து வந்ததும் கணேச மேஸ்திரி என்னை பார்க்கறதுக்கு வந்தாரு. "உங்க அம்மாவும் நானும் கல்யாணம் பண்ணிக்கிறதா இருந்தோம். பையன் என்ன சொல்வானோன்னு பூங்காவனத்துக்கு யோசனை. நானே கூப்புட்டுப் பேசிப் பாக்கறேன்னு சொல்லியிருந்தேன்... அன்னைக்குத்தான் இந்தமாரி ஆய்டுச்சி'ன்னு சொன்னாரு." மாணிக்கம் அதற்கு மேல் பேச முடியாமல் அழுதான்.

நான் ரிஸீவரை காதில் வைத்துக் கொண்டு அவன் மீண்டும் பேசும் வரை பொறுமையாக இருந்தேன்.

"அம்மாவுக்கு ஒரு ஒடம்பும் மனசும் இருந்தது தெரியாம போச்சுடா.. அந்த வயசுல தெரியல. இந்த வயசுல தெரியுது."

"ஒவ்வொரு வயசுல ஒவ்வொரு பாடம். பத்தாங்கிளாஸ் பாடத்தை ரெண்டாங்கிளாஸ்ல படிக்க முடியுமா? கவலைப்படாதே மனச சந்தோஷமா வெச்சிக்கோ" என்றேன்.

"இந்தமாதிரி அவசரப்பட்டு எவ்வளவு தப்பு பண்ணிட்டமோன்னு இருக்குடா... நீ ரொம்ப பொறுமைசாலிடா" சிறிய கனைப்புக்குப் பிறகு பெருமையாகச் சொன்னான்.

• கல்கி தீபாவளி மலர், 2011.

துன்பம் நேர்கையில்...

"சுவாமி ஜி, மொத்தம் 25 சிம் கார்டுகள் இருக்கின்றன. ஒரு நாளைக்கு ஒரு சிம் கார்டைப் பயன்படுத்தவும். மேலும் ஒரு சிம்கார்டை ஒரு தடவைக்கு மேல் பயன்படுத்த வேண்டாம். தொடர்ந்து ஒரே ஊரில் இருக்க வேண்டாம். குறைந்த பட்சம் 50 கிலோ மீட்டர் நகர்ந்துவிடவும்.. தமிழகம், ஆந்திரம், கர்நாடகம் ஆகிய மாநிலத்து போலீஸ் தேடிக் கொண்டிருக்கிறது. ஜாக்கிரதையாக இருக்கவும்."

அந்தத் துண்டுச் சீட்டில் இவ்வளவுதான் எழுதியிருந்தது. அதற்குக் கீழே சிவப்பு மையில் "யாரையும் நம்ப வேண்டாம்.' என்று அடிக் குறிப்பு. அதை மட்டும் சிவப்பு மையில் எழுதியிருந்த விதம் அச்சுறுத்தும்படி இருந்தது. அந்தக் குறிப்புக் காகிதத்தைக் கிழித்து குப்பையில் எறிந்தேன்.

"எழுத மறந்து போய் கடைசி நிமிடத்தில் கையில் கிடைத்த வேறு பேனாவில் எழுதியிருக்கலாம். அது சிவப்பு பேனாவாக அமைந்து போனது எதேச்சையானது.' மனதைத் தேற்றிக் கொள்வதற்காக அப்படி நினைத்தாலும் யாரையும் நம்ப வேண்டாம் என்பது முக்கியமான ஒன்றுதான். நிதானமாக மடித்து வைத்துவிட்டு ஜன்னலுக்கு வெளியே பார்த்தேன். பெயர் தெரியாத மலையன்று என்னையே பார்த்துக் கொண்டிருந்தது. காலை வெயில் எங்கேயோ பதுங்கியிருந்தது. விட்டுவிட்டு மழை பெய்து கொண்டிருந்ததால் தயக்கமான சூழல்.

உலகம் முழுதும் 142 மடங்கள் ஸ்தாபித்து 15 ஆயிரம் பிரசங்கங்களுக்கு மேல் செய்து உலகத்தை ஏழு முறை பிரயாணித்து, கடவுளின் அவதாரமாகப் போற்றப்பட்டு லட்சக்கணக்கானோரின்

நம்பிக்கைக்குப் பாத்திரமாகி... இன்று "யாரையும் நம்ப வேண்டாம்' நிலைக்கு ஆளாகி... வார்த்தைகள் கொடூரமானவை. சுலபத்தில் காயப்படுத்தக் கூடியவை.

"அச்சம் அறிவின் சத்ரு. வானக்கூரையின் கீழே யாரும் எதற்கும் அஞ்ச வேண்டியதில்லை." திருப்பூர் கூட்டத்தில் போனவாரம் பேசியது நினைவு வந்தது. இப்போது அச்சம் என்பது ஒரு வார்த்தையாக இல்லாமல் ஒரு உருவமாகவும் உணர்வாகவும் கண் முன்னாலும் மனத்திலும் திரண்டு நின்றபடி கிலி ஏற்படுத்திக் கொண்டிருந்தது.

அச்சப்பட வேண்டியதில்லை என்று சொல்வது சுலபமாக இருந்தது. எனக்கு உண்மையிலேயே மக்களின் அச்சம் வேடிக்கையாக இருந்தது அப்போது. வீணாக மக்கள் அச்சத்திலேயே காலத்தைக் கழித்துக் கொண்டிருப்பதாக நினைத்தேன். பிரசங்கத்தில் வலியுறுத்தினேன். இப்போது அச்சத்திலிருந்து வெளியே வருவது கடினமாக இருந்தது.

சொல்லுதல் யாருக்கும் எளிய அரியவாம்
சொல்லிய வண்ணம் செயல்

எத்தனை சுலபமாகச் சொல்ல முடிந்தது? வார்த்தையில் ஏதும் இல்லை என்று.

"வார்த்தைஎன்பது சிலஎழுத்துக்களின்சேர்க்கை.உங்களை ஒருவன் முட்டாள் என்று திட்டினால் உடனே நீங்கள் கோபப்படுகிறீர்கள், கவலைப்படுகிறீர்கள். அந்த நான்கு எழுத்துக்களின் சேர்க்கை உங்களை அந்த நிலைக்கு ஆளாக்குகிறது. வெறுமனே மு என்றோ, ள் என்றோ, ட் என்றோ, டா என்றோ சொல்லும்போது உங்களுக்குக் கோபம் ஏற்படுவதில்லை. முட் என்றாலுமோ, டாள் என்றாலுமோ கோபம் வருவதில்லை. டாள்முட் என்றாலும் அதற்கு ஒரு பொருளும் கொள்ள முடிவதில்லை. அந்த நான்கு எழுத்துக்களை அந்த வரிசையில் அடுக்கினால் மட்டுமே கோபம் ஏற்படுகிறது.

இதில் உள்ள வினோதத்தைப் புரிந்து கொள்ளுங்கள். அந்த வரிசை மட்டும் உங்களை ஏன் பாதிக்க வேண்டும். "ஒண்ணு இண்ட்டு ரெண்டு இண்ட்டு மூணு இண்ட்டு நாலு." இதுதான் அந்த நான்கு எழுத்துக்களைக் கொண்டு உருவாக்க முடிகிற அதிகபட்ச வாய்ப்பு. 32 வகையாக எழுதலாம். அதில் ஒன்றைத் தவிர மீதி 31 வகை உங்களைக் கோபம் ஏற்படுத்தாதவை. அதே எழுத்துக்களின் மற்ற சேர்க்கைகள் ஏற்படுத்தாத வலியை இந்த காம்பினேஷன் மட்டும் ஏற்படுத்துவதற்கு அனுமதிப்பது நம்முடைய பலவீனம் மட்டுமே. ஒவ்வொரு ஓசைக்கும் ஒவ்வொரு உணர்வை வெளிப்படுத்துகிறோம். அவ்வளவுதான். வெரிகுட் என்றால்

சந்தோஷப்படுகிறோம். மடையன் என்றால் கோபப்படுகிறோம். வார்த்தைகளிலிருந்து விடுபடுங்கள்.

அந்த நிலையை நீங்கள் எய்த வேண்டும். அதற்காகத்தான் இந்த “முக்தி ஜீவ மோக்ஷ£' பயிற்சி முகாமை நடத்துகிறோம். எந்த எழுத்தும், எந்த செயலும் உங்களைப் பாதிக்காது. எதுவும் உங்களைத் தீண்டாது. சலனமற்ற மனம் உங்களுக்கு வாய்க்கும்.”

நேற்றுதான் பேசியது போல இருந்தது.

டி.வி.யில் காட்டுகிறார்கள். “சத்தியானந்தாவைச் செருப்பால் அடிக்க வேண்டும். நேரில் கிடைக்காததால் போட்டோவை அடிக்கிறோம்.' மக்கள் ஆசிரம வாசலில் செருப்பாலும் உருட்டுக்கட்டையாலும் போஸ்டர்களை அடித்துக் கொண்டிருந்தனர். அவர்கள் திட்டுவதும் அடிப்பதும் வலித்தது.

“அவர்களின் வார்த்தைகளுக்குப் பொருளில்லை; அவர்கள் விளாசும் உடல் எனக்கானதல்லை. குடுவையை உடைத்தாலும் அதற்குள் இருக்கும் காற்றும் ஆகாயமும் உடைந்து போவதில்லை...' நான் போதித்தவை என்னையே ஏளனமாகத் திரும்பிப் பார்க்கின்றன. புத்திக்கு எட்டியது உணர்வுகளுக்கு எட்டவில்லை. அல்லது உணர்வுகளுக்கு எட்டியது புத்திக்குப் புரியவில்யோ?

“புத்தியும் உணர்வும் உடலுக்கானது. குளிரென்று உணர்வதும் குழப்பமென்று உழல்வதும் உடம்புதான்.... உடம்போடு ஒட்டிப் பிறந்த புத்திதான். ஆன்மாவுக்கு சலனமில்லை. அதற்கு அனலும் ஒன்றுதான் புனலும் ஒன்றுதான்.' பக்தர்கள் உறைந்துபோய் உட்கார்ந்து கேட்டுக் கொண்டிருந்தார்கள்.

“உடல் சட்டை போல. ஆத்மா அடிக்கடி சட்டையை மாற்றிக் கொண்டிருக்கிறது. நாம் சட்டையைப் பற்றிக் கவலைப்படுகிறோம். ஆத்மா பற்றி யோசிப்பதில்லை' எத்தனை பேர் எத்தனைவிதமாகச் சொல்லிச் சென்றிருக்கிறார்கள். நானும்தானே மாறாத புன்னகையோடும் கருணை வழியச் சொன்னேன்? கீதையின் கண்ணனோடு உருவகப்படுத்தி காலண்டர் போட்டார்களே?

என்னை அடிப்பதே என் சட்டையை அடிப்பதாக இருக்கும்போது என் போஸ்டரை அடிப்பது எதில் சேர்த்தி? என் சட்டையின் உருவத்தைத்தான் செருப்பால் அடிக்கிறார்கள்... சொல்லப்போனால் செருப்பால் என்பதுகூட பொருளற்றது. நானோ, செருப்போ, அடிப்பவரோ எல்லாமே ஒன்றுதான். பரமாத்மாவின் பல்வேறு வடிவங்கள். அடிப்பவனும், அடிவாங்குபவனும் அடிக்கும் பொருளும் எல்லாமே பரம்பொருள். நான் ஏன் கலங்க வேண்டும்?

என்னிடம் இருக்கும் சிம் கார்டை செல் போனுக்குள்

பொருத்தினேன். "பரம்பொருளுக்குள் பரம் பொருளைப் பொருத்தினேன்.' யாரிடம் பேசுவதென்று தெரியவில்லை.

ஆசிரமத்தின் மேலாளர்தான் இப்போது முதுகில் குத்தியவர். தொலைக்காட்சியில் ஆசிரமத்தின் அடாவடி செயல்பாடுகள் என்று வீடியோவைப் போட்டு நாசப்படுத்தியவர். எனக்கு வலதுகரமாக இருந்து அத்தனை நிர்வாகத்தையும் பார்த்தவர். அவரே விலை போய்விட்டார். யாரை நம்புவது என்று முடிவெடுக்க முடியவில்லை.

பத்மாஷினிக்கு போன் போடலாமா? வேண்டாம். பெண்களிடம் பேசினால் விஷயம் விபரீதமாகிவிடும்.

"ஆணென்ன, பெண்ணென்ன? அல்லாது அலியுமென்ன? எல்லாமே அவன் சொரூபம்தான். உருவங்கள் தற்காலிகமானவை. உருவங்களுக்கு வழங்கப்பட்டிருக்கும் உணர்வுகளும் தற்காலிகமானவை. ஓர் ஆத்மா ஆண் உடம்பில் இருக்கும்போது, மீசை வைத்த ஆம்பளை என்று கர்வம் கொள்கிறது. பெண் உடம்பில் இருக்கும்போது கற்பில் சிறந்தவள் என்று நிரூபிக்க நினைக்கிறது. சட்டைக்குள் இருக்கும் ஆத்மாக்களை உணர்வுகள் என்றைக்கும் பாதிப்பதில்லை.'

மக்கள் ஆரவாரமாகக் கேட்டார்கள். பூரித்துக் கைதட்டினார்கள். என் பேச்சுகள் அடங்கிய சி.டி. பல லட்சம் விற்பனையானது. நான் எழுதிய புத்தகங்கள் பல லட்சம் விற்பனையானது. ஒரே நாளில் மூன்று லட்சம் பிரதிகள் விற்றதாக சாதனை சொன்னார்கள்.

இப்போது நடிகையைத் தழுவியது குற்றம். அகலிகைக்கு இந்திரனைத் தழுவும்போது, இந்திரனையே வீழ்த்திவிட்ட தன் அழகின் மீது கர்வம் இருந்தது. அப்படி ஒரு கர்வத்தைத்தான் அந்த நடிகை என்னைத் தழுவியபோது அடைந்தாள். உலக ஆன்மீக பைத்தியங்கள் எல்லாம் டி.வி.யில் பார்ப்பதற்கே பரவசப்பட்டுக் கொண்டிருக்கிறவனை சட்டையை உரிக்க வைத்துவிட்டேனே என்ற கர்வம். எனக்கும் பதில் கர்வம். அவளையும் டி.வி.யில் பார்த்து பரவசப்பட்டுக் கொண்டுதானே இருக்கிறது ஜனத்திரள்? ஒருவேளை அது ஆன்மீக பைத்தியத்தைவிட அதிக எண்ணிக்கை கொண்டதாக இருக்கும். அகலிகை கர்வத்துக்கு முனிவன் சாபமிட்டான். என்னுடைய கர்வத்துக்கு மக்கள் இடுகிறார்கள். ஆரவாரமாக கைதட்டியவர்கள், புத்தகம் வாங்கியவர்கள், கட்டுரைகளை பிரசுரித்த பத்திரிகைகள் எல்லாமே எழுதுகின்றன. பரமஹம்சர், ஜகத்தேவோ, சுவாமிஜி.. எல்லா பட்டங்களும் பதுங்கிக் கொண்டன.

செக்ஸ் சாமியார் தலைமறைவு.

இப்போது யார் எடுத்துச் சொல்வது? பிரம்மச்சரிய பயிற்சியின் ஒரு அங்கம்தான் அந்தச் சம்பவம். காந்தி ஜியும் இளம்பெண்களோடு

தமிழ்மகன் | 43

படுத்திருந்து பரீட்சை செய்து பார்த்த பயிற்சிதான்.... இப்படி சமாதானம் சொன்னால் மக்கள் ஏற்றுக் கொள்வார்களா? எங்கும் நீக்கம் அற நிறைந்திருக்கிற உனக்கு அந்த டி.வி. ஒளிபரப்பை நிறுத்த வக்கில்லையா என்பார்களோ? எனது சக்தி சந்தேகத்துக்கு இடமாகிவிட்டது. நான் சக்தியற்றவன். நான் சக்தியற்றவன் என்பதை மக்கள் மறப்பதற்கு கொஞ்ச காலமாகலாம். அப்போது மீண்டும் சக்திமானாக ஏற்றுக் கொள்ளப்பட்டுவிடுவேன்.

என் மீது நீங்கள் வைத்திருக்கும் பக்தியையும் சிரத்தையையும் சோதிக்கவே அப்படியான ஒளிபரப்பை நிகழ்த்தினேன் என்று அப்போது சொல்லிப் பார்க்கலாம். ஆன்மிகம் வேறு.. சித்துவேலைகள் வேறு. அந்த டி.வி. ஒளிபரப்பை நிறுத்த நினைத்திருந்தால் எனக்கு ஒரு நொடி போதும். இப்போதே சொல்லிப் பார்க்கலாம்.

கோர்ட் கேட்குமா? போலீஸ், அரசியல்வாதிகள், அறிஞர்கள்.. இத்தனை நாளாய் நம்பிக் கொண்டு பின்னால் வந்த பக்தர்கள், சீடர்கள்? யாரும் ஏற்கப் போவதில்லை. தத்துவங்கள் வேறாக... சட்டங்கள் வேறாக..நம்பிக்கைகள் வேறாக இருக்கின்றன. பத்மாஷினி இப்போது என்னை நம்பிக் கொண்டிருக்கிறாளா, எதிரணியில் இருக்கிறாளா, அரசாங்கத்துக்குக் காட்டிக் கொடுப்பதாக வாக்குக் கொடுத்திருக்கிறாளா? போன் செய்தால் அதை ரெக்கார்ட் செய்து போலீஸில் ஒப்படைப்பாளா? உதவுவதற்காக துடித்துக் கொண்டிருக்கிறாளா?

செல்போன் அடித்தது.

பேசியது, திருவண்ணாமலையிலிருந்து ஒரு பக்தர்.

"நேபாளத்துக்குச் சென்றுவிட எல்லா ஏற்பாடுகளும் நடந்து கொண்டிருக்கின்றன. இப்போது இருக்கிற இடத்தில் இருந்து 60 கிலோ மீட்டர் தொலைவில் ஷிவ் கன்ச் என்றொரு இடம் இருக்கிறது. அங்கு சென்றுவிடுங்கள். அங்கு உங்களுக்கும் உங்களுடன் இருக்கும் மூவருக்கும் தங்குவதற்கும் உணவுக்கும் ஏற்பாடு செய்யப்பட்டிருக்கிறது. "

"நடந்தா?"

"இல்லை, கார் வரும். டிராவல் ஏஜென்ஸி கார். உங்கள் பெயரை அருணாச்சலமா? என்று கேட்பான். ஆமாம் என்று சொன்னால் போதும்."

பூர்வாசிரமத்தில் ஒரு பெயர். சன்னியாசி ஆனதும் இன்னொன்று. இப்போது ஊருக்கு ஒரு பெயர். ""சரி."

"இந்த சிம் கார்டை இத்துடன் அகற்றிவிடுங்கள். அடுத்த கார்டை போட்டு வையுங்கள். அடுத்த போன் வரும். நீங்கள் யாரையும்

தொடர்பு கொள்ள வேண்டாம்."

பேசியவர் யாரென்று கூட தெரியவில்லை. அசரீரி. குரல் மட்டும். பேச்சில் பக்தி இருந்ததாகவும் தெரியவில்லை. புத்திசாலித்தனமாக வேறு இடத்தில் சேர்க்க வேண்டிய பொறுப்பு மட்டும் இருந்தது. பேச்சில் சுவாமிஜி இல்லை, அறிமுகம் இல்லை, மரியாதைகூட இல்லை. அதற்கெல்லாம் நேரமில்லை என்று விட்டுவிட்டிருக்கலாம். யாருடைய நேரம் யாருக்கு இல்லாமல் போய்விட்டது? யாரோ எங்கிருந்தோ சொன்னபடி செய்ய வேண்டியிருந்தது. சொன்னபடி என்பதுகூட நாகரிகம் கருதித்தான். யாரோ இட்ட கட்டளையை நிறைவேற்ற வேண்டியிருந்தது.

சட்டம், ஒழுக்கம், தத்துவம், தர்க்கம் எல்லாமும் சிதைந்துவிட்டன. நடைமுறை என்ற ஒன்றுதான் சாஸ்வதம்.

எல்லாம் சுமுகமாக இருக்கும்போது அவை ஒன்றோடு ஒன்று இணைந்துவிட்ட மாயத்தோற்றம் தெரிகிறது. அசாதாரண நிலைகளில் அவை சுலபமாகப் பிரிந்துவிடுகின்றன.

நிலநடுக்கம், போர், நம்பிக்கை மறைதல் போன்ற நிலைகுலைவான நேரங்கள் மனிதத் தன்மையை உப்புக் கல்லை மழை நீர் போல கரைத்துத் தள்ளிவிடுகின்றன. எஞ்சுவது மிருக குணம் மட்டும்தான். வறுமையும் வறட்சியும் நிலவும்போது யார் நாகரிகமாக ஹலோ சொல்லி கண் சிமிட்டி சிரிக்க முடியும்? ஒருவர் வாய்க்குப் போகும் உணவை இன்னொருவர் பிடுங்கித் தின்னும் நேரத்தில் தத்துவம் யாருக்கு வேண்டும்?

வெளியில் ஹார்ன் சத்தம் கேட்டது. "துமாரா நாம் அருணாச்சல்?"

என்னையும் அறியாமல் "அச்சா" என்றேன்.

ஆளுக்கு ஒரு பெட்டி வீதம் மூவரும் எடுத்துக் கொண்டோம்.

எண்ணிறந்த ரூபமாய் கண்ண பரமாத்மா கோபியரோடு விளையாடி மகிழ்ந்தது பக்தியென்றால் நான் ஒரு பெண்ணோடு இணைந்திருந்தது மட்டும் எப்படி குற்றமாகும்? நான் ஒரே நேரத்தில் இந்தியாவிலும் நியூஜெர்ஸியிலும் காட்சி தந்ததாக எழுதினார்களே? நியூஜெர்ஸி ஆசரமத்தில் இருந்தபோது, ஆந்திராவில் ஒரு பெண்மணி கேன்சரால் அவதிப்பட்டதாகவும் அவள் அனுமதிக்கப்பட்டிருந்த ஹாஸ்பிடலில் திடீரென்று நான் தோன்று அவளைக் குணமாக்கிவிட்டதாகவும் ஆசரமத்தின் சஞ்சிகையில் போட்டிருந்தார்கள். சஞ்சிகையைப் பார்த்துத் தெரிந்து கொண்டேன். அதே நேரத்தில் நியூஜெர்ஸியில் அந்த நகர மேயரோடு உரையாடிக் கொண்டிருப்பதாக பக்கத்தில் ஒரு போட்டோ. சரி ஜனங்களுக்கு இந்த மாதிரி சித்து வேலைகளில் எல்லாம்

தேவையாகத்தான் இருக்கிறது. அதாவது சித்துவேலை செய்வதாகப் பிரசாரம் செய்வது... எல்லாம் பொய். அவர்கள் சிலாகித்த நேரத்தில் நான் பாட்டுக்கு மலச்சிக்கலில் அவதியுற்றிருந்தேன். சளிபிடித்திருந்ததால் ஆவிபிடித்துக் கொண்டிருந்தேன். நியூஜெர்ஸியிலும் ஆந்திராவிலும் தோன்றினேனாம். ஜெராக்ஸ் காப்பியா எடுக்க முடியும் ஒருத்தனை? ஃபேக்ஸில் அனுப்பி வைக்க முடியுமா? ஹா.. ஹா. அபூர்வ ஆற்றல் என்றார்கள்.. பிள்ளை வரம் கேட்டு காலில் விழுந்த பெண்ணுக்கு ஆசிர்வதித்தேன். குழந்தை பிறக்கும் என்றேன். அவளோ மீண்டும் சுற்றி வந்து காலில் விழுந்தாள். மீண்டும் ஆசிர்வதித்தேன். காரில் ஏறப் போகும்போது மீண்டும் வந்து காலில் விழுந்தாள். மீண்டும் ஆசிர்வதித்தேன். அவளுக்கு ஒரே பிரசவத்தில் மூன்று குழந்தைகள் பிறந்தன. மூன்று ஆசிர்வதிப்புக்கு மூன்று குழந்தைகள் பிறந்ததாக சிலாகித்தார்கள். நல்லவேளை அவள் நூறு முறை ஆசிர்வாதம் வாங்கவில்லை என்று நினைத்துக் கொண்டேன். இன்னொரு குந்தி ஆகியிருப்பாள். அவையத்து குந்தியிருப்பச் செயல்! ஹா.. ஹா.. ஹா!

“எதுக்குச் சிரிக்கிறீங்க சாமி?”

“உலகத்தை நினைச்சேன், சிரிச்சேன்’. மௌனமாக இருந்தேன். உடல்வேறு ஆத்மா வேறு. உடலின் இச்சைகளுக்கு ஆன்மா பொறுப்பாகுமா? ஆன்மாவின் தூண்டல் இல்லாமலேயே உடல் தன்னிச்சையாக “இச்சை’ கொள்ளுவதுதான் சாத்தியமா?

கார், ஈரச் சாலையில் மெல்லிய சரசரப்புச் சத்தத்துடன் ஓடிக் கொண்டிருந்தது. இருபக்கமும் அடர்த்தியான மரங்கள். வனம் தீவிர அமைதியாக இருந்தது.

“ஆப்ரிக்காவில் இருந்து பிரிந்த நிலத்துண்டு ஆசிய பிராந்தியத்தில் மோதித் தள்ளியதால்தான் இமயம் உருவானது. அமைதியான மலைக்குக் கீழே கொந்தளித்துக் கொண்டிருக்கும் பாறைக்குழம்பு. எந்த நேரத்திலும் இமயம் தரை மட்டமாகலாம். கடலாக இருந்த இடம் உலக்தின் உயரமான மலைச்சிகரமாக ஆகும்போது, மீண்டும் அது தரை மட்டமாவதுதானா பெரிய விஷயம்? என்ன ஒவ்வொரு நிகழ்வுக்கும் இடையே ஒரு லட்சம் வருஷம் இடைவெளி. மனிதனுக்கு ஒரு லட்சம் ஆண்டுகள் என்பது மலைப்பாக இருக்கிறது. ஆன்மாவுக்கு... யுகங்களெல்லாம் ஒரு நொடியாம்’ } கடந்த மாதம் இங்கிலாந்தில் பேசியபோது மக்கள் வாய் பிளந்து கேட்டுக் கொண்டிருந்தார்கள்.

“கார் கண்ணாடியை இறக்கிடட்டுமா?”

“வேணாம் சுவாமிஜி. யார் கண்ணுலயாவது பட்டா ஆபத்து. மூணு ஸ்டேட் போலீஸ் தேடுது. டி.வி.யில வேற தொடர்ந்து போட்டுக் காட்டிக்கிட்டே இருக்காங்க. யார் கண்ணுல பட்டாலும் ஆபத்து.

நீங்ககூட காவிய கழட்டிட்டு பேண்ட், சர்ட் போட்டுக்கிட்டா நல்லது."

தீர்மானமாக முறைத்தேன்.

"எப்படியாவது இந்தியாவை விட்டு தப்பிச்சுட்டா அப்புறம் மாத்திக்கலாம்னு சொல்ல வந்தேன்."

"தப்பிக்கணுமா? யாரு?, யார் கிட்ட இருந்து?"

அனந்தானந்தாவுக்கு இருக்கிற சூழ்நிலைக்கு நான் இப்படி கேட்டது, விதண்டாவாதம்போல இருந்திருக்கலாம். கண்ணாடிவழியாக வெளியே பார்க்க ஆரம்பித்தார்.

ராட்சஷ விருட்சங்கள் நிழலால் சாலையை மூடியிருந்தன. மழைமேகம் வேறு. மழை வலுக்க ஆரம்பித்தது. அப்படியே காரைவிட்டு இறங்கி காட்டுக்குள் சென்றுவிடலாம் போல இருந்தது. ஒரு மின்னல் காருக்கு முன்னால் நெடுக்க வானத்தில் ஒளிர்ந்து மறைந்தது. சாலையில் ஒரு நீண்ட நாகம் நெளிந்தோடி மறைவதைக் கண்டேன்.

காரே சிறை போலத்தான் இருந்தது. ஒரு சரிவில் நீண்ட புல்வெளியும் அதன் முடிவில் அழகான குளமும் இருப்பதைப் பார்த்தேன். காரை நிறுத்தச் சொன்னேன்.

இயற்கை உபாதை தணிப்பதற்காக நிறுத்தச் சொல்வதாக அவதானித்து நிறுத்தினர். அங்கியைக் கழற்றிவிட்டு, வேட்டியுடன் வெளியே இறங்கி நின்றேன். மழை, பாவங்களைக் கரைக்க வந்தாற்போல பெய்தது. குளிப்பதும் மழையில் நனைவதும் ஒன்றா? இல்லவே இல்லை. மழை கங்கை. புனித நீர். ஆகாச கங்கா. அது மண்ணுக்குள் புகுந்து ஊறி, அடிபம்பில் வெளியேற்றி, பிளாஸ்டிக் பக்கெட்டில் பிடித்து வைத்து, சோப்பும் ஷாம்பூவும் போட்டு குளித்துவிட்டு வருவதும் கொட்டும் மழையில் பத்துநிமிஷம் கலந்து கரைவதும் எப்படி ஒன்றாக முடியும்? மழையின் சில துளிகள் பட்டதுமே உடல் நடுங்க ஆரம்பித்தது. மழை ஊசிகள். காரில் இருந்தவர்கள், சுவாமி உள்ளே வாங்க என்று குரல் கொடுத்தனர். எதிர்காலத்தில் இப்படியரு அத்துவானக் காட்டில் மீண்டும் ஒரு தரம் இறங்கி நிற்க முடியுமா என்று திடீரென்று ஓர் எண்ணம் கவ்வியது. குளத்தை நோக்கி ஓடினேன். இத்தனைக் கோடி பண வரவு இல்லாமல் ஆசிரமம் சிறியதாக தஞ்சையில் ஒரு குடிசையில் இருந்த நினைவும் கூடவே சேர்ந்து கொண்டது. எத்தனை ஆனந்தமான கால கட்டம். காவிரி ஆறு ஓரத்தில் ஆசிரம குடிசை. இரண்டு மாமரங்கள், நான்கு கொய்யா மரங்கள் இவ்வளவுதான் மொத்த சொத்து. எப்போது பணம் சேர ஆரம்பித்தது?

சென்னையிலும் ராஞ்சியிலும் நெல்லூரிலும் கிளைகள் துவங்க பக்தர்கள் வந்தனர். கல்யாணம் ஆகவில்லையா, குழந்தை பிறக்கவில்லையா, வேலை கிடைக்கவில்லையா, நோய் தீரவில்லையா, பணம் தேவையா எல்லாவற்றுக்கும் நான்தான் தீர்வு.

மன அமைதியும் சில உணவு முறையும் சில உடற்பயிற்சியும் செய்யுங்கள் என்றேன். எல்லாவற்றுக்கும் பலன் இருந்தது. ஒன்றைப் பத்தாக பிரசாரம் செய்தார்கள். விளைந்த பலனும் என் அமானுஷ்ய சக்தியின் விளைவு என்று பிரசாரம் தேவைப்பட்டது. பிரசாரம் பணமாகியது. பணம் பிரசாரத்துக்கு செலவானது... மீண்டும் அது பெரும் பணமானது.. பணம்.. மேலும் பணம். கட்டுப்படுத்த முடியாத பணம். விரைவிலேயே இங்கிலாந்திலும், கனடாவிலும்... கோடி, கோடியாக நன்கொடைகள், பைத்தியம் போல பக்தர் கூட்டம். சாமியாராக இருந்தால் என்ன? சமுதாயத்தில் மரியாதை கிடைத்தால் யாருக்குத்தான் பிடிக்காது? முதல் சறுக்கல் அங்குதான். பற்றிக் கொண்டு எழுந்து நிற்க முடியாத சறுக்கல்.

அழுது கொண்டே குளத்தை நோக்கி ஓட ஆரம்பித்தேன். பளிங்கு போல இருந்தது நீர். கூழாங்கற்கள் தெரிந்தன. நீரில் இறங்கினேன். நீர் மேலும் சில்லென்று இருந்தது. நடுக்கம் கூடியது. பற்கள் அடித்துக் கொண்டன. சிறிது தூரம் நீந்தி மீண்டும் கரைக்கு வந்தேன். அதற்குள் அனந்தானந்தாவும் மற்ற இருவரும் ஓடிவந்து “”என்ன இது விளையாட்டு? இரவுக்குள் நேபாளம் போய்விட வேண்டும் இல்லையென்றால் ஆபத்து” என்று அச்சுறுத்தினர்.

ஒருவர் குடையை விரித்து தலைதுவட்ட துவாலை கொடுத்தார். மற்றவர் புதிய ஆடையைத் தயாராக எடுத்து வைத்துக் கொண்டு காத்திருந்தார்.

“”வாஸலம்ஸி ஜீர்ணானி யதா விஹாய

நவானி க்ருங்ணாதி நரோபராணி

ததா ஷரீராணி விஹாய ஜீர்ணான்

யன்யானி ஸம்யாதி நவானி தேஹி.” என் உதடுகள் முணுமுணுக்கின்றன.

ஸலங்கிய யோகத்தில் கண்ணன் எவ்வளவு அற்புதமாகச் சொல்கிறான்? பழைய ஆடைகளைக் களைந்துவிட்டு புதிய ஆடையை அணிவது போன்று ஆத்மா பழைய உடலை விட்டு புதிய உடலுக்கு மாறுகிறது.

பைத்தியம் முற்றிவிட்டதாக அவர்கள் நினைத்திருக்கக் கூடும்.

கையைப் பிடித்து இழுத்துக் கொண்டு போய் காரில் ஏற்றினர். புதிய ஆடைக்குப் போய்விடுவது கீதையில் சொன்னதுபோல நிஜமா? அப்படியானல் இப்போதே புதிய உடைக்கு நம் ஆன்மாவை மாற்றிவிட்டால்?ஐயோ... ஒருவேளை மாறாமல் போய்விட்டால்?

மாறாமலேயே போய்விட்டால்தான் என்ன என்றும் இருந்தது. எந்த ஆடையும் வேண்டியதில்லை. 120 ஆண்டுகள் வாழ்ந்து மறைவேன் என்று ஆஸ்திரேலிய தமிழர்கள் மத்தியில் பேசியது நினைவு வந்தது. இன்னும் 90 ஆண்டுகள் வாழ்ந்து அதை நிருபித்தாக வேண்டும். அடக் கொடுமையே இன்னும் 90 ஆண்டுகளா? அப்படியானால் எத்தனை நாள்கள்... 90ஐ 365 ஆல் பெருக்கி... செல்போனில்தான் கால்குலேட்டர் இருக்கிறதே... கணக்குப் போட ஆரம்பித்தேன்.

புதிய சிம்கார்டு போட்டு ஒரு போனும் வரவில்லை.

நேபாளம் வழியாக எந்த நாட்டுக்குப் போக வேண்டியிருக்கும் என்று தெரியவில்லை. ஒரு திருப்பத்தில் டீக்கடை ஒன்று இருந்தது. "நடுக்கமாக இருக்கிறது டீ சாப்பிட வேண்டும்' என்றேன்.

அனந்தானந்தா என் மீது மிச்சமிருந்த கடைசி மரியாதையை பிரயோகித்துக் காரை நிறுத்த சம்மதித்தார்.

காரிலேயே இருக்குமாறு கூறிவிட்டு கண்ணாடி டம்ளரில் டீ வாங்கிக் கொண்டு வந்தார். தேவாமிர்தமாக இருந்தது.

செல்போன் ஒலித்தது.

மூவருக்கும் பாஸ்போர்ட் தயாராகிவிட்டதாகவும் நார்வேயில் ஒரு வாரம் தங்கிவிட்டால் பிறகு கனடா போய்விடலாம் என்றும் சொன்னார்கள். பூமியைவிட்டு வேறெங்கும் போய்விட முடியாதல்லவா? பூமியின் ஒழுக்க விதிகள் ஏறத்தாழ எல்லா நாட்டிலும் ஒன்றுதானே?

அடுத்த சிம்கார்டு மாற்றப்பட்டது. யாரும் பேசிக் கொள்ளவில்லை. டிரைவர் மட்டும் ஏதோ இந்தி பாட்டை முணுமுணுத்துக் கொண்டிருந்தான்.

"போனில் பேசியது யாரென்று தெரியவில்லையே" என்றேன்.

"நார்வே போய் சேருகிற வரை இப்படியான குரல்களைத்தான் நம்ப வேண்டியிருக்கும். வேறு வழியில்லை" அனந்தானந்தா விரக்தியோடு சிரித்தார்.

நாங்கள் நினைத்திருந்ததைவிட பெரிய வீடாக இருந்தது அது. காம்பவுண்டு சுவரிலிருந்து நன்கு உள்வாங்கிய வீடு. தரை, சுவர் பகுதிகள் மரச்சட்டங்களால் உருவாக்கப்பட்டு குளிர் பெருமளவு கட்டுப்பட்டிருந்தது. வீட்டில் இருந்தவர் வீட்டுப் பாதுகாப்புக்காக

அங்கேயே தங்கியிருப்பவர்.ஏற்கெனவே போதுமான அளவுக்கு அவருக்கு விளக்கப்பட்டிருக்க வேண்டும். கார் வருவதைப் பார்த்ததும் வீட்டின் கதவுகளைத் திறந்துவிட்டதோடு, பெட்டிகளையும் உள்ளே கொண்டு செல்வதற்கும் உதவினார்.

“ஓய்வெடுத்துக் கொள்ளுங்கள். நான் உணவு தயாரிக்கிறேன்” என்பதைத்தான் அவர் ஹிந்தியில் சொல்கிறார் என்பதைப் புரிந்து கொள்ள முடிந்தது. காரை ஓட்டி வந்தவர் நெற்றி வரைக்கும் கையை உயர்த்தி மரியாதை செலுத்திவிட்டு காரை எடுத்துக் கொண்டு புறப்பட்டார்.

இங்கிருந்து வேறு காரில் பயணிக்க வேண்டியிருக்கும்.

புதிய ஆட்கள், புதிய மொழி, புதிய இடம், புதிய உணவு... நாங்கள் மூவரும் முடிவெடுக்க முடியாதென்று முடிவாகத் தெரிந்தது. எங்கிருந்தோ, யாரோ ஆட்டுவித்தால் ஆடுகின்ற பொம்மைகள்.

ஜன்னல் வழியாக பார்த்தபோது வலது பக்கத்தில் திடீரென்று தோன்றி மற்றொரு வளைவில் மறைந்து கொண்ட கருப்புத் தார்சாலையின் துண்டு மட்டும் தெரிந்தது. அது நாங்கள் வந்த சாலையா, போக வேண்டிய சாலையா என்று தெரியவில்லை. ரம்மியமாக இருந்தது.

குறை காலத்தையும் இங்கேயே கழித்துவிட்டால்கூட போதும் என்று இருந்தது. அந்தத் துண்டுச் சாலையில் இரண்டு ஜீப்புகள் சர்ரென்று விரைந்ததைக் கவனித்தேன். என்னுடைய யூகம் சரியாக இருந்தால் அது போலீஸ் ஜீப். வனச் சரக ஜீப்பாகவும் இருக்கலாம். வீண் அச்சம் வீண் அச்சம் என்றாலும் அதுதான் வேகமாக பரவியது. உடலும் ஆத்மாவும் ஒன்றேயாகி தவித்தன. மாயத்தோற்றம். கயிறுதான் பாம்பாகத் தோற்றம் காட்டுகிறதோ?

தலைமறைவாகி ஓட ஆரம்பித்ததில் இருந்து யாரை நம்புவதென்றும் குழப்பம் மிகுந்து வருகிறது.

கடவுளை நம்பியிருக்கலாம் என்று திடீரென்று ஒரு எண்ணம் மனதின் குறுக்கே வெட்டிச் சென்றது.

கட்டில் தோழன்

முட்டையிட்ட பதினெட்டாவது நாள் புறா குஞ்சு பொறிக்கும். நான் இறப்பதற்குள் அந்தப் புறா குஞ்சு பொறித்துவிடுமா? அதற்கு வாய்ப்பு இருப்பதாகத் தெரியவில்லை. நான் வந்து சேர்ந்து இரண்டாவது முறையாக அது முட்டை இட்டு, வீணடித்துவிட்டது. கால் இடறி முட்டைகள் அனைத்தும் கீழே விழுந்து நொறுங்கிவிட்டன.

இந்த ஆஸ்பித்திரியில் சேர்க்கப்பட்ட யாரும் உயிர் பிழைத்துப் போனதாக சரித்திரமே இல்லை. எந்த ஆஸ்பித்திரியில் சேர்ந்தாலும் சாகாமல் தப்பித்து இருக்க முடியுமா என்ன? ஆனாலும் இந்த ஆஸ்பித்திரிக்கு ஒரு பிரத்யேக லட்சணம் உண்டு. அதைச் சொல்கிறேன். எல்லோரும் மரணமடைவதற்காகவே இங்கு வந்து சேருவதாகப் பட்டது. இத்தனைக்கும் பெரிய சிபாரிசு இருந்தால்தான் அங்கு சேர முடிந்தது. ஐஐடியில் படிக்க இடம் கிடைத்த மாதிரிதான் எனக்கு இங்கு இடம் கிடைத்தது. மனிதர்களுக்கு இருக்கும் உயிராசைதான் இந்த ஆஸ்பித்திரி நடப்பதற்கான ஆதாரம். ஒரு நிமிடமாவது ஆயுளை உயர்த்திக் கொள்ள வேண்டும் என்ற கடைசி சொட்டு ஆசை இருக்கிறவரை இதற்கு பூர்ண ஆயுசுதான்.

சொத். இருந்த இன்னொரு முட்டையையும் உருட்டி உடைத்துவிட்டது அந்தப் புறா. அந்த இடம் புறாக்கள் முட்டையிடுவதற்காக உருவாக்கப்பட்டதல்ல, மழை நீர் வடிந்து செல்வதற்காக துத்தநாகத் தகட்டால் அடிக்கப்பட்ட “ப’ வடிவ கால்வாய். மேலே இன்னொரு மாடி கட்டிவிட்டதால் இதன் வழியாக மழைநீர் செல்ல வேண்டிய அவசியம் இல்லாமல்

போய்விட்டது. நிர்வாகமும் அதைக் கழற்றுவதற்கான செலவைவிட அதை அப்படியே விட்டுவிடுவது லாபம் என்று நினைத்திருக்கலாம்.

புறாக்கள் ஓயாமல் சிறகுகளைக் கோதிவிட்டபடி இருந்தன. அந்தப்புரத்து ராணிகள் தலைகோதியபடியே இருப்பது போன்ற ஞாபகத்தை ஏற்படுத்தின. அது சப்ஜா வகைப் புறா. இந்தியாவில் அதற்கு அப்படித்தான் பெயர். இறக்கைப் பகுதியில் இரண்டு கோடுகள் இருக்கும். அவசரத்தில் ஒரு விரலின் விபூதி சரியாகப் பூசப்படாத சைவ நெற்றி போல.

நேற்று மூட்டையாகக் கட்டித் தூக்கிச் செல்லப்பட்டவரின் படுக்கையில் இன்று வேறு ஒரு ஆசாமியைக் கொண்டுவந்து கிடத்தினார்கள். உயரமானவர். திடகாத்திரமாகவும் சிவப்பாகவும் இருந்திருப்பார் என்று தோன்றியது. ஒரு யூகம்தான். இங்கு வருகிறவர்கள் ஒட்டி உலர்ந்து போய் மொட்டை அடிக்கப்பட்டு போன மாதம் பார்த்தவருக்கே அடையாளம் தெரியாமல் போய்விடுவதுண்டு. நிறைய பேரை அப்படிப் பார்த்த அனுபவத்தில் இங்கு வந்து சேருகிறவர்களின் கடந்த மாத உருவத்தை உருவகிக்கும் திறன் எனக்கு அதிகமாகிவிட்டது.

இப்போது வந்தவர் பெரிய நிறுவனத்தில் பெரிய அதிகாரியாக இருந்தவர் என்றார்கள். எப்பேர்பட்ட சிம்மாசனத்தில் இருந்தாலும் நோய்படுக்கை ஒன்றுதான். அடடா எப்படியெல்லாம் சிந்திக்கிறேன். இருந்தாலும் அவர் சிட்டிகை போட்டால் எல்லோரும் அவர் எதிரில் குனிந்து ஏவல் செய்ய காத்திருந்தனர்.

“ஏன் ஜெனரல் வார்ட்ல போட்டிருக்கீங்க?” என்று அவர் கேட்டபோது, வேறு அறை எதுவும் காலியாக இல்லை என்பதைச் சொல்ல பதறினர். உடன் வந்திருந்த நான்கு பேரும் ஒருவர் முகத்தை ஒருவர் பார்த்துக் கொண்டனர்.

நான் “வேறு அறை எதுவும் காலி இருந்திருந்தால் சேர்த்திருப்பார்களே?” என்றேன்.

அவரைப் போலவே ஒடுங்கிப் போய் படுத்திருந்த இன்னொரு மொட்டைத் தலையனான என்னைப் பார்த்து அவருக்குக் கோபப்படுவதா? சிரிப்பதா என்ற குழப்பம் ஏற்பட்டிருக்க வேண்டும். என்னைப் போல் சிரிப்பதற்கு அவருக்கு தைரியம் பத்தாது. அவர் கோபம்தான் பட்டார். அதையும் பார்வையால் மட்டும்தான் படமுடிந்தது.

“எந்த ஊர்?” என்றார் கம்பீரமாக கேட்கும் தொனியில். ஏற்கெனவே பழகியவர்களாக இருந்தால் மேற்படி வாக்கியத்தின் இறுதியில் இருக்கும் “கேட்கும் தொனியில்’ என்ற வார்த்தைகள் தேவைப்பட்டிருக்காது.

“சென்னைதான்” என்றேன்.

அதை அவர் அலட்சியமாக ஏற்றார். தென் தமிழகத்தில் இருந்து வருகிற பலர் அப்படித்தான். சென்னைவாசிகள் அடாவடியாக ஆட்டோ கட்டணம் வசூலிப்பவர்கள் என்று எண்ணுகிறார்கள்.

என் பக்கத்துக் கட்டிலில் புதிதாகச் சேர்ந்தவரைப் பார்க்கப் புதிதாக ஒரு தம்பதி வந்திருந்தது. அவர்கள் பொருத்தமான ஜோடியாகத் தோன்றவில்லை. இந்த நேரத்தில் எனக்கு இப்படியரு ஆராய்ச்சி தேவையா? என்னால் ஒருவிஷயத்திலேயே தொடர்ச்சியாகச் சிந்தனையைச் செலுத்த முடியவில்லை. மரண நிமிடங்கள் என்னை அப்படி அவசரப்படுத்துகிறதோ என்னவோ? இருக்கப் போகிற நாள்களில் நல்ல விஷயங்களாக நினைப்போம் என்று முடிவெடுத்தேன். நல்ல விஷயங்களைப் பட்டியலிட முயற்சி செய்தேன்.

எனக்கு வயிற்றில் புற்று இருப்பதாக முடிவானது. வயிறு வீக்கம் கணிசமாக இருந்தது. கதிர்வீச்சு தெரபி சிகிச்சைகள் முடிந்து இப்போது ஈமோதெரபியில் வந்து நிற்கிறது. கட்டிலில் படுத்துக் கொண்டு உலகத்தை வெறித்துக் கொண்டிருப்பதற்கு எதற்காக இவ்வளவு வைத்தியம், எதற்காக இத்தனை செலவு? வயிற்றுக்குள் ரப்பரை வைத்துத் திணித்தது போல இருக்கிறது. தேவையில்லாத எதையோ திணித்து வைத்திருப்பதுபோல இருக்கிறது வயிற்றுக்குள். சுமப்பது தலைவலியாக இருந்தது. கையைவிட்டு வயிற்றுக்குள் பிசைய முடிந்தால் நன்றாக இருக்குமென்று தோன்றியது. ச்சே... நல்ல விஷயமாக நினைக்க வேண்டும்.

புறா முட்டையிட்டுக் குஞ்சு பொறிப்பதைப் பார்க்க வேண்டும் என்பது குறைந்தபட்ச ஆசையா? பேராசையா? அதுகூட வேண்டாம்.

பக்கத்துப் படுக்கையில் இருப்பவரைச் சிரிக்க வைப்பதை ஒரு சவாலாக எடுத்துக் கொள்ளலாம். முடியும் என்று தெரியவில்லை. அவருக்கு எரிச்சல் கொண்ட முகம். நன்றாக இருந்த நாளிலேயே சிரித்தவராகத் தெரியவில்லை.

அல்லது புதிதாக வேலைக்கு வந்திருக்கும் இளம் மருத்துவர் செங்கோட்டையைச் சேர்ந்தவராக இருப்பார் என்று யூகித்ததை உறுதிப்படுத்த முடிந்தால்கூட நல்ல விஷயமாகத்தான் இருக்கும்.

இப்படியொரு படுக்கையில் இருந்து கொண்டு வேறு நல்ல சிந்தனை கொள்ள முடியுமா என்று தெரியவில்லை. நல்ல உடம்புக்குள்தான் நல்ல சிந்தனை இருக்கும். நல்ல சிந்தனை என்றால் என்ன என்ற குழப்பம் தொற்றியது. யாருக்கும் தீங்கு செய்யாமல் இருப்பது நல்ல சிந்தனைதான். பின்லேடன்,

மகாத்மா காந்தி எல்லோரும் நீடூழி வாழ்க. யாருக்கும் தீங்கு இல்லாமல் சிந்திப்பது எப்படி உடலும் உயிரும் பற்றி சிந்திக்கலாம் என்று ஆசையாக இருந்தது. நமக்கு ஏற்பட்டிருக்கிற இந்த உபாதையெல்லாம் உடலுக்குத்தான். உயிரை இந்த வலிகள் எதுவும் செய்வதில்லை. பால் பாயிண்ட் பேனா ரீபிள் போல. மேலே உள்ள கூடு உடைந்திருந்தாலும் நசுங்கியிருந்தாலும் ரிபீள் நன்றாக இருந்தால் எழுதும். உபயோகப்படுத்த முடியாமல் போனால் இந்த ரீபிளை வேறு பேனா கூட்டுக்கு மாற்றிக் கொள்ளலாம்.... அட... இப்படியொரு உதாரணத்தை யாராவது சொல்லியிருப்பார்களா?

ஆனால் இது உயிர், உடலுக்குச் சிறந்த உதாரணமாகத் தெரியவில்லை. ரீபிள் தீர்ந்து போனால் வேறு ரீபிள் போடுவது மாதிரி இந்த உடம்புக்குப் புது உயிர் போட முடியுமா என்ன? எதையுமே சிந்திக்க வேண்டாம் என நினைத்தேன். மண்டைக்குள் ஒரு வெற்றிடம் இருப்பதாக நினைப்பது சந்தோஷமாக இருந்தது. யார் அடுத்துப் பிரதமரானால் நாட்டுக்கு நல்லது என வேறுபக்கம் திரும்பியது. நல்லது, நல்லவர் என்பதெல்லாம் என்ன என்ற குழப்பம் தொற்றி அசதி ஏற்பட்டது.

“ஹாட் வாட்டர்” என்றார் பக்கத்துக் கட்டில் பெரியவர். ஆனால் அவருடன் வந்தவர்களோ, அவரைப் பார்க்க வந்த தம்பதியோ பக்கத்தில் இல்லை. என் ப்ளாஸ்க்கில் இருந்து கொஞ்சம் சுடுதண்ணீரை டம்ளரில் ஊற்றிக் கொடுத்தேன். அவருடைய தலையைச் சற்றே உயர்த்தி பருகச் செய்தேன். அவர் என்னை நல்லவன் என்று நினைத்திருக்கலாம். இந்தச் செயலுக்குப் பெயர் நற்செயல் என்பதில் மாற்றுக் கருத்து இருக்க முடியுமா? நல்லவன் என்று அவர் நம்மை நினைக்காமல் போயிருக்கக் கூடுமெனில் ‘யார் இவன்’ என்று நினைத்திருக்கலாம். நல்லவன் என்பதும் யார் இவன் என்பதும் ஒன்றுதான்.

“உனக்கு எவ்வளவு நாளாக இருக்கிறது?” என்றார்.

“ஒரு வருஷமாக” என்றேன்.

“எனக்கு ரெண்டு வருஷம் ஓடிவிட்டது. ப்ராஸ்டேட்டில் கேன்ஸர். வலியும் இப்போதெல்லாம் பொறுத்துக் கொள்ள முடியவில்லை. ஓல்டு டிஸ்டம். இனி தாளாது. அலுவலகத்தில் என்னை ‘ஃபயர் பிராண்ட்’ என்பார்கள். சிங்கம் போல இருந்தேன். நான் அப்படி இருக்கக் கூடாது என்பது காலத்தின் ஆசை போலும்.”... அவருடைய ஆங்கில உச்சரிப்பு தமிழ்போல இருந்தது. ஒவ்வொரு வார்த்தையையும் தேவைக்கு அதிகமாக இழுத்து உச்சரித்தார்.

நோய்வாய்ப்பட்டு படுத்திருப்பதில் சிலருக்கு விருப்பம் இருக்கும் என்பார்கள். பெரும்பாலும் அத்தகையவர்களுக்கு நோய்கள்

வருவதில்லை. சிங்கம் போல இருப்பவர்களுக்குத்தான் வருகிறது. என்னை முயல் என்று சொல்லலாம். அதாவது முயல்போல துறுதுறுவென இருந்தேன் என்பதைவிட, இவரைப் போன்ற சிங்கங்களுக்கு "ஒருவாய்' உணவாக இருந்தேன் என்பது பொருத்தமாக இருக்கும்.

"எல்லோர் முகத்திலும் சவக்களையாக இருக்கிறது. அப் கோர்ஸ் என் முகத்திலும்தான். தனி ரூம் கேட்டிருக்கேன்" என்றார். என்ன நினைத்தாரோ கொஞ்ச நேரம் கழித்து "உன் முகத்தில் அந்தச் சாயல் தெரியவில்லை" என்றார்.

மரணத்தை எதிர் கொள்ளும் உறுதி தெரிந்தது. அவர் சொன்னதில் ஓல்டு சிஸ்டம் இனி தாங்காது என்ற வார்த்தை பிடித்திருந்தது. ஒவ்வொரு மனிதனுக்கும் எது தெரிந்திருக்கிறதோ இல்லையோ, இது தெரிந்திருக்கும். 'வயசாகிவிட்டது. இனி தாக்குப் பிடிக்க முடியாது' அதை ஒத்துக் கொள்வதில் எவ்வளவு தயக்கம் பலருக்கும்.

ஆயா படுக்கையில் விழுந்தபோது தாத்தா பதறி அடித்துக் கொண்டு அவரை ஆஸ்பித்திரிக்குத் தூக்கிச் செல்லாதது இரக்கமற்ற தன்மையாக தோன்றியது. "ஒண்ணும் வேண்டியதில்லை. அவ ஆனந்தமா இருக்கா" என்று ஸ்ருதி பெட்டியை இயக்கியபடி "ஹரே ராம கிருஷ்ணா... ஜெயராம கிருஷ்ணா" என்று பாட ஆரம்பித்தார். ஆயாவின் முணகலைக் கேட்கவிடாமல் உச்சஸ்தாயியில் கத்திக் கொண்டிருந்தார். பட்டிக்காடு அது. ஆஸ்பத்திரிக்குப் போக வேண்டுமானால் டாக்ஸி வரவழைத்து பதினைந்து கிலோ மீட்டராவது பயணிக்க வேண்டும். அந்தத் தூரத்தில் 24 மணி நேர மருத்துவமனை ஒன்று உண்டு. பெரும்பாலும் கம்பவுண்டர் வைத்தியம்தான். யார் கையால் செத்தால் என்ன என்பது போல் அவனிடம் போய் கொண்டிருந்தார்கள் மக்கள். எப்போதெல்லாம் பாட்டி வலி பொறுக்கமுடியாமல் கத்துகிறாளோ அப்போதெல்லாம் தாத்தா ஸ்ருதி பெட்டியைப் பக்கத்தில் கொண்டு வந்து வைத்தபடி முகுந்தா, வைகுந்தா, முருகா, ஆனை முகத்தானே என்று ஒரு சாமிப்பாட்டு பாடினார். உடம்பு ஊதி, நீர் கோர்த்து முதுகுப் புண்ணால் துடித்தார் பாட்டி. ஐந்தாம் நாளில் அடங்கிவிட்டது. "அவ்வளவுதான். எடுத்துடுங்கப்பா" என்றார். திண்ணையில் போய் அமர்ந்து கொஞ்ச நேரம் கண்களில் நீர் வழிய உட்கார்ந்திருந்தார். அதில் ஆர்ப்பாட்டம், மிகை உணர்ச்சி எதுவும் இல்லை. அமைதியாக உட்கார்ந்திருந்தார். "பொழுதோட எடுத்துடுங்கடா" என்றார் பலமுறை. சடங்குகள், சாங்கியங்கள் இருந்தன. பாட்டி விடைகொடுக்கும் தைரியமும் தன் மரணத்தை எதிர் நோக்கும் திராணியும் எனக்குப் புதிய அனுபவங்கள். சுற்றத்தார் எல்லோரும்

அந்த அனுபவத்தைக் கிரகித்துக் கொள்ளாதது ஆச்சர்யமாக இருந்தது.

என்னை அழைத்து "பசியா இருக்குடா.. சாப்பிட ஏதாவது இருக்குமா பாரு... இல்லாட்டி நாடார் கடையில கடலை உருண்டை ரெண்டு வாங்கியாந்து குடு" என்றார்.

"மிஸ்டர். நான் தனி ரூம் கேட்டு வாங்கிட்டேன். முதல் மாடி. நேரம் இருந்தா வா" என்றார் பக்கத்துப் படுக்கைப் பெரியவர்.

"வருகிறேன்" என்றேன்.

"இது ராக் பிக்யான் தானே?" புறாவைக் காட்டிக் கேட்டார்.

"இதை பந்தயக்காரர்கள் சப்ஜா என்பார்கள்"

"சப்ஜா..? புறா ஒவ்வொர் முறையும் இரண்டு முட்டைப் போட்டதும் அடைகாக்க உட்கார்ந்துடும். ஒரு முட்டைக்கும் அடுத்த முட்டைக்கும் சுமார் இரண்டு நாள் இடைவெளி இருக்கும். முதல் முட்டை ஆண், இரண்டாவது முட்டை பொட்டை... பொட்டை எப்பவுமே இரண்டாவதுதான்... ஹா.. ஹா.. ஹா"

"பொட்டைதான் எப்பவும் புதுசு... ஆம்பளை எப்பவுமே பழசு" என்றேன்.

"ஹா.. ஹா.. லாஜிக்."

அவரை சக்கரம் வைத்த படுக்கையில் வைத்து லிஃப்ட் பக்கம் நகர்த்திக் கொண்டு போனார்கள். படுத்தபடியே "வர்றேன்" என்றார்.

தாத்தா மரணத்துக்குத் தயாரானது பலருக்கும் தெரியாது. பொங்கல் திருநாளில் சர்க்கரை பொங்கலும் கடலை பருப்பு வடையும் உற்சாகமாகச் சாப்பிட்டவர் அடுத்த சில நாளில் பேதியும் வாந்தியுமாகப் படுத்தார். என்ன உற்சாகம் அவருக்கு. "அவ்வளவுதான்டா... கிளம்ப வேண்டிய நேரம் வந்துடுச்சு. அப்பப்ப ஓடியாந்து சுத்தம் பண்ண வேண்டியதில்லே. ஒரு நாளைக்கு ஒரு தரம் போதும். மருந்து மாத்திரை, ஆஸ்பித்திரி எதுவும் வேண்டாம். என்னை இங்க அங்க தூக்கிட்டுத் திரியாதீங்க" என்று தீர்மானமாக அறிவித்தார். கை காலெல்லாம் நீர் கோர்த்து முதுகுப் புண்ணோடு மிகவும் போராடினார். பாட்டியாவது ஐந்து நாளில் போய் சேர்ந்தார். இவர் இரண்டு மாதம் கிடந்து துடித்தார். பக்கத்தில் இருந்து பக்தி பாட்டு பாடுவதற்குக்கூட யாருமில்லை. உடம்பை நோக்கி சாரை, சாரையாக எறும்புகள் படையெடுத்தன. அவரைச் சுற்றி எறும்பு மருந்தை தூவி வைத்தனர். அப்போதும் எறும்புகள் சுற்றுவதைப் பார்த்து யாரோ அவர் உடம்புக்குக் கீழேயெல்லாம்

எறும்பு மருந்தைத் தூவிவிட்டனர். தாத்தாவால் வலி பொறுக்க முடியவில்லை. தன்னை மீறி முணகினாரே தவிர, "ஆஸ்பத்திரியும் வேணாம் ஒரு மண்ணாங்கட்டியும் வேண்டாம்' என்பதை மட்டும் நினைவு தப்பிய பின்னும் சொல்லிக் கொண்டிருந்தார். கடுமையான உழைப்பாளி அவர். மரணத்தோடு மல்லு கட்டிக் கொண்டிருந்தபோது அதை நான் முழுமையாக உணர்ந்தேன்.

இரவு தூங்கிக் கொண்டிருந்தபோது என் படுக்கைக் கருகே இண்டர் காம் மணி அடித்தது. எடுத்தபோது "எஸ்.எம்.டி. பேசறேன். மேலே வர்றியா?" என்று குரல்.

"எஸ்.எம்.டி.னா?"

"அட, உன் பக்கத்துக் கட்டில் தோழன், மிஸ்டர்."

"ஓ. நீங்களா..? வர்றேன் சார்."

தனி அறை. "யாரும் கூட இருக்க வேணாம்னு அனுப்பிச்சிட்டேன். உட்கார். அந்தப் பேப்பரைத் தூக்கிக் கீழ கிடாசிட்டு உட்காரு மிஸ்டர்."

"ஏன் யாரும் கூட இல்லை? தனி அறை எடுத்ததற்கு..."

"யாரும் இருக்கக் கூடாதுன்னுதான் தனி அறை கேட்டேன். அவங்களுக்கும் தொந்தரவு.. எனக்கும் தொந்தரவு. எண்பது கிலோ இருந்தேன். இப்ப நாப்பது கிலோ.. கண்ணு அவுட்.... ரெட்டினா டேமேஜ். மூணு அடி தள்ளி நின்னா தெரியலை."

"நல்லதா ஏதாவது பேசுவோம்..."

சிரித்தார். "என்னையே எடுத்துக்க... பாதி பேர் அவரை மாதிரி வருமான்னு சொல்லுவான். பாதி பேர் அயோக்கியன்னு ஏசுவான்... எனக்கு எல்லாம் ஒண்ணுதான். சரி... நல்லதா ஏதாவது பேசுமே. அதில என்ன கஷ்டம் இருக்கு?"

நல்லதாக ஏதாவது பேசுவார் என்று எதிர்பார்த்து உட்கார்ந்திருந்தேன். ஏதோ யோசித்துக் கொண்டிருந்தவர் அப்படியே தூங்கிவிட்டார். கீழே போய்விடலாம் என்று எழுந்தபோது நாற்காலி அசைவில் கண்விழித்தார். "துரியோதனன் கதை மாதிரிதான். கண்ணுக்கெட்டிய தூரம் வரைக்கும் ஒரு நல்லதும் தெரியல எனக்கு. ஒரு இன்ஜக்ஷன் போடணும். போட்றியா?"

"நர்ஸ் யாராவது இருக்காங்களானு பார்க்கிறேன்."

"அது என்ன மிஸ்டர் பிரமாதம்? எடு அதை நான் சொல்லித்தர்றேன். இவ்வளவு நாள் ஆஸ்பித்திரில இருந்து இதை கத்துக்கலைன்னா எப்படி?"

கட்டுப்பட்டேன். சரக்கென்று பாட்டிலில் இருந்து இன்ஜெக்ஷனால் மருந்து உறிஞ்சினார். "இடுப்புல போட்டுடு'. போட்டேன்.

மருந்து பாட்டிலையும் ஊசியையும் ஜன்னல் பக்கம் வீசி எறிந்தார். அது புறாக்கள் வசிக்கும் துத்தநாக தகட்டில் போய் விழுந்தது. படபடவென சிறகோசை கேட்டது. ""உனக்கு எல்லாமே நல்ல விஷயமா இருக்கா?" என்றார்.

"தெரியலை. அதுக்கு இன்னும் நாளாகும்" என்று சிரித்தேன்.

என்னுடைய பதில் அவருக்குப் பிடித்திருந்தது. "சரி. நீ போய் படு மிஸ்டர்."

"காலையில் பார்க்கலாம்" என எழுந்தேன். நம்பிக்கையற்றுச் சிரித்தார். நான் அனிச்சையாக தூக்கியெறியப்பட்ட மருந்து பாட்டில் விழுந்த இடத்தைப் பார்த்தேன்.

"இன்னொரு மருந்து பாட்டிலும் இன்ஜெக்ஷனும் இருக்கு. உனக்குத் தேவைப்படும். எடுத்து வெச்சுக்க" கண் சிமிட்டிச் சிரித்தார்.

"இந்த நேரத்தில இதை வாங்கித் தந்தவனும் இதை இன்ஜெக்ட் பண்ணவனும்தான் நல்லவன்."

நான் திகைத்தபடி நின்றிருந்தேன். மனிதர் கலக்கமின்றி இருந்தார்.

"சீக்கிரம் கீழே போயிடு மிஸ்டர்." அந்த ஹீனசுரத்தில் அதட்டலை உணர்ந்தேன். மருந்தை எடுத்துக் கொண்டேன். விழிகளை மூடித் திறந்து வழியனுப்பினார்.

நான் கீழே வந்தேன். ஜெனரல் வார்டில் எல்லோரும் உறங்கிக் கொண்டிருந்தனர். ஒரே ஒரு பூஜ்ஜிய பல்புமட்டும் எரிந்தது. புறாக்கள் அடுத்து முட்டையிடுவதற்கான ஏற்பாட்டில் தீவிரமாக இருந்தன.

● அம்ருதா, ஆகஸ்ட் 2009

ஒரு மரப்பெட்டிக் கனவு

பெட்டிக்குள் ஏதோ ஒரு பிணம் இருப்பதாக சரவணனுக்கு இரண்டாவது முறையாக கனவு வந்தது. கண்ணம்மா ஆயாவுக்கு கல்யாணத்தின் போது சீதனமாக தந்த பெரிய மரப் பெட்டி அது. அதில் எராளமான துணி மூட்டைகள் இருந்தன. யார் வளர்ந்துவிட்டாலும் அவர்களுக்கு "சின்னதாகிவிட்ட' ஆடைகள் எல்லாம் அதில் எதற்காகவாவது பயன்படும் என்று எடுத்து வைத்துவிடுவார்கள். சரவணன் தன் பதினாறு வயது அனுபவத்தில் பயன்பட்டதாகப் பார்த்ததில்லை . கொஞ்சம் முக்கியமாக வைக்க வேண்டிய பொருள்களும் அதில் இருக்கும். ஊறுகாய் ஜாடி, விநாயகர் அகவல், கார்த்திகை தீபத்துக்கான அகல்விளக்குகள் இப்படி..

ஆனால் அதனுள் ஒரு பிணம் இருக்கக் கூடுமோ என்று பயமாக இருந்தது சரவணனுக்கு. ரொம்ப சின்ன வயதில் "கண்டுபிடிக்கிற விளையாட்டு' விளையாடும் போது அதனுள் சென்று ஒளிந்து கொண்டது ஞாபகம் இருக்கிறது. மூச்சுத் திணறிப் போய், மேற்கொண்டு ஒளிந்திருக்க முடியாது என்பது தெரிந்ததும் உயிர் பிழைத்து வெளியே வந்துவிட்டான். கண்டுபிடிக்கிறவனிடம் வலிய சென்று பிடிபட்டு, விளையாட்டில் இருந்து விலகிக் கொண்டதும்கூட நினைவிருக்கிறது. அதன் பிறகு அந்தப் பெட்டி மீது ஒருவித அச்சமும் அருவருப்பும்கூட வந்தவிட்டது. இப்போது இப்படியரு கனவு வந்த பின்பு அதை ஒரு முறை திறந்துதான் பார்த்துவிட்டால் என்ன என்றெண்ணினான்.

சே.. இது என்ன பைத்தியக்காரத்தனம் கனவில் வந்தது எப்படி நிஜமாக இருக்கும் எனவும் ஒருவேளை ஏதாவது இருந்து

தொலைத்தால் என்ன செய்வது எனவும் அதைத் தவிர்த்துவிட்டான். அந்தப் பெட்டியைக் கடக்கும்போது அவனால் மட்டுமே உணரக்கூடிய துர்நாற்றமும் வெளிப்பட்டது.

இந்த ஆண்டு திருவிழாவுக்கு நாடகம் போடலாம் என்று பஞ்சாயத்துத் தலைவர் கேட்ட போது இளைஞர் குழாமிலிருந்து “”அதுக்கு நாங்க பொறுப்பு” என்று குரல் வந்தது. பெண்களும் கூடியிருந்ததால் வெடுக்கென இப்படி ஒருவன் பதில் சொன்னான். ஆனால் அது யார் என்று யூகிக்கவிடாமல் செய்துவிட்டார் பஞ்சாயத்துத் தலைவர். தலைவர் தானாகவே அதைச் சொன்னது பசுபதியாகத்தான் இருக்கும் என்று முடிவு செய்து அவனை நோக்கியே அடுத்தடுத்துப் பேச ஆரம்பித்தார். பெண்கள் எதிரில் பின் வாங்கிவிடக் கூடாது என்று அவனும் முடிந்த வரை சமாளித்துப் பார்த்துக் கொண்டிருந்தான்.

“பவளக்கொடியா?, காத்தவராயனா?.. என்ன கூத்துன்னும் சொல்லிட்டீங்கன்னா நோட்டீஸ்ல போட வசதியா இருக்கும்.”

பசுபதி தன் இளைஞர் பட்டாளத்தை ஒருதரம் பார்த்து, அவர்கள் அனுமதியோடுதான் அறிவிக்கிறேன் என்ற தோரணையில் “நாங்க புதுசா பண்றதா இருக்கோம்” என பன்மையில் சொன்னான்.

“எங்களுக்குத் தேவை ஒரு தலைப்பு... எதாவது யோசிச்சு வெச்சிருப்பீங்கல்ல?”

பசுபதி மீண்டும் கெத்தாக தலையைத் திருப்பாமல் பின்பக்கமாகச் சாய்ந்து செவிமடுத்தான். அதாவது பின்னாடி இருக்கும் யாராவது ஒரு தலைப்பைச் சொல்லுங்கள் என்பதாக.

“ராஜதுரோகி” பின்னால் இருந்துதான் யாரோ சொன்னார்கள். பசுபதி அதை “முன்மொழி’ந்தான்.

ராஜதுரோகி என்ற தலைப்பைச் சொன்னவன் யார் என்பதையும் யாரும் ஒத்துக் கொள்ளவில்லை. திருவிழா குறித்து ஊர் மக்கள் உட்கார்ந்து பேசிக் கொண்டிருந்தபோது பசுபதியின் பின்னால் கதிர்வேலு, சண்முகம், பஞ்சா, குமரேசன், கன்னியாம்பாளையத்தார் பையன் சரவணன், புளிமூட்டை எல்லாரும்தான் இருந்தார்கள். பசுபதி தன் நினைவை விளிம்புகட்டி அந்தக் குரலைக் கட்டிப்பிடிக்க முனைந்தான். அது அவனுக்கு வசப்படவே இல்லை.

“அது அவ்வளவு முக்கியமா? ராஜதுரோகி கதை என்னான்னு முடிவு பண்ணிட்டா போவுது..” கதிர்வேலு சாந்தப்படுத்தினான்.

ராஜதுரோகி என்றால் அது அரசர்கள் இடம் பெற வேண்டிய கதை என்பதை முடிவு செய்து மன்னாதி மன்னன், நாடோடி மன்னன், மனோகரா, ஆயிரத்தில் ஒருவன், வீரபாண்டிய கட்டபொம்மன் போன்ற திரைப் படங்களின் காட்சிகளை முன்னும் பின்னுமாக வரிசையாக அடுக்கினார்கள்.

ராஜவர்மனின் மகள் வசுமதியை கங்க நாட்டு மன்னன் குலோத்துங்கள் வலுக்கட்டாயமாகக் கடத்திச் சென்று திருமணம் செய்ய துணிகிறான். மகளை மீட்டு வருபவர்களுக்கு ஆயிரம் பொற்காசுகள் தருவதாகத் தண்டோரா போடுகிறான் மன்னன். நளமாறன் கிளம்பிச் செல்கிறான். குலோத்துங்கனின் ஆட்சியில் மக்கள் எல்லோரும் அவதிப்படுகிறார்கள். அவன் மந்திரி சகுனிதேவனின் பிடியில் சிக்கி அவனுடைய கைப்பாவையாக இருப்பதை அறிகிறான். மன்னனையே சிறைபிடித்து வைத்துவிட்டு வசுமதியை மணக்கத் துடிக்கிறான் சகுனிதேவன். மக்களைத் திரட்டிப் போராடி சகுனி தேவனை வீழ்த்தி மன்னரை மீட்கிறான் நளமாறன். வசுமதியை அவனுக்கே மணமுடித்து நாட்டையும் ஒப்படைக்கிறான் குலோத்துங்கன்.

கதை இப்படி பிரமாதமாக அமைந்துவிட்டதில் பசுபதிக்குத் தலைகால் புரியவில்லை. மக்களைத் திரட்டிப் போராடுதல் என்றால் எப்படி மேடையில் காட்டுவது என்பதில் அவனுக்குப் பெரிய சந்தேகம் வந்துவிட்டது. மேடையில் குதிரைகளும் யானைகளும் போர் வீரர்களும் அம்பும் வேல்கம்பும் எப்படிக் கொண்டு வருவது என்று இரண்டு இரவுகள் ஓயாமல் சிந்தித்துவிட்டு நாடக விவாதம் நடக்கும்போது கேட்டும் விட்டான். யாருக்கும் விடை தெரியவில்லை.

நளமாறன் கிளம்பிப் போகிறான் என்று ஒருவரியில் சொல்லிவிட்டதையும் மேடையில் எப்படிக் காட்டுவது என்று தெரியவில்லை. பசுபதியின் மனத்திரையில் குதிரையில் ஏறி "அச்சம் என்பது மடமையடா அஞ்சாமை திராவிடர் உடமையடா' என்று பாடிச் செல்வதாக ஓடிக் கொண்டிருந்தது அது.

காட்சி ஒன்று, காட்சி இரண்டு என சிவராம ஆசாரிதான் அவசரமாக அதை ஓரளவுக்கு நாடகமாக்கினார். அரசர்கள் கதை என்றாலும் அதிலே "இதோ டூ மினிட்ஸ்ல வந்து விடுகிறேன் அம்மா" போன்ற வசனங்களும் இருந்தன. மக்கள் சிரிப்பார்கள் என்று அதற்குக் காரணம் சொல்லிவிட்டார் அவர். அவர் இதற்கு முன்னர் நடந்த 'பூலோக நாகம்மா' கூத்திலும் நடித்து அனுபவப்பட்டவர். அவர் மட்டும் இல்லையென்றால் நாடகம் ஒரு இம்மியும் நகர்ந்திருக்காது. நாடகத்தில் யார் யாருக்கு என்னென்ன

வசனம் எந்தக் காட்சியில் வரும் என்பதைச் சொன்னார். கதை வசனமாக மாறியபோது அது அடிப்படை கதையிலிருந்து விலகி வேறொரு கதைபோல இருந்தது பசுபதிக்கு. சகுனிதேவன் பகடை விளையாட்டில் கைதேர்ந்தவன் என்பது புதிதாக சிவராம ஆசாரியால் சேர்க்கப்பட்டது. அந்தக் கலையின் மூலம் ஐம்பத்து நான்கு தேசத்து அரசர்களையும் சிறைபிடித்து வைத்திருப்பதாக கதையை வளர்த்தியிருந்தார். அதற்கு அவர் சொன்ன காரணம் கதை மிகவும் சிறியதாக இருக்கிறது என்பதுதான். அவர் இதைச் சேர்த்தபிறகும் நாடகத்தில் ஒன்பது காட்சிகள்தான் இருந்தன. ஒவ்வொரு காட்சியும் ஸ்கிரீன் (தூக்கி இறக்கும் நேரத்தையும் சேர்த்து) ஐந்து நிமிடங்கள்கூட நீடிக்கவில்லை. ஒரு மணி நேரத்துக்குள் நாடகம் முடிந்துவிடும் போல தோன்றியது. நாடகம் விடிய, விடிய நடக்கப் போவதாகவும் விளம்பரம் செய்திருந்தது நாடகத்துக்குப் பொறுப்பேற்றிருந்த அனைவருக்கும் வயிற்றில் புளியைக் கரைத்தது.

“நாடகத்தில் காமெடி காட்சிகளே இல்லை” என்பதை ஞாபகப்படுத்தினான் பஞ்சா.

கன்னியாம்பாளையத்தார் பையனையும் சோமுவையும் காமெடி செய்ய சொன்னார்கள். ஒவ்வொரு காட்சியைத் தொடர்ந்தும் அவர்கள் மேடைக்கு வந்து அடுத்த காட்சியை எடுத்துக் கொடுத்து விளக்கிவிட்டு, சினிமா பாடல்களை இட்டுக் கட்டிப் பாட வேண்டும் என்று தீர்மானிக்கப்பட்டது. உண்மையில் இந்த யோசனைக்கு நல்ல பலன் இருந்தது. நாடகம் காட்டுப் பாய்ச்சலாக இரண்டு மணி நேர நாடகமாகிவிட்டது.

“சின்ன பொண்ணே கோக்கிலமடி கட்டாணி கட்டாணி..

சீக்கிரமா வந்தியனா வாங்கித்தர்றேன் பட்டாணி...

ஒவ்வொன்னா பொறுக்கு....

என் மீசைய கொஞ்சம் முறுக்கு” என கன்னியாம்பாளையத்தார் பையனுக்கு ஒரு அறிமுகப்பாட்டும் அமைக்கப்பட்டது. சோமு காமெடியனுக்கு ஜோடியாகப் பெண் வேடம் கட்டி ஆட வேண்டும்.

நாடகத்தில் இப்போது இரண்டு பெண் வேடங்கள்.. ஒன்று வசுமதி. கடத்தப்பட்டுவிடுவதால் ஆரம்பத்திலும் முடிவிலுமாக இரண்டு தடவை மேடையில் தோன்ற வேண்டும்.

“மூன்றெழுத்தில் ஒரு மாடிருக்கும்

அது மூன்று படி பால்கறக்கும்...

எருமை... அது எருமை...."

எனவும்

"பாலிருக்கும் பசி இருக்கும்

பழமிருக்காது...

பஞ்சணையில் தூக்கம் வரும்

காத்து வராது"

எனவும் கன்னியாம்பாளையத்தார் பையன் அதை நன்றாக மெருகேற்றினான்.

எல்லாம் சரியாக இருந்தது. வீரன் நளமாறன் வேடத்துக்கு பசுபதியைப் போட்டதுதான் வேதனையிலும் வேதனையாக இருந்தது. சுட்டுப் போட்டாலும் வசனம் வரவில்லை. அரசரே என்று அழைப்பதற்கே தட்டுத் தடுமாறிப் போனான். "நான் மாடக்கூடலை நாடி வந்தக் காரணம் என்ன தெரியுமா? நவில்கிறேன் கேளுங்கள்.." உணர்ச்சி கொந்தளிக்கும் வசனத்தை அவன் உள்ளங்கையில் எழுதி வைத்து வாசித்துவிடுவதாக ஒத்திகையின் போதே முடிவு செய்துவிட்டனர். தனித் தனியாக வசன மனப்பாடம் செய்வதும் சேர்ந்து எல்லோரும் நடித்துப் பார்ப்பதும் நடந்து கொண்டிருந்தது. நளமாறன் வேடம் மட்டும் வெற்றிடமாகவே இருந்தது. பசுபதி எப்போதும் நடிப்பதற்கு வருவதே இல்லை. "நீங்கள்லாம் நடிங்கடா நான் சமாளிச்சுடுவேன்' என்பான். பஞ்சாயத்துத் தலைவருக்கு பசுபதியின் மீது அபார நம்பிக்கை இருந்தது. அவன் ஒருத்தனால்தான் இந்த நாடகமே சாத்தியமானது என்று உறுதியாக இருந்தார். நாடக வசனங்கள் அவனுக்கு மட்டும்தான் தலைகீழ் பாடம் என்பதாக நினைத்து அவனை திருவிழாவுக்கான மற்ற வேலைகளுக்கு ஏவிக் கொண்டிருந்தார். அதை எதிர்பார்த்துக் கொண்டிருந்தவன் மாதிரி உடனே பைக்கை எடுத்துக் கொண்டு மறைந்துவிடுவான். அவன் மறைந்த கொஞ்ச நேரத்தில் நாடகப் பட்டாளத்துக்கு டீ வரும். சமயங்களில் பிஸ்கட்டும் சேர்ந்துவரும். "பசுபதி அண்ணன் குடுக்கச் சொன்னாரு' என்பான் டீ பையன். இது போன்ற காரணங்களுக்காக யாரும் பசுபதியைக் கோபித்துக் கொள்ளவும் முடியாமல் இருந்தது. ஆடி மாதம் நான்காவது வெள்ளிக்கிழமை அம்மனுக்குக் கூழ் ஊற்றி அன்று இரவே ராஜதுரோகி நாடகம் நடப்பதாக அறிவிக்கப்பட்டிருந்தது. ஊர்க்காரர்களின் உறவினர்கள் சிலர் அழைப்பின் பேரில் நாடகம் பார்க்க வந்திருந்தனர்.

காலையில் இருந்தே ராட்டினம் சுற்றுபவன், பலூன் விற்பவன், ரிப்பன்- வளையல் விற்பவன் எனக் களை கட்டியிருந்தது ஊர்.

பசுபதியை மட்டும் காணவில்லை. கன்னியாம்பாளையத்தார் பையனை வேகமாக ஓடி பார்த்துவிட்டு வரச் சொன்னதில் பசுபதி படுத்தபடுக்கையாக இருப்பதாகச் சொன்னான். குளிர் ஜுரம் தூக்கித் தூக்கிப் போடுவதாக விவரித்தான், பார்த்துவிட்டு வந்தவன். யாருக்கும் கைகால் ஓடவில்லை. பிரம்மாண்டமாக அமைக்கப்பட்ட மேடைக்குக் கீழே பஞ்சாயத்துத் தலைவரை அணுகி இப்படி ஆகிவிட்டதைச் சொன்னார்கள். பஞ்சாயத்துத் தலைவர் அந்த நேரத்திலும் ""வேறு எல்லாருக்கும் சீக்கு வந்திருந்தாக்கூட கவலைபட்டிருக்க மாட்டேன். ஏன்னா பசுபதி சமாளிச்சுடுவான். பசுபதியே படுத்துட்டானே?" என நம்பிக்கையாக இடிந்துபோனார்.

"பசுபதி பேச வேண்டிய வசனம் வேறு யாருக்குத் தெரியும்?" வறட்சியாக விசாரித்தார்.

"கன்னியாம்பாளையத்தார் பையன் சரவணனுக்குத் தெரியும்" என்றனர்.

"அவன் பொடியனாச்சே?"

"மீசை வெச்சு.. பனியனுக்குள்ள கொஞ்சம் துணியை அடைச்சுட்டா தெரியாது ரெட்டியாரே"

தலைவர் அரைமனதுடன் சம்மதித்தார். மானம் தாளாமல் ஊரைவிட்டு ஓடிவிடுவார் போல இருந்தது அவர் முகம்.

காமெடி வேடத்திலும் நளமாறன் வேடத்திலும் சரவணனே நடித்தான். மூன்றாவது காட்சிக்கு அப்புறம் "சகுனிதேவன்' குவார்ட்டர் அடித்துக் குப்புற விழுந்துவிட்டான்.

வசுமதியை மீட்டு வருவதாக அரசனிடம் சத்தியம் செய்துவிட்டு மேடைக்குப் வந்த சரவணனுக்கு இது பேரதிர்ச்சியாக இருந்தது. என்ன காரணத்தினாலோ அவன் கண்ட கனவு ஞாபகம் வந்தது.

மந்திரி இல்லாமலேயே காட்சியை முடித்துவிடலாம் என்றான் சரவணன்.

அதாவது தந்திரக்கார மந்திரியைத் தந்திரத்தாலே வீழ்த்தினான் நளமாறன். மன்னனுக்கு உண்மை புரியும் வரை மந்திரியை மயக்க மருந்திட்டு பெட்டியில் அடைத்துவிட்டான் என்று ஜோக்கராக வந்து காட்சி விளக்கம் தந்தான். தன் வீட்டில் இருந்த மரப் பெட்டியைக் கொண்டு வரச் சொல்லி அதில்தான் சகுனிதேவனை மயக்க மருந்திட்டு அடைத்து வைத்திருப்பதாகக் காட்டினான். குடித்துவிட்டு விழுந்து கிடந்தவனைத் தூக்கி வந்துப் பெட்டியில் போடுவதாகக் காட்டினான். ஒவ்வொரு காட்சியிலும் அந்தப் பெட்டி பார்வையாளரை திகிலூட்டியது. பெட்டி தென்படும் காட்சிகளில் குறிப்பாக அந்தப் பெட்டியின் மீது நளமாறன்

ஒய்யாரமாகச் சாய்ந்து அரசனிடம் பேசிய காட்சியில் மக்கள் பரபரப்பானார்கள். ரெட்டியார் “உள்ள கிடந்து அவன் செத்துகித்துத் தொலைக்கப் போறான்டா” என்றார்.

முதல் காட்சியில் ஸ்கிரீன் மாற்றியபோதே அவனை வெளியே எடுத்துவிட்டதைச் சொன்னபோது “அடராமா.. அவன் உள்ளதான் இருக்கான்னு பயந்துட்டன்டா” என்றார்.

கடைசி வரை பசுபதிக்குப் பின்னால் இருந்து ‘நாடகத்துக்கு நாங்கப் பொறுப்பு, ராஜதுரோகி‘ எனக் குரல் கொடுத்தது தான்தான் என சரவணன் யாரிடமும் சொல்லவில்லை.

இதன் பிறகு இரண்டு ஆண்டுகள் கழித்துதான் சரவணன் ஹிச்காக்கின் ‘தி ரோப்’ படத்தைப் பார்த்தான். படம் டைரக்ட் செய்வதற்கான தகுதி இருப்பதாக அவன் மனதில் நம்பிக்கை உதித்தது. அடுத்த மூன்றாண்டுகளில் அவன் ‘நாடகப் பட்டாளம்’ என்ற திரைப்படத்தை எடுத்தான்.

• ஆனந்த விகடன், 2009.

மெஹர்

"நீங்கள் மதராஸியா?" என்று அவள் கேட்டபோது, "இல்லை நான் தமிழ்நாடு" என்று சொல்லியிருக்க வேண்டாம் என்று இப்போது தோன்றியது. இப்படியொரு விளக்கம் கொடுத்து அவளுடைய கேள்வியை மறுத்துவிட்டோமே என்று வருத்தமாக இருந்தது. சலீமுடன் காஷ்மீர் வருவது உறுதியானதும் இங்கே எனக்கான ஒரு காதலி பிறந்து வளர்ந்து கொண்டிருக்கிறாள் என்று என்னால் எப்படி யோசித்திருக்க முடியும்? ஒரு தேசத்தின் இரு எல்லையில் பிறந்தவர்களுக்கு ஏற்படப் போகும் பிணைப்பை நினைத்தபோதே சிலிர்த்தது. ஒருவாரம் கல்லூரி விடுமுறை என்ற காரணத்தால்தான் வந்தேன். இங்கு வருவதற்கு வேறு ஒரு காரணமும் எனக்கு இருக்கவில்லை. சலீமுக்கு மிகப்பெரிய பூ வனம் சொந்தமாக இருந்தது. அதில்தான் நான் மெஹரைச் சந்தித்தேன். கை நிறைய பூக்களோடு அவள் அந்தப் பூவனத்தில் இருந்தாள். சலீம் என்னை அவளுக்கு அறிமுகப்படுத்தினான். செக்கச் சிவந்த அவளுடைய முகத்தில் கரிய இமைகளோடு அந்த விழிகளைப் பார்த்தேன். வியப்பும் வினாக்களும் பொதிந்து கிடந்த அபூர்வமான கண்கள்.

பைத்தியக்காரத்தனமாக இருந்தாலும் மிகச் சிறந்த யோசனை ஒன்று அப்போது தோன்றியது. நாம் இங்கேயே தங்கிவிடலாமா, அல்லது அவளை அழைத்துச் சென்றுவிடலாமா?.. படபடவென அவள் இமைச் சிறகு அடித்துக் கொண்ட அந்த நொடியில் மிக இயல்பாக ஏற்பட்ட யோசனை அது.

காஷ்மீரில் சம்பிரதாயமான சில நடவடிக்கைகளை செய்ய வேண்டியிருந்தது. அங்கிருக்கிற தால் ஏரி, ரோஜா தோட்டம், அரசு வனப் பூங்கா, படகு சவாரி, ஹுக்கா என.. ஆனால் எனக்கு

மெஹர் இருக்கும் இடத்தைவிட்டு அதிகதூரம் விலகியிருக்கும் எந்த இடத்தையும் பிடிக்கவில்லை. சலீம் காட்டிய வரலாற்று முக்கியத்துவம் வாய்ந்த இடங்கள் எல்லாம் எனக்குச் சாதாரணமாக இருந்தன. பனித் தொப்பி அணிந்த மலைச் சிகரங்கள், ஸ்வெட்டர் போட்ட மனிதர்கள், ஆவி பறக்கும் ஆனால் சூடாக இல்லாத டீ... எல்லாமே சாதாரணமாகத்தான் இருந்தது. 'மோதிலால் நேரு படித்த பள்ளி இதுதான்' என்றான்.

எல்லோரும் எங்காவது படிக்கத்தானே செய்கிறார்கள்? நானும் சலீமும் இப்போது தில்லிக்கு வந்து படிப்பதுமாதிரி. "இது எந்தப் பிரபலமும் படிக்காத பள்ளிக்கூடம்' என ஒன்றைக் காட்டினாலாவது ஆச்சர்யப்பட்டிருப்பேன். புத்தி பேதலித்துதான் போய்விட்டது எனக்கு. அவன் மெஹர் படித்த பள்ளியைக் காட்டியபோது அதை ஆச்சர்யமாகவும் தவிப்புடனும் பார்க்கத் தவறவில்லை. "தினமும் இந்தப் பள்ளிக்குத்தான் போவாளா?' என்ற அசட்டுத்தனமான கேள்வியைக் கேட்டுவிட்டு சலீம் பார்த்த பார்வையை எதிர் கொள்ள முடியாமல் வெட்கத்தால் திக்கிப் போனேன். மேற்கொண்டு இது போன்ற உளறல்களைத் தவிர்க்க நான் அங்கிருந்த அத்தனை நாளும் படாத பாடுபட்டேன்.

எனக்கு ஏற்பட்ட மாதிரி மெஹருக்கும் ஏற்பட்டிருக்க வாய்ப்பில்லை. அவளை வசீகரிக்கக் கூடிய சிறந்த அம்சம் எதுவும் என் தோற்றத்தில் இல்லை. அவளுடைய அழகின் முன்னால் எனக்கு இவ்வளவு நாளாய் இருப்பதாக நினைத்திருந்த திறமையும்கூட துச்சமாக இருந்தது. சலீம் என்னை அறிவாளியாகப் போற்றிப் பழகி வருகிறான். அதற்காக நான் அவள் தங்கைக்கு அறிவாளியாகத் தோன்ற வேண்டுமா என்ன? அவள் மீது காதல் கொள்வதற்கு என்னிடம் என்னதான் தகுதி இருக்கிறது என்று தத்தளித்தேன். அவளோ தேவதையாகத் தோன்றினாள். கவிஞர்கள் பொய்யாக வர்ணிக்கவில்லை என்பதைச் சத்தியமாக இதோ என் இருபத்தி இரண்டாவது வயதில்தான் முதல் முறையாக ஏற்றுக் கொள்கிறேன். அவளைச் சுற்றி எப்போதும் ஒளிவீசிக் கொண்டிருந்தது. பெரும்பாலும் எனக்கு எதிர்பட்ட நேரங்களில் அவள் கருப்பு அங்கி அணிந்திருந்ததால் நான் அவள் விழிகளை மட்டும்தான் பார்க்க முடிந்தது. அதைப் பார்த்துக் கொண்டே இருக்க வேண்டும் என்று நான் துடித்தேன். ஆனால் ஒரு வினாடியில் பத்தில் ஒரு பகுதி நேரம்கூட அவள் விழியை நான் பார்க்க முடிந்ததில்லை.

பூர்வீகமான பழைய வீடு. பூந்தோட்டத்தை ஒட்டி அமைந்திருந்தது. மெஹர், அவளுடைய அப்பா, அம்மா, தம்பி ஆகியோர் பின் கட்டில் இருந்தனர். சலீமின் அறை முகப்பிலேயே இருந்தது. அதிலேதான் நானும் இருந்தேன். வந்த மூன்றாம் நாள்தான் அவள்

"நீங்கள் மதராஸியா?' என்று கேட்டது. ஆனால் நான் அந்த வாய்ப்பை அப்படியா பயன்படுத்திக் கொள்ள வேண்டும்? ஏதாவது முக்கியமான ஒரு சொல்லை அந்த நேரத்தில் நான் பதிலாகத் தந்திருக்க வேண்டாமா? எனக்கு அறிவு அவ்வளவுதான். காதலின் தெய்வீகத்தைச் சுருக்கமாகச் சுண்டக் காய்ச்சிய "ஒரு சொல் கவிதை' ஒன்றைச் சொல்லியிருக்க வேண்டும். தமிழ்நாடு என்று திருத்துவதுதான் அத்தனை முக்கியமா? அவளுக்குத் தமிழ்நாடு எந்தத் திசையில் இருக்கிறது என்பதுகூட அத்தனை உறுதியாகத் தெரியுமா என்று தெரியவில்லை. சரி என்று தலையசைத்து... தலையசைத்தாள் என்று சொல்ல முடியாது.

சரி என்றது போல ஏதோ ஒரு எதிர்வினை அவளிடம் வெளிப்பட்டது. "பேச்சுக்குக் கேட்டேன்... இவ்வளவு உறுதியாக எனக்குத் தெரிந்து கொள்ள வேண்டிய அவசியமில்லை' என்ற எள்ளல் பாவனை போலவும் இருந்தது. அடுத்த நாள் அவளைப் பார்க்க முடியவில்லை. அவள் காலடி ஓசையை நான் சுலபமாகக் கணிக்கக் கூடியவனாக மாறியிருந்தேன். அவளது குரலும்கூட எனக்கு நன்றாக அடையாளம் தெரிந்தது. மொழி புரியவில்லை. ஆனால் அவள் என்ன பேசினாலும் கேட்டுக் கொண்டிருக்கலாம். அது இசையின் ஒரு வடிவம்.

நீங்கள் மதராஸியா என்பதை அவள் எனக்காக இன்னொருதரம் சொல்வதாக இருந்தால் அதை ஒலி நாடாவில் பதிவு செய்து வைத்துக் கொள்ளச் சித்தமாக இருந்தேன். அல்லது அது போல ஏதாவது வேறு ஒரு வார்த்தை என்னிடம் பேச வேண்டியிருந்தால் அதை...

ஐந்தாவது நாள் அவளைத் தோட்டத்தில் பார்த்தேன். பூக்களைப் பறித்துக் கொண்டிருந்தாள். பூக்கள் அவளால் பறிக்கப்படுவதை எதிர்பார்த்துக் கிடப்பதை நான் பார்த்தேன். அந்த விரல்கள் பூக்கள் பறிப்பதற்கென்றே பிரத்யேகமாக உருவானவை போல இருந்தன. மிக நளினமான, மென்மையான விரல்கள். அது அசைவது வழக்கமாக எல்லோரது விரல்களின் அசைவு போல இல்லை. பூக்களுக்கும் அந்த விரல்களுக்குமிடையே சிறிய உடன்பாடு இருப்பதாகத் தோன்றியது. இல்லையென்றால் அத்தனை மென்மையான விரல்களால் அந்தப் பூக்களைப் பறித்திருக்க முடியாது என்பது என் எண்ணம். பூக்கள் தானாகவே தங்களை அவளிடம் வழங்கிக் கொண்டிருந்தன. அத்தகைய விரல்களை நான் வெகு நேரம் பார்த்துக் கொண்டிருக்கிற வாய்ப்பு கிடைத்தது. சலீம் கடைக்குப் போயிருக்கிறான் இப்போது வந்துவிடுவான் என்ற தகவலை இந்தியில் சொன்னபடி அவனுடைய அம்மா தேநீர் கோப்பையை என்னிடம் கொடுத்தார். ""உன் அம்மா,

அப்பால்லாம் மதராஸ்லதான் இருக்காங்களா?" இதுவும் இந்தியில். மற்றபடி அவர்கள் வீட்டில் எப்போதும் உருது பேசினார்கள். சாப்பிடும்போதும் அவர்கள் வரை உருதிலும் சப்பாத்தி வேண்டுமா என்பது போன்றவற்றை என்னிடம் இந்தியிலும் பேசினார்கள்.

ஆறாவது நாள்...

அறையில் டி.வி. பார்த்துக் கொண்டிருந்தேன். அன்று பார்த்து தூர்தர்ஷனின் மதிய ஒளிபரப்பாக ஒரு பாடாவதி தமிழ்ப் படத்தைப் போட்டிருந்தார்கள். ஆனாலும் அப்போது அதை நான் இப்போது போல பாடாவதி படம் என்று நினைக்கவில்லை. 80 களில் அதை வரம் போல பார்த்தேன். அசாமி படம் போட்டாலும் அதை நகராமல் பார்த்துக் கொண்டிருப்பேன்.

மெஹர் வந்து அண்ணன் இல்லையா என்று கேட்டுவிட்டு அதற்கான பதிலை அறையில் தேடித் தெரிந்து கொண்டு புறப்பட்டாள். அண்ணன் வந்ததும் சொல்கிறேன் என்ன விஷயம் என்றேன்.

"இல்லை எழுதுவதற்கு பேனா வேண்டும், அதற்காகத்தான்" என்றாள்.

அவளுடைய சிவந்த உதடுகள் அந்த வார்த்தைகளை எப்படித் தயாரிக்கின்றன என்று ஆழ்ந்து பார்த்தேன்.

"என்னிடம் கேட்டால் தரமாட்டேனா?" என்று என் சட்டைப் பையில் இருந்து பேனாவை எடுத்துக் கொடுத்தேன்.

பெண்கள் நாணத்தால் கால் விரல்களால் தரையில் கோலமிடுவது பொது அம்சம் போலிருக்கிறது. அவள் பாதங்களில் மிளகாய்ப் பழச் சிவப்பில் மிளகாய் போலவே மருதாணி அலங்காரம். பேனாவை வாங்கிக் கொண்டு "ஏன் என்னை அப்படிப் பார்க்கிறீர்கள்?" என்றாள்.

என்னால் தகுந்த பொய்யைத் தயாரிக்க முடியவில்லை. உண்மையையும் சொல்ல முடியவில்லை. தலையிறங்கி நின்றேன். நான் வித்தியாசமாகப் பார்க்கவில்லையே... சாதாரணமாகத்தான் பார்த்தேன் என்று சொல்ல நினைத்தேன். அதைச் சொல்வதற்கு எனக்கு இந்தியில் புலமை போதாது என தயங்கினேன்.

காஷ்மீரில் இருந்து ஏழாம் நாள் நானும் சலீமும்தான் புறப்படுவதாக இருந்தோம். மதப் பிரச்சினை முற்றிக் கொண்டிருப்பதாகக் கூறி என்னை மட்டும் பாதுகாப்பாக டாக்ஸி பிடித்து அனுப்பி வைக்க முடிவெடுத்தான்.

தயாராக இருக்கச் சொல்லிவிட்டு டாக்ஸிக்கு ஓடினான். அவனுடைய அம்மா அந்த நேரத்திலும் குங்குமப் பூ, ஸ்வெட்டர்,

பாதாம் இருந்தால் வாங்கி வா என்றார்கள். சலீம் சற்று நேரம் நின்றான். "கடையெல்லாம் அடைத்துவிட்டார்கள்' என்ற தகவலைச் சொன்னான். "எங்காவது இருக்கிறதா பார்' என மெஹரும் "எதற்கு அதெல்லாம்?' என நானும் ஒரே நேரத்தில் சொன்னோம். எனக்குச் சிலிர்ப்பாக இருந்தது.

மெஹர் என்னைவிட மூன்று வயதாவது இளையவளாக இருக்கக் கூடும். ஆனால் அவள் பார்வையில் என்னைப் பணிய வைத்துவிடும் மிடுக்கு இருந்தது. "மெஹர் சொல்கிறபடியே செய்' என்று சலீமை அழைத்துச் சொல்லிவிடுவேன் போல இருந்தது. நல்லவேளையாக அப்படி நான் சொல்வதற்குள் சலீம் அங்கிருந்து போய்விட்டான்.

நான் துணிகளை எல்லாம் சுருட்டி பைக்குள் சொருகிவிட்டு, தோட்டத்தில் போய் நின்றேன். காஷ்மீரையும் மெஹரையும் அப்படியே மனதுக்குள் பருகிவிடவேண்டும் என்று பரபரத்தது.

உடனே ஒரு சிகரெட் பிடிக்க வேண்டும்போல இருந்தது. புகையோடு சேர்த்து நினைவுகளையும் உள்வாங்கிக் கொள்ளும் அரிய அனுபவம். பாக்கெட்டைத் துழாவிய போது சிகரெட் மட்டும் இருந்தது. தீப்பெட்டி? அடடா... சலீம் வருவதற்குள் சிகரெட் குடித்தால்தான் நான் மெஹரையும் காஷ்மீரையும் மனதுக்குள் பருக முடியும் என்ற நம்பிக்கை வளர்ந்தது. ஐயோ நான் எங்கே போவேன்? சாலைக்கு மறுபுறம் ஓடி தீப்பெட்டி வாங்கிக் கொண்டு வந்து புகைக்கலாம் என்றாலும் கடைகளை அடைத்துவிட்டார்கள் என்கிறார்களே? சலீம் வந்துவடுவானோ என்ற பயமும் சூழ்ந்தது. பதட்டம்... என் நம்பிக்கை முட்டாள்தனமானதாக இருக்கலாம். ஆனால் சிகரெட்டின் மூலம் அது சாத்தியமாகும் வாய்ப்பு இருந்தால் அதைத் தவறவிடக் கூடாதல்லவா?

யாரும் எதிர்பார்க்க முடியாத ஒரு நிகழ்ச்சி அப்போது என் வாழ்வில் நடந்தது. வாயில் சிகரெட்டுடன் நான் பாக்கெட்டுகளைத் துழாவிக் கொண்டிருப்பதைப் பார்த்து அவளே வந்தாள். அவள் கையில் தீப்பெட்டி இருந்தது.

"ஒரு நாளைக்கு எத்தனை?" என்றாள் கிண்டலாக. நியாயமான உண்மையான பதிலைச் சொல்வதற்காக நான் மனதில் எண்ணிக் கொண்டிருந்தேன். ஆனால் நான் பதில் சொல்வதற்குள் அவள் "உங்களுக்குத் தங்கை இருக்கிறாளா?" என்றாள். தலையசைத்தேன். "எத்தனை பேர்?" என்றாள். "மறுபடியும் எண்ண ஆரம்பித்துவிடாதீர்கள்" என்று சிரித்துக் கொண்டே ஓடினாள்.

வாழ்நாளெல்லாம் நான் காதலித்து மகிழ எனக்கான முகம் அது என்பதில் எனக்கு எந்த மாற்றமும் இல்லை. என்னிடம் கேமிரா இல்லாமலேயே அவள் முகத்தை என் கண்களால் விழுங்கிக்

கொண்டேன். டேப் ரிக்கார்டர் இல்லாமலேயே அவளுடைய குரலை என் காதுகளால் பதிவு செய்து கொண்டேன். கண்களும் காதுகளும் எவ்வளவு முக்கியமானவை என்பது அந்தக் கணத்தில் எனக்கு வலுவாகப் புரிந்தது. என்னுடைய கண்களும் காதுகளும் தவம் செய்தவை என்று தோன்றியது. முக்கால் நிமிட நேரம் நாங்கள் இருவரும் பேசியிருப்போம். ஆனால் அது பொக்கிஷ நிமிடமல்லவா? யோசித்துப் பாருங்கள்.. நமக்குச் சற்றும் தேவையற்ற பேச்சை நாம் நாளெல்லாம் பேசிக் கொண்டிருக்கிறோம். எதிரில் இருப்பவர் பேசுகிறாரே என்பதற்காக நாமும் பேசுகிற பேச்சா இது? ஒரு நாளில் நாம் ஆத்ம சுத்தியோடு எத்தனை வார்த்தை பேசுகிறோம்? தினம் ஒரு வார்த்தையாவது தேறுமா? எல்லாமே யாரையோ வசை பாடுவதற்காக, தேவைக்கு அதிகமாகப் புகழ்வதற்காக, ஒருவர் பேச்சை ஒருவர் விஞ்சி நிற்பதற்காக, கூழைக் கும்பிடு போடுவதற்காக... எல்லாமே குப்பை வார்த்தைகள்.

மெஹர் என்னிடம் பேசியவை இரண்டு ஆத்மாக்களின் கோடி வாக்கியங்களின் சுருக்கம். அதை வேறு வார்த்தைகளால் விவரித்து இட்டு நிரப்பவும் வழியிருப்பதாகத் தெரியவில்லை. அந்தக் கோடி வாக்கியங்களை விஸ்தரிப்பது மொழிகள் சொல்லும் சொற்களால் சாத்தியமில்லை என்று தோன்றியது. அது மனதின் மொழி. அதாவது சம்பந்தபட்ட எங்கள் இருவரின் மனதின் மொழி. ஒருவேளை மெஹரால்கூட இது முடியுமா என்று தெரியவில்லை. என் ஒருவனுக்கான மொழி. அதே போல அந்த முகம். அது என் வாழ்நாளுக்கெல்லாம் போதுமானதாக இருந்தது.

டாக்ஸி புறப்படும்போது சலீமின் அப்பாவுக்குப் பின்னால் அவளுடைய முகம் வழியனுப்பியது. அதில் இன்னும் சொல்லப்பட வேண்டிய எத்தனையோ வார்த்தைகள் ஏக்கத்தோடு நின்றன.

• **தினமணி கதிர், 2009.**

தகவல்

வானத்தில் இருந்து தேவதூதன் யாரும் காட்சி தரவில்லை. வழக்கமான விடியல்தான். எப்போதும்போல ஐந்து நிமிட தாமதம் அதைச் சரிகட்ட ஓட்டம். ஓடும்போது டிபன் பாக்ஸ் திறந்து கொண்டு சாப்பாடு கூடையில் கொட்டிக் கொண்டது. இதுவும்கூட வழக்கமான ஒன்றுதான். இது எல்லாமே முருகனுக்கான வழக்கம் பற்றியது. அவன் அலுவலகத்தில் கெடுபிடி அதிகம். ஒரு ஜெர்மன் நிறுவனத்துடன் முருகன் வேலை பார்க்கும் அலுவலகம் ஒப்பந்தத்தில் இருந்தது. அதற்காக அதனுடைய வேலை நேரம் முதற் கொண்டு எல்லாமே சராசரி இந்த அலுவல் நேரங்களுக்கு மாறுபட்டிருந்தது. காலை ஏழு இருபத்தெட்டுக்கு அவனுக்கான அலுவல் நேரம் தொடங்கும். நான்கு முப்பத்திரண்டுக்கு வெளியே அனுப்புவார்கள். ஒவ்வொரு விநாடியும் முக்கியம் என்று பணியாளர்களுக்குச் சுட்டிக் காட்டத்தான் இந்த ஏற்பாடு.

"உச்சி வெயில்ல எங்கடா கிளம்பிட்டே?', "விளக்கு வெச்ச பிறகு சாப்பிட மாட்டேன்'.. என நேரத்தைக் குத்து மதிப்பாகச் சொல்கிற குடும்பச் சுழலில் அவன் இந்த ஏழு இருபத்தெட்டு விஷயத்தை காலைல ஏழரை மணிக்கு ஆபீஸ் என்றுதான் சொல்ல முடிந்தது. அவர்களும் அதை எட்டு மணிக்குள் என்று புரிந்து வைத்துக் கொண்டு சாப்பாடு தயார் செய்வதையோ, முருகனை தயார் செய்வதையோ செய்து வந்தனர். வீட்டுக்கு நிலைமையை விளக்குவது சிரமம் என்று முருகனுக்குத் தெரியும். அதனால் ஆபிஸில் புரிந்து கொள்வார்கள் என்று அவனாக எதிர்பார்த்தான். அதாவது அவன் ஐந்து- பத்து நிமிடங்கள் தாமதமாக வருவது காலப் போக்கில் அவர்களுக்குக் குற்றமாகத் தெரியாமல் போய் பரிதாபத்துக்குரியவனாக எண்ணுவார்கள்

என்று நினைத்தான். ஆனால் அவனைப் பொருட்படுத்த வேண்டிய நிர்பந்தம் ஒரு மின்னணு எந்திரத்திடம் இருந்தது. அவனுடைய கட்டைவிரல் ரேகையின் மூலம் அவனுடைய வருகைப் பதிவேற்றம் நிகழ்த்தப்பட்டது. விநாடி சுத்தமாக இருந்தது அந்தப் பதிவு. நான்கு தாமதங்களுக்கு ஒரு முறை அவனுக்கு ஒரு நாள் சம்பளத்தைப் பிடித்தம் செய்தது அது. இப்படியாக அவனுக்கு மாதத்துக்கு இரண்டு நாள் சம்பளம் பிடித்தம் செய்யப்பட்டபோது அம்மட்டில் பிரச்சினைகள் ஓய்ந்தது என்று சந்தோஷம்தான்பட்டான். வீட்டில் சம்பளமே அவ்வளவுதான் என்று சொல்லிக் கொள்வதில் அவனுக்குப் பிரச்னை இருக்கவில்லை. வீட்டில் இருப்பவர்களைப் பொறுத்தவரை முருகனுக்கு அவ்வளவுதான் சம்பளம் தரமுடியும் என்று நம்பினார்கள். அலுவலகத்திலும்தான்.

அன்றும் முருகன் தன் இடது கட்டை விரலைப் பதித்தபோது இரண்டு நிமிடம் தாமதம்தான். நாளையில் இருந்து ஆறே கால் மணிக்கு வரும் பேருந்தைப் பிடித்தால்தான் சரி பட்டு வரும் என்பதையும் வழக்கம்போல நினைத்துக் கொண்டான்.

மூன்றாவது மாடியில் அவனுக்காக ஒதுக்கப்பட்ட டிபன் பாக்ஸ் ஸ்டேண்டில் சாப்பாட்டை ஒழுக ஒழுக வைத்துவிட்டு, சில்லென்று தண்ணீர் பிடித்துக் குடித்தான். அவனுக்கான பிரத்யேக ஆடையை எடுத்து அணிந்து கொண்டான். மஞ்சள் நிற பருத்தித் துணியில் எல்லார் மேசை, நாற்காலி, கணினிகளைத் துடைக்க வேண்டும். எட்டு மணிக்கு இவன் துடைத்து வைத்தவற்றை அழுக்காக்குபவர்கள் வருவார்கள். அதனால் மேஜையைத் துடைக்கும்போது அதற்கான நாற்காலியில் அமர்ந்து கொள்வது, அப்படியே கிர்ர் என ஒரு சுற்று சுற்றுவது எல்லாம் செய்வான். அறையில் கேமிரா பொருத்தியிருப்பதைச் சொன்ன பிறகு அப்படி செய்வதில்லை. கேமிரா எதிரில் வரும்போது சட்டென அடக்கமான- ஒழுக்கமான- பரிதாபமான முகத்தை எதேச்சையாக காட்டுவதுபோல காட்டுவான். யாரோ உயர் அதிகாரியின் பார்வையில் பட்டு தன் அடக்கத்துக்கும் பரிதாபகரமான தோற்றத்துக்கும் இரக்கம் சுரந்து அது சம்பள உயர்வாக மாறும் என்பது அவன் ஐந்தாண்டு கனவு. தன் விசுவாசம் கேட்பாரற்றுக் கிடப்பதாக அவனுக்கு வருத்தம் இருந்தது. மேஜையைத் துடைக்கும் போது அதிலிருந்த துண்டுக் காகிதங்களைத் தன் பிரத்யேக ஆடையில் பிரத்யேகமாகத் தைக்கப்பட்ட பாக்கெட்டில் போட்டுக் கொண்டான். பேப்பர்களைப் பச்சைக் கூடையிலும் பிளாஸ்டிக் உறைகளை மஞ்சள் கூடையிலும் போட வேண்டும்.

அடுத்து என்ன செய்வது என்று கிழக்கு பக்க ஜன்னலோரத்தில் நின்று யோசித்தான். அங்குதான் பெரிய மனிதர்கள் நடமாட்டம் இருக்காது. கொஞ்ச நேரம் நின்றாலும் தெரியாது. ஜன்னலை ஒட்டிய தெருவில் ஒரு பையன் இரண்டு கையையும் மேலே தூக்கியபடி சைக்கிள் ஓட்டிக் கொண்டிருந்தான். கைகளை தலைக்கு மேலே தூக்கிக் கொண்டு ஓட்டுவதைவிட சைக்கிளின் கைப்பிடியைப் பிடித்து ஓட்டுவதுதான் சுலபமாக இருக்கும் என்று தோன்றியது. அவன் கஷ்டப்பட்டு அப்படி செய்வது யாருக்கும் பலனின்றி போவதோடு மற்றவர்களுக்கு உபத்திரவமாகவும் போய்விடும் போலவும் இருந்தது. அதாவது அவன் யார் மீதாவது இடித்துவிடக் கூடும். போன வாரத்தில் ஒருநாள் அந்தப் பையன் இதே போல வந்தான். அவனைத் திடுக்கிட வைத்து அனுப்பினான் முருகன். திடுக்கிட வைத்த பின்பு அந்தப் பையன் சைக்கிளை ஒழுங்காக ஓட்டிச் செல்ல ஆரமம்பித்தான். அந்தப் பையன் தெருமுனை வரை சென்று மீண்டும் திரும்பி வந்தான். முருகன் போன வாரம் போலவே சட்டென அவனைசலனப்படுத்த ஆசைப்பட்டான். பாக்கெட்டில் துழாவிய கையில் கிடைத்த பேப்பரைச் சுருட்டி பையனை நோக்கி எறிந்தான். அது பையன் தலைமீது விழுந்ததா என்று எட்டிப் பார்த்தான். பையன் காகிதம் வந்து விழுந்த திசையை திடுக்கிடலோடு பார்த்துவிட்டு வேகமாகச் சென்று மறைந்தான். முருகனுக்கு தன் பொருட்டு உலகில் ஏற்பட்ட இந்த மாற்றத்தால் மகிழ்ச்சி பொங்கியது. அப்படி இருந்தவனை இப்படி ஆக்கிய சந்தோஷம். கீழே வந்து அந்தந்த அறைக்கான டேபிள் டாப் தண்ணீர் குடுவைகளைக் கொண்டு போய் வைக்கத் தொடங்கினான்.

நாள் வழக்கம் போல நகர்ந்து கொண்டிருந்தது.

பதினோரு மணி வாக்கில் அவனுடைய ஹவுஸ் கீப்பிங் துறை கண்காணிப்பாளர் அழைத்தார். இடுக்கான ஒரு அறை. வெளிச்சம் குறைவு. அங்கிருந்த பீரோவுக்கு சில ஃபைல்களும் ஏராளமான டாய்லட் கிளினிங் அமில பாட்டில்களும் வாசனை தரும் பொருள்களும் பாட்டில்களில் அடுக்கி வைக்கப்பட்டிருந்தன. அறைமுழுதும் அவற்றின் கலவையான மணம் சூழ்ந்திருந்தது. பெரும்பாலும் அந்த அறையிலேயே இருப்பதால் அவர் மீதும் அந்த வாடை பரவியிருந்தது.

“எத்தனை மணிக்கு வந்தாய்?” என்றார்.

முருகன் தலையைச் சொறிந்தான். சரியான நேரத்துக்கு வரவில்லை என்பதை அப்படித் தெரியப்படுத்தினான். கண்காணிப்பாளர், கடுமையான முகத்தோடு இருந்தார்.

“வந்ததும் என்ன செய்தாய்?”

"எல்லா அறை மேஜை, நாற்காலியையும் துடைத்தேன்"

"அப்புறம்?"

"தண்ணீர் குடுவைகளை..."

"அதற்கப்புறம்?"

எந்த மேஜையாவது சுத்தமாக இல்லை என்று புகார் வந்திருக்கக் கூடுமோ? கணினி விசைப்பலகையின் கீழே எங்காவது தூசு தப்பித்திருந்திருக்கக் கூடும்.

"உங்கள் வீடு எங்கிருக்கிறது?"

சொன்னான். முழு முகவரியையும் எழுதிக் கொண்டார்.

"போன் நம்பர் இருக்கிறதா?"

"இல்லை. தம்பியிடம் இன்னொரு செல் போன் இருக்கிறது."

அந்த நம்பரை முகவரிக்குக் கீழே குறித்துக் கொண்டார்.

"எல்லாத்தையும் சுத்தமாகத்தான் துடைத்தேன்" முருகன் சொன்னதைக் கவனித்தில் கொள்ளாது, "நீ வேலை எதுவும் செய்ய வேண்டாம். ஓய்வறையில் இரு" என்ற கண்காணிப்பாளரின் குரலில் அவனுடைய ஓய்வு முக்கியமானதாகத் தெரியவில்லை.

டாய்லட்டுகளுக்கு பெனாயில் உற்ற வேண்டிய நேரத்தில் எப்படி ஓய்வெடுப்பது என்று முருகனுக்கு பெருங்குழப்பமாக இருந்தது.

ஓய்வறை என்பது பணியாளர்கள் திடீர் சுகவீனம் அடைந்தால் சற்றே படுத்திருக்க சில மரப் பலகைகள் அடிக்கப்பட்ட கூடம். அங்கே கிடந்த பழைய தினத்தாளை மரப் பலகை மீது விரித்துப் படுத்தான். ஒரே ஒரு மின் விசிறி தலைக்கு மேல் இருப்பதை வெகு நேரம் கழித்தே கவனித்தான். அதைப் பயன்படுத்தலாம் என முடிவெடுத்த கணத்தில் ஒரு பணியாள் வந்து மனிதவள அதிகாரி அழைப்பதாகச் சொன்னான். அவர் இருப்பது இரண்டாவது மாடி. அந்த அறையைத்தான் தாம் சரியாகச் சுத்தம் செய்யவில்லை என்று தீர்மானித்து போனதும் மன்னிப்பு கேட்கத் தயாராக அவர் அறைக்குள் நுழைந்தான்.

"காலையில் வந்ததும் என்ன செய்தாய்?"

"இனிமே சுத்தமா துடைச்சுவிட்டிர்றேங்க."

"கேட்டதுக்கு பதில் சொல்."

கண்காணிப்பாளரிடம் சொன்ன தகவலை மறுபடி சொன்னான். கண்காணிப்பாளர் போலவே இவரும் திரும்பத் திரும்பக் கேட்டார். அவர்கள் தாம் என்ன சொல்ல வேண்டும் என்று எதிர்பார்க்கிறார்களோ அதைத் தெளிவுபடுத்தினால் அந்தச்

சரியான வாக்கியத்தைச் சொல்லிவிட்டு வேறு வேலையைப் பார்க்கலாம் என்பதுதான் முருகனின் சிந்தனையாக இருந்தது.

"உன் தம்பிக்கு நீதான் செல் போன் வாங்கித் தந்தாயா?"

இந்தக் கேள்விக்கு "எப்படித் தெரியும் என்பதா?, ஆமாம் என்பதா' என்பதில் சிறிய தடுமாற்றம் ஏற்பட்டது முருகனுக்கு. அந்த முகக் குறிப்பு மனித வள அதிகாரிக்கும் புரிந்தது.

"சரி. என்ன விலை" அடுத்தக் கேள்விக்குத் தாவினார்.

அதிகாரிகள் கேட்கிற கேள்விகளுக்கெல்லாம் பதில் சொல்ல வேண்டியது நம் கடமை என்று கருதுபவன்தான் முருகன். ஆனால் அதிகாரிகளுக்கு இப்படியெல்லாம் கேட்பதற்கு அதிகாரம் இருக்கிறதா என்று தத்தளித்தான். எதற்கு இதையெல்லாம் கேட்கிறீர்கள் என கேட்பதற்கு அவனுக்கு நா எழவில்லை. அதனால் அதிகாரி கோபமடைந்துவிடக்கூடும் என்பது அவன் யூகம்.

அந்த யூகத்தினூடே அதிகாரிக்குக் கட்டுப்படவில்லையாயின் அது நம் வேலையைப் பாதிக்குமா என்பதையும் யோசித்தபடியே விலையைச் சொன்னான்.

"உன் சம்பளத்துக்கு இந்த விலை கட்டுபடியாகுமா? வீட்டில் வேறு யார் சம்பாதிக்கிறார்கள்?"

"நானும் இந்த மாதத்திலிருந்து தம்பியும்."

"அப்படியானால் போன மாதம் வரை நீ மட்டும்தான்" }இப்படித் தெளிவாகக் கேட்பதின் அர்த்தம் புரிந்து கொள்ள முடியவில்லை. நாமும் அதைத்தானே சொன்னோம், நாம் சொன்னதை அவர்கள் கண்டுபிடித்ததுமாதிரி ஏன் திரும்பச் சொல்கிறார்கள் என்பதும் முருகனுக்குப் புரியவில்லை.

"பைக் வாங்கியிருக்கிறாயா?"

"மாதத் தவணை... அம்மா வளையலை வைத்து... தம்பிதான்..." அதிகாரி அனைத்தையும் குறித்துக் கொள்வதைப் பார்த்து ஓர் அசட்டு தைரியத்தில் "எதுக்கய்யா கேட்கிறீங்க?" என்றான் மெதுவாக. அது அதிகாரியின் காதில் விழாமல் இருந்தால் நல்லது போல இருந்தது அந்தக் குரலின் வலிமை. அதிகாரியும் அவன் கேட்டதைக் கண்டு கொள்ளாமல் இருந்தது நிம்மதியாக இருந்தது முருகனுக்கு. ஏசி அறை அதிக குளிர்ச்சியுடன் இருந்தது. அதிகாரியிடம் அதிகப் பிரசிங்கித்தனமாகக் கேட்டுவிட்டது சரியா, தவறா என்று யோசித்துக் கொண்டிருந்தான்.

இரண்டு மணிக்கு மேல் பொது மேலாளரைப் பார்க்கும்படி கூறிவிட்டு வெளியே செல்லச் சொன்னார். பொதுமேலாளரைப் பார்க்கும்வரை வேலை செய்யலாமா கூடாதா என்று யாரும்

கட்டளையிடவில்லை. என்ன நடக்கிறது, எல்லா பணியாளரையும் இப்படி ஐந்து ஆண்டுகளுக்கு ஒருமுறை விசாரிப்பது வழக்கம் என்று பதில் சொல்வார்களா? நம் வேலையில் ஏதாவது குற்றம் கண்டார்களா? ... அனைத்துச் சாத்தியக்கூறுகளையும் தம்மால் யோசிக்க முடியாது என்பது தெரிந்திருந்தாலும் நாம் நினைப்பதில் ஏதாவது ஒன்று சரியாக இருக்கும் போல தோன்றியது அவனுக்கு. சாப்பாட்டுக்கூடையில் கொட்டிய நிலையிலேயே இருந்த சாப்பாட்டைப் பக்குவமாக வெளியே எடுத்து சாப்பிட்டான். டிபன் பாக்ஸைக் கழுவி பைக்குள் திணித்துவிட்டு கடிகாரத்தைப் பார்த்தால், இன்னும் இரண்டு மணி ஆவதற்கு இரண்டு மணி நேரம் இருந்தது. இவ்வளவு சீக்கிரம் சாப்பிட்டிருக்க வேண்டாமோ?.. ஆனால் அதைத் தவிர்த்து வேறு என்ன செய்வது என்பது தெரியாமல்தான் பசியே எடுக்காத நிலையிலும் அவன் சாப்பிட்டான். காத்திருக்கும் நேரம் விரைவாகவும் கடிகார ஓட்டம் மெதுவாகவும் இருந்தது. ஜன்னல் வழியே தெருவைப் பார்த்தான். சாலை மரங்களின் இடைவெளியில் வெயில் இருந்தது. ஆள் நடமாட்டம் இல்லை. திரும்பி பணியாளர் ஓய்வறையில் சென்று அமர்ந்தான். பல மணி நேரங்களுக்குப் பிறகே இரண்டு மணி நேரம் கடந்தது.

இப்போது பொது மேலாளரின் கேள்வி நேரம்.

முதல் இரண்டு பேர் கேட்ட கடுகடுப்பும் இல்லாத தொனியில் ஆனால் கூர்மையான பார்வையோடு அவர் கேட்டார். அவருடைய கேள்வி மிக இயல்பான விசாரிப்பாக இருந்தது. அவருக்குத் தமிழும் தெரிகிறதே என்ற ஆச்சர்யம் முருகனுக்கு. அவர் அறையில் இருந்து யாருடனாவது பேசியபடியே வெளியே வரும்போதும், யாருடனோ லிட்டுக்காகக் காத்திருக்கும்போதும் ஆங்கிலத்தில் மட்டுமே பேசுவதைப் பார்த்திருக்கிறான். சாயங்காலம் வீட்டுக்குப் போகும்போது மேனேஜருக்கு நன்றாகத் தமிழ் பேசத் தெரிவதை பழனியிடம் சொல்ல வேண்டும் என்று மனதில் குறித்துக் கொண்டான். பழனியைக் காலையிலிருந்தே பார்க்க முடியவில்லை. காலையில் இருந்தே யாரையும் பார்க்க முடியவில்லை. யாரையும் பார்க்காமல் இப்படி அரை நாளை எப்படிக் கழிக்க முடிந்தது? ஏன் யாரும் தம்மைப் பார்க்க வேண்டும் என்று நினைக்கவில்லை?

“திடீர் என்று உங்களிடம் இவ்வளவு பணம் எப்படி வந்தது?” மேலாளரின் கேள்வி வெளியே அலைந்து கொண்டிருந்த முருகனை இறுக்கிப் பிடித்தது.

இரண்டு நாளுக்கு முன் சம்பளம் வாங்கியதால்.. என்ற பதில் மேலாளருக்கு முருகனின் தெனாவட்டு போல இருந்திருக்க வேண்டும். ஏறிட்டுப் பார்த்துவிட்டு குனிந்தார்.

"ஏன் அடிக்கடி ஜன்னல் பக்கம் போனாய் என்ற காரணத்தை மட்டும் உண்மையாக ஒப்புக் கொண்டால் உன்னை விட்டுவிடுவோம்" என்றார்.

முருகன் உறைந்த நிலையில் இருந்தான். "விட்டுவிடுவதென்றால் பிடித்து வைத்திருக்கிறார்கள் என்று அர்த்தமா?"

"எதற்கு?" என்ற வார்த்தை அவனுடைய பயம் காரணமாக உரக்க வெளியானது.

தன் மேஜை அறையில் இருந்து ஒரு கசங்கிய தாளை வெளியே எடுத்தார். அதை மேஜை மீது வைத்து நீவிவிட்டுக் கொண்டே முருகனின் முகத்தைப் பார்த்தார். அந்தக் கசங்கிய தாள் அவருடைய அறையின் மதிப்பைக் குறைத்து விட்டதாகத் தோன்றியது. மேலாளரின் கோட்டுக்கும் தங்க பிரேம் போட்ட கண்ணாடிக்கும் பளபளக்கும் கிரானைட் மேஜை மேற்பரப்புக்கும் அது பொருத்தமில்லாமல் இருந்தது. அந்தக் காகிதத்தை அவன் பார்க்க வேண்டும் என்ற விருப்பம் அவருடைய பார்வையில் தெரிந்த காரணத்தால் சுய காரணம் இல்லாமல் பார்த்தான்.

இருவரின் பார்வையும் சந்தித்துக் கொண்ட வினாடியில் "இது என்ன தெரிகிறதா?" என்றார்.

அவன் அப்போதும் உண்மையைச் சொன்னான். "தெரியவில்லை"

"இதைக் காலையில் நீ தெருவில் எறிந்திருக்கிறாய்"

"ஓ.. அதுவா சார்..?"

"நீதானே எறிந்தாய்?"

"எப்பவுமே பச்சைக் குப்பைக் கூடையில்தான் போடுவேன். இது வந்து ஒரு பையனை..."

"எத்தனை முறை இப்படி எறிந்தாய்?"

"இரண்டு.. மூன்று தடவை... "

"உண்மையைச் சொல்.. எத்தனை வருடமாக இது நடக்கிறது?"

மேலாளரின் குரல் மாறிவிட்டது. "போலீஸோடு போய் காலையில் உங்கள் வீட்டில் தேடிப் பார்த்தோம்... வேறு எங்கு பதுக்கி வைத்திருக்கிறாய்?"

"என்ன சார் சொல்றீங்க?" ரொம்ப தாமதமாக இந்தக் கேள்வியைக் கேட்டான்.

மேலாளர் பதில் சொல்லவில்லை. காலால் ஏதோ பட்டனை அழுத்தினார். இரண்டு போலீஸ் அதிகாரிகள் உள்ளே நுழைந்தனர். எப்படி சொல்லி வைத்த மாதிரி நடக்கிறது என்று ஆச்சர்யமாக இருந்தது.

முருகனை ஏற இறங்க பார்த்துவிட்டு அமர்ந்தனர்.

"இவன்தானா?" போலீஸ் அதிகாரி தீர்மானமாகக் கேட்டார்.

போலீஸ் அதிகாரிகளுக்கு மேலாளர் ஆங்கிலத்தில் விளக்க ஆரம்பித்தார். முருகனுக்கு ஆங்கிலம் புரியாது. அதிலும் மேலாளரின் ஆங்கிலம் மிகுந்த வேகம் கொண்டது. பின் தொடர முடியாதது. ஓரிரு வார்த்தையாவது புரியுமா என்று கவனித்தான். தன்னைப் பற்றி தவறாக எதையோ புரிந்து கொண்டு அதை உறுதியாகச் சொல்லிக் கொண்டிருக்கிறார் என்று தெரிந்தது.

இந்த நாள் தன் வழக்கமான நாளாக இல்லாமல் போனதற்காக முருகன் வருந்திக் கொண்டிருந்த வேளையில் மேலாளர் ஆங்கிலத்தில் சொல்லிக் கொண்டிருந்தது இதைத்தான்... "எங்களின் எல்லா அறையும் கண்காணிக்கப்படுகின்றன. தேவைப்பட்டால் நாங்கள் உடன்படிக்கைப் போட்டிருக்கும் ஜெர்மன் நிறுவனத்துக்கும் அந்த பதிவுகளை அனுப்புகிறோம். அப்படி ஒப்பந்தத்திலேயே இருக்கிறது. அவர்கள்தான் இவனின் நடவடிக்கையை எங்களுக்குச் சுட்டிக் காட்டினார்கள். சில டெண்டர்கள் எங்களுடைய போட்டியாளர்களுக்கு எப்படிக் கிடைக்கிறது என்பதையும் இதன் மூலம் தெரிந்து கொள்ள முடிந்தது. இவனுடைய சில ஆயிரம் ரூபாய் பேராசைக்காக நாங்கள் பல கோடிகளை இழந்திருக்கிறோம். எப்படி விசாரிப்பீர்களோ, ஆனால் எவ்வளவு ஆவணங்கள் கடத்தப்பட்டுள்ளன, யார் யாருக்கெல்லாம் போயிருக்கிறது என்பது தெரியவேண்டும். இப்போது இவனை விசாரிப்புக்குக் கூட்டிச் செல்லலாம்."

போலீஸ் அதிகாரிகள் விடைபெறும்போது முருகனை நோக்கி "சரி, வா" என்றனர்.

மேலாளரின் மேஜை கடிகாரத்தைப் பார்த்தான் சரியாக நான்கு முப்பத்திரண்டு.

• வார்த்தை மாத இதழ், 2008.

மணமகள்

பூரணிக்கு மட்டும் ஒரு மேஜை விசிறி வைத்திருந்தார்கள். மேலே இன்னொரு பேன் சுழன்று கொண்டிருக்க இது தனி. வாழ்க்கையில் இதற்கு முன்னரோ, இதன் பின்னரோ அவளுக்குக் வாய்க்க முடியாத ஒரு அந்தஸ்து அது. சாயங்காலம் ஐந்து மணி வரைகூட தனக்கு இப்படியரு மரியாதை கிடைக்கும் என்று அவள் எதிர்பார்க்கவில்லை. தயார் நிலையில் இருந்த தாழம்பு ஜடையைத் தலையில் பொருத்தி கைக்கு ஒரு டஜன் கண்ணாடி வளையலை மாட்டி, மஞ்சளும் குங்குமமாக நலங்கு வைத்து முடித்ததும் தானும் மணப்பெண்போல மாறிவிட்டதை பூரணி உணர்ந்தாள். மணமகள் அறையில் டி.வி. பெட்டி அளவுக்கு மாட்டியிருந்த பெரிய நிலைக்கண்ணாடியில் தன்னை முதன்முதலாகப் பார்த்தபோது தானும் மின் விசிறிக்குத் தகுதியானவள்தான் என்று நம்பினாள்.

எங்கிருந்துதான் தன்னைச் சுற்றி இத்தனைப் பெண்கள் வந்து சேர்ந்தார்கள் என்பதும் அவளுக்கு வியப்பாகத்தான் இருந்தது. எப்போதும் ஏறிட்டும் பார்க்காத விஜயாகூட தனக்கு பவுடர் போட்டு மை வைத்துவிட்டதை நினைத்துப் பார்க்கும்போது இது வாழ்விலே ஒரு நாள் என்றுதான் தோன்றியது. எல்லோரும் கொஞ்சிக் கொஞ்சிப் பேசுகிறார்கள். வலிந்து வந்து கிண்டல் செய்கிறார்கள். வியர்த்திருந்தால் துடைத்துவிடுகிறார்கள். "ஜாக்கெட் கலர் இன்னும் கொஞ்சம் டார்க்காக இருந்திருந்தால் மிகப் பொருத்தமாக இருந்திருக்கும்' என்கிறார்கள்.

நேற்றுவரை தலைக்கு எண்ணெய் இல்லாமல், முகமெல்லாம் எண்ணெய் வழிய தையல் பிரிந்த ஜாக்கெட் போட்டிருந்தபோது அவளை யாரும் பொருட்படுத்தாமல் இருந்ததை எல்லோருக்குமேவா நினைவில்லாமல் போயிருக்கும்? "வழக்கமாக நாங்கள்

அப்படித்தான் தமாஷ் செய்து கொள்வோம்’ என்பது போல நடந்து கொண்டார்கள்.

உபயோகிக்காமல் கிடந்த நெல் மண்டியை ஒரு அவசரத்துக்காகக் கல்யாண மண்டபமாக மாற்றியிருந்தார்கள் போலும். அவசரத்துக்கு இந்த மண்டபம்தான் கிடைத்தது என்று பேசிக் கொண்டார்கள். நிதானமாக ஏற்பாடு செய்திருந்தாலும் இதைத்தான் தீர்மானித்திருப்பார்கள். கல்யாண பந்தலும் வாசல் பக்கம் கட்டியிருந்த தோரணங்களும் இது கல்யாண மண்டபம் எனக் காட்டினாலும் நெல் சுணை இன்னும் மிச்சமிருந்தது. மண்டபத்தின் ஒரு மூலையில் கோணிகளும் உமியும் குவிக்கப்பட்டிருந்தது. விசிறிக்காற்றில் இது இன்னும் அதிகமாகவே உறைத்தது. வேறுப் பக்கம் திருப்பி வைத்தாலோ கொசுத் தொல்லை. கேலிப் பேச்சுகள், வலிந்து காட்டிய மகிழ்ச்சிகள், உற்சாகங்கள் எல்லாம் ஓய்ந்து எல்லோரும் தூங்கிக் கொண்டிருந்தனர்.

பூரணிக்குச் சுதந்திரமாக யோசிப்பதற்குக் கொஞ்சம் நேரம் கிடைத்தது.

அப்பாவுக்கு ரொம்ப முடியாமல் போய், கடந்த இரண்டு மாதமாகவே யார், யாரோ பெண் கேட்டு வந்து போனார்கள். நான்கு மணிக்கு பெண் பார்க்க வருகிறார்கள் என்று மூன்று மணிக்கு வந்து சொல்லுவார்கள். பக்கத்து சோடா கலர் அண்ணாச்சியிடம் கடையைப் பார்த்துக் கொள்ளச் சொல்லிவிட்டு, உள்ளே போய் அந்தப் பிரத்யேக புடவையைச் சுற்றிக் கொண்டு காபி போட்டு வைத்துவிடுவாள். சாயங்கால நேரத்தில் வருகிறவர்களுக்கு காபியோடு கடையில் இருந்து கொண்டு வந்த பஜ்ஜியும் வைப்பாள். காலையில் வந்தால் காபியும் மசால் வடையும். காலையில் இட்லியும் மசால் வடையும்தான் கடையில் போடுவது வழக்கம். அம்மா உயிரோடு இருந்தபோதிலிருந்தே அப்படித்தான்.

யாராவது பெண் பார்க்க வந்தால் எப்படா கிளம்புவார்கள் என்ற தவிப்புதான் எல்லாவற்றையும்விட அதிகமாக இருக்கும். சாயங்கால நேரத்தில் அண்ணாச்சி கடைக்கு சரக்கு எடுக்க ஆள்கள் வந்துவிடுவார்கள். பெண் பார்க்க வருகிற நேரத்தில் அவரோட சம்சாரம் லோகாவும் பூரணிக்கு ஒத்தாசைக்கு வந்துவிடுவதால் அவர் பாடு பெண்டு நிமிர்ந்து போகும். “வந்தமா பார்த்தமா போனமானு இல்லாம இங்கயே தங்கப் போறது மாதிரி’ பேசிக் கொண்டிருக்கும்போது பூரணிக்குக் கொஞ்சம் எரிச்சலாகக் கூட இருக்கும். இரண்டு வருஷத்துக்கு முன்னால், பெண் பார்க்க வருகிறார்கள் என்றால் பாட்டி ஊரில் இருந்து யாரையாவது வந்து தங்க வைத்து கொஞ்சம் முன்னேற்பாடெல்லாம் நடக்கும்.

பூரணிக்கே பெண் பார்க்கும் சடங்கு ஓரளவுக்குத் தெரிந்து விட்டதாலும் அடிக்கடி யாரையாவது கூப்பிட்டுக் கொண்டிருக்க முடியாததாலும் பஜ்ஜிக்கு மாவு கரைக்கிற மாதிரி, துணி துவைக்கிற மாதிரி அதையும் வேலையோடு வேலையாகச் செய்து முடித்துவிடுவாள்.

விடிந்தால் கல்யாணம். இந்த நேரத்தில் இப்படி ஒரு திண்டாட்டம். தாம் கழுத்தை நீட்டப் போவது யாருக்கு என்று அவளுக்குத் தெரிவிக்கப்படவேயில்லை. மணமகன் யாரென்று கேட்பது அதிகப்பிரசங்கித்தனமாக இருக்குமோ எனச் சில நாளும் அட அதுகூடத் தெரியாமத்தான் கழுத்த நீட்டப் போறீயா என்று கேலி பேசுவார்கள் என்று சிலநாளும் த்வித்துக் கொண்டிருந்தாள். தெரிந்துதான் என்னப் பண்ணப் போகிறோம் என்ற கேள்விக்கு அவளிடம் விடையில்லைதான்.

ராமாபுரம் செல்லமுத்து முதலிதான் மாடுபிடிக்கிற கையோடு போகிற இடங்களில் மாப்பிள்ளைக்கும் சொல்லி வைத்திருந்தார். இதே மாதிரி மெயின் ரோட்டில் சாப்பாட்டுக் கடை வைத்திருக்கிற நான்கைந்து பேரை சமீபத்தில் கூட்டி வந்திருந்தார். இட்லிக்கு மாவு ஊறப்போட வேண்டிய அவசரத்திலோ, எண்ணெய் கடாயை அணைக்காமல் வந்துவிட்ட தவிப்பிலோ எந்த மாப்பிள்ளை முகமும் சரியாக ஞாபகம் இல்லை.

“எலாவூரான் மாப்பிள்ளையே படிஞ்சு போச்சும்மா... உனக்கு சம்மதம்தான?’ என்று ஒப்புதல் கேட்கிற தொனியில் விஷயத்தைச் சொல்லிவிட்டுப் போய்விட்டார். அப்பாவுக்குக் கைகால் விழுந்த பிறகு அவர் எது சொன்னாலும் அவரவர் வசதிக்கு அவர் சொல்வதை அர்த்தப்படுத்திக் கொள்கிறார்கள். அவர் “ஊஹூம்’ என்று தலையசைத்தாலும் “அவனே “உம் சொல்லிட்டான் அப்புறம் என்னம்மா’ என்று சொல்லிவிடுவார்கள். இதற்கப்புறம் இன்னொரு தரம் மாப்பிள்ளை வீட்டார் வந்து போவார்கள் என்று பூரணியும் மாப்பிள்ளையை அப்போது பார்த்துக் கொள்ளலாம் என்று இருந்துவிட்டாள். கல்யாணத்துக்கு முன்னர் மாப்பிள்ளை யாரென்று தெரிந்து கொள்வது தமக்கான உரிமை என்றுகூட இரவில் கொஞ்சம் யோசித்துப் பார்ப்பாள். ஆனால் பெரியவர்கள் அப்படி நரகத்திலா தள்ளிவிடுவார்கள் என்ற சமாதானமும் கூடவே தோன்றும்.

“கல்யாணத்தன்னைக்கே நிஸ்தாம்பலம் வெச்சுக்கலாம்’ என்று முடிவாகிவிட்டதாக அப்புறம்தான் தெரிந்தது.

அதன் பிறகு யார் மாப்பிள்ளை என்று எப்படி விசாரிப்பது என்று தெரியவில்லை. திருமணம் முடிவானதும் சொந்த பந்தங்கள் எல்லாம் மாப்பிள்ளை வீட்டுக்குப் போய் பார்த்துவிட்டு வந்தனர்.

அதில் யாரிடம் மணமகனைப் பற்றி விசாரிப்பது என்று தெரியவில்லை. விசாலாட்சி கிழவியும் சுசீலா அத்தையும் மாமாவும் போய் வந்தார்கள். மூன்று பேராகப் போகக் கூடாது என்பதால் செல்லமுத்து முதலியும் அவருடைய அக்காவும்கூட போனார்கள். ஆனால் யாருமே மாப்பிள்ளையைப் பற்றி விவரிக்கவில்லை. போய் வந்ததும் விசாலாட்சி கிழவி, "எம்மாடி... உன்னாட்டம் ஒண்ரையணா கடை இல்லடி அது... அண்டா, குண்டா, அடுக்குச் சட்டினு டெய்லி நீ தேச்சுப் போட வேண்டியது ஒரு வண்டி சாமான் இருக்கு' என்றது.

கிழவி சொன்ன இந்த அடையாளத்தை வைத்துப் பார்க்கும்போது முதலில் வந்து ஆவணி மாசம் அமாவாசைக் கழிச்சு வந்தவங்களாத்தான் இருக்கும் என்று தோன்றியது. ஆள் கொஞ்சம் கருப்புதான். முன் வழுக்கையும் இருந்தது.

வெள்ளை வேட்டியும் சட்டையும் போட்டிருந்தது ஞாபகம் இருந்தது. "பேச்செல்லாம் கொஞ்சம் தூக்குதலாகத்தான் இருந்தது. நல்ல உழைப்பாளியாட்டம் இருந்தது. கண்ணு ரொம்ப சிவந்து இருந்தது. குடிப்பாரா இருக்கலாம். பொழுதன்னைக்கும் வேலையா இருக்கிற மனுஷன் ராத்திரி ரவ குடிச்சாத்தானே தூக்கம் வரும்?'

இப்படித்தான் மனசில் தன் கணவனை உருவாக்கி வைத்திருந்தாள் பூரணி. லோகாதான் குழப்புகிறாள். "ஏண்டி ஒரு தடவை கடைக்கு வந்து பார்த்துட்டுப் போனாரே அவர்தான் மாப்பிள்ளை' என்கிறாள்.

"எலாவூர்ல இருந்து வந்து பொண்ணு பார்த்துட்டுப் போனது அவர்தான்டீ' என்று அடித்துச் சொல்கிறாள்.

ஒரு நாள் மத்தியானம் கடையில் உட்கார்ந்து கரும்பு மென்று கொண்டிருந்தபோது வந்தார் அவர். அவர்கள் அப்பாவும் அம்மாவும் வந்தபோது அவருக்கு ஏதோ வேலை என்று வரமுடியவில்லை. பெண் எப்படி என்று பேச்சுக் கொடுப்பதற்காக வந்திருந்தார். வந்தவர், கடை வாசலில் நின்றபடி "பனங்கிழங்கா அது? என்னவிலை எனக்கு ரெண்டு குடுமா?' என்று ஆரம்பித்தார். "இது விக்கிறதுக்கு இல்லண்ணே.. சும்மா நான் சாப்பிட்றதுக்கு வெச்சிருக்கேன்... இது பனங்கிழங்கில்லண்ணே, கரும்பு...' என்றபடி வாயில் மென்று கொண்டிருந்த கரும்புச் சக்கையை எடுத்து ஆதாரத்தோடு காண்பித்தாள்.

முகத்தருகே நீட்டப்பட்ட கரும்புச் சக்கையைப் பார்த்துச் சிரித்துவிட்டுப் போய்விட்டான்.

அவர் சிவப்பா ஒடிசலா பேண்ட் போட்டுக்கிட்டு இருந்தார். எலக்ட்ரிக் வேலை செய்வதாக சொல்லியிருந்தார்கள்.

'இது ரெண்டுல யாரா இருந்தாலும் பரவாயில்லை' என மனதைத் தயார் படுத்தியிருந்தாள். செல்லமுத்து முதலி நேத்து வந்து புதுதாகக் குழப்பிவிட்டுப் போய்விட்டார்.

"உனக்கென்னம்மா நல்ல நாத்தனார் கிடைச்சுட்டா. பொண்ணு பாக்கும்போதே உங்கிட்ட சினேகிதமாயிடுச்சே அந்தப் பொண்ணு' என்றார்.

பூரணிக்கு மேலும் சிக்கலான குறிப்பாக இருந்தது இது. ஏனென்றால் அவள் யோசித்து வைத்திருந்த அந்த இரண்டு பேரும் இல்லாத இன்னொருத்தரைத்தான் அவர் சொல்கிறார். அப்படி அண்ணனும் தங்கையுமாக வந்தது இந்த இருவருமற்ற வேறொருவர் என்பதாக நினைவு. செல்லமுத்து முதலி யாரையோ யாருடனோ மாற்றி அண்ணன் தங்கையாகச் சொல்கிறார். அன்று வந்தவர் வேட்டியும் ரோஸ் கலர் சட்டையும் போட்டிருந்தார். ஓயாமல் இருமிக் கொண்டிருந்தார். வந்த வேகத்தில் பத்து பீடி பிடித்தார். திண்ணைப் பக்கம் சளியாகத் துப்பி வைத்திருந்தார். தான் மணக்கப் போவது அவராக இருக்கக் கூடாது என்று நினைத்தாள். யாராவது ஒரு போட்டோ கொண்டு வந்து காட்டினால் நன்றாக இருக்குமே என்ற தவிப்பு இருந்தது. ஆனால் பத்திரிகை அடித்து, கூரை புடவை எடுத்து, பத்து பாத்திரமெல்லாம் வாங்கியான பின்பு யார் மாப்பிள்ளையாக இருந்து என்ன செய்ய முடியும் என்று ஒரு அசூசையும் இருந்தது மனதுக்குள்.

கடைசி கடைசியாக அவளுக்குத் தோன்றியதெல்லாம் தாம் யோசித்த இந்த மூவரில் ஒருத்தர்தானா? இது இல்லாத வேறு ஒருத்தரா என்பதைத் தெரிந்து கொள்கிற சிந்தனையாக மாறிவிட்டது. எப்போது தூங்கினாள் என்று நினைவில்லை. எழுப்பி குளித்துவிட்டு வரச் சொன்னார்கள். மேளச் சத்தம் கேட்டது. கூடத்தில் பார்த்தபோது அப்பாவை யாரோ குளிப்பாட்டி புது வேட்டியும் சட்டையும் மாட்டி உட்கார வைத்திருப்பது தெரிந்தது. அப்பாவையும் வீட்டில் வைத்துப் பார்த்துக் கொள்வதாகச் சொல்லியிருக்கிறார்கள். அதற்காக ரோட்டு மேல் இருக்கிற கடையை மாப்பிள்ளைக்குக் கிரயம் செய்து கொடுப்பதாகப் பேச்சு. குறை காலத்தை அவரை முகம் சுளிக்காமல் பார்த்துக் கொண்டால் போதும். அம்மா செத்த பிறகு எல்லாமே அவர்தான். ஒத்த ஆள், ஒரு பொட்டை புள்ளையை ஆளாக்கிறது அவ்வளவு சுலபமா? அவர் அங்கிருந்து தன்னைத்தான் பார்த்துக் கொண்டிருப்பதாகத் தோன்றியது. யாரோ தலையைச் சீவி நேற்றைய ஜடையை மீண்டும் மாட்டினார்கள். கையில் வரிசைத் தட்டைக் கொடுத்து மணமேடைக்கு அழைத்துச் சென்றார்கள். பந்தலில் மணமகன் அமர்ந்திருப்பது உத்தேசமாகத் தெரிந்தது.

யாரோ 'பொண்ணுக்கு வெக்கத்தப் பாரு' என்றார்கள். பூரணிக்கு ஒருவித பயம்தான் இருந்தது.

மணப் பலகையில் அமர்ந்து ஓரக்கண்ணால் தன் அருகில் அமர்ந்திருப்பவரைப் பார்த்தாள்.

● திண்ணை.காம், தினமணி கதிர், 2010.

அதிகாரி ஸார்

அவரால் ஒரு ஆபத்தும் இல்லை என்று நன்றாகத் தெரிந்தும் அனைவருக்கு அதிகமாகவே பயப்பட வேண்டியிருந்தது. சொல்லப் போனால் இன்று இரவுக்குள் அவர் நரகத்துக்குப் போய்விட்டால் (அங்குதான் போவார் என்பதில் உறுதியாக இருந்தனர்) தங்கள் வாழ்க்கையின் பெரும் தொல்லையெல்லாம் ஓர் நாளில் ஒழிந்ததென்று கொண்டாடவும் தயாராக இருந்தனர்.

அவர் மரணம் எப்படி அமைய வேண்டும் என்று சகலருக்கும் ஒரு தனித்தனியே ஆசைகள் இருந்தன.

அவர் போகிற கார் குப்புற கவிழ்ந்து பாழுங்கிணற்றில் விழுந்து ஒருவாரம் கழித்துதான் அவரை கண்டெடுக்க வேண்டும் என்பது ஃபோர்மேன் சதாசிவத்தின் கனவாக இருந்தது.

ஆஸ்திரேலியா போகும்போது விமானம் ஹைஜாக் செய்யப்பட்டு தீவிரவாதிகளால் இவர் முதல்பலியாக வேண்டும் என்பது மானேஜர் பிரகாஷின் ஆசை.

“கத்தி எடுத்துக் குத்திட்டு ஜெயிலுக்குப் போறேன்டா.. மத்தவங்களாவது சந்தோஷமா இருக்கட்டும்” என்பான் மிஷின் ஆபரேட்டர் செல்வராஜ்.

பாதைகள் வேறுவேறாக இருந்தாலும் எல்லோருடைய இலக்கும் ஒன்றாகத்தான் இருந்தது. அவரவர் நிலைமைக்கு ஏற்பத்தானே நினைவுகளும் இருக்கும்....? வெள்ளத்தனையது மலர் நீட்டம்.

அந்த மனிதர் மீது அப்படியென்ன கோபம்? என்னதான் மன வருத்தம் இருந்தாலும் ஒரு மனிதன் தான் விரோதித்த மனிதன்

இறந்து போய்விட வேண்டும் என்று நினைப்பானா? மனித நாகரீகம் இதுகாறும் கற்பித்த சகிப்புத்தன்மையும் நேயமும் இதைத்தானா? என்று பதறுபவர்கள் மட்டும் மேற்கொண்டு இக்கதையைப் படியுங்கள்.

நீங்கள் பார்க்கத் துடிக்கும் அந்த நபரின் பெயர் பஞ்சாபகேசன். தென்னிந்தியாவில் பெயிண்ட் தயாரிக்கும் மிகவும் பெயர் பெற்ற நிறுவனத்தின் ஐந்து டைரக்டர்களில் மூத்தவர். சொத்து சமாசாரத்துக்காக வயதில் மூத்த அவரையும் ஒரு டைரக்டராகச் சேர்த்து அவருக்கும் பிரம்மாண்டமாய் ஒரு அறையும் அட்டண்டரும் சமத்துவமான அந்தஸ்தும் கொடுத்திருந்தாலும் மற்ற நான்கு பேர் எடுக்கிற முடிவுதான் முடிவு. இவர் ஒப்புக்குச் சப்பாணி மாதிரிதான்.

பெயிண்ட் தயாரிப்பு பற்றியோ, அது எங்கெல்லாம் அனுப்பி வைக்கப்படுகிறதென்றோ, ஷேர் நிலைமை எப்படி இருக்கிறதென்றோ, ஆண்டு வருமானம் எவ்வளவு என்றோ அவர் கிஞ்சித்தும் அறிந்தவர் இல்லை. அப்படியிருக்கும் ஓர் அப்பிராணியை எதற்காக எல்லோரும் இப்படி நிந்திக்க வேண்டும்?

தினமும் அவர் அலுவகத்துக்கு வருவார். வந்ததும் வராததுமாக அழைப்பு மணியை ஆவேசமாக அழுத்தி தலைமுழுகிப் போகிற காரியம்போல அட்டண்டரை அழைப்பார்.

“அவனைக் கூப்பிடு” என்பார். அட்டண்டர் ஒரு போதும் ‘எவனை?’ என்று எதிர் கேள்வி கேட்டதில்லை. அப்படி கேட்டவன் எல்லோரும் ஒருவாரம் டிஸ்மிஸ் செய்யப்படுவார்கள். சஸ்பெண்ட் என்பதைத்தான் அவர் டிஸ்மிஸ் என்பார்.

“என்னையே எதிர்த்து கேட்கிறியா நீ? உனக்கு நான் சம்பளம் தர்றேனா... இல்லை எனக்கு நீ சம்பளம் தர்றியா? கூப்படச் சொன்னா கூப்பிட வேண்டியதுதானேடா மடையா. நீ என் கண் முன்னாடி நிக்கக் கூடாது. ஒருவாரம் டிஸ்மிஸ்... நீ போய் அவனைக் கூப்பிடு.”

மீண்டும் “எவனை?” என்று கேட்டு இன்னொரு வாரம் டிஸ்மிஸ் ஆகும் தைரியமில்லாமல் சின்ன முதலாளியைப் பார்த்து விஷயத்தைச் சொல்லி இரண்டொரு நாள் அவர் கண்ணில் படாமல் வேறு ஒரு டிபார்ட்மண்டில் வேலை பார்ப்பான் அட்டண்டர்.

ஆகவே “கூப்பிடு அவனை’ என்றால் எவனையாவது எதிரில் போகிறவனைக் கூப்பிட்டு “சார் கூப்பிட்டாரு” என்பது அட்டண்டரின் வழக்கம்.

அன்றொரு நாள் சிக்கியவன் அக்கவுண்ட்ஸ் மேனேஜர்.

அட்டண்டர் சொன்னதின்பேரில் உள்ளே போனவனை, “நீ

ஏன் உள்ள வந்தே?" என்றார். அக்கவுண்ட் மேனஜர் புதிதாக வேலைக்கு வந்தவர். "நீங்கதான் கூப்பிட்டீங்கன்னு அட்டன்டர் சொன்னான்" என்றான்.

"எவனாவது சொன்னா உள்ள வந்திட்றதா? சரி.. சரி .. நீ என்ன வேலை செய்யறே?"

"அக்கவுண்ட்ஸ் மேனேஜர்."

"கணக்கு வழக்கெல்லாம் நல்லா தெரியுமா?"

"தெரியும்."

"சரி. நான் ஒரு கணக்கு சொல்றேன்... அஞ்சு ரூபா குடுத்தா மீதி எவ்வளவு?"

"....."

"தெரியும்னா தெரியும்னு சொல்லு. தெரியாதுனா தெரியாதுனு சொல்லு. இந்த முழி முழிக்கிறே?"

ஆசாமி கிண்டல் செய்கிறாரா, கிறுக்கனா, நமக்குத்தான் கேள்வி புரியவில்லையா என்ற பல்வேறு வாய்ப்புகளையும் யோசித்து முடிப்பதற்குள் "முட்டாப் பயலையெல்லாம் வேலைக்கு எடுத்திருக்காம்பா" என்று சகட்டுமேனிக்கு ஏறி அடிக்க ஆரம்பித்தார்.

"அஞ்சு ரூபா கொடுத்து என்ன வாங்கச் சொன்னீங்கன்னே சொல்லையே சார்..."

"நீ என்ன கம்பெனிக்கு சேமிக்க வந்தியா? செலவழிக்க வந்தியா? சரி போ.. நீ போய் அவனை வரச் சொல்லு."

அக்கவுண்ட்ஸ் மேனேஜர் இதை ஒரு புகாராக ஜெனரல் மேனேஜரிடம் சொல்ல... "அவர் அப்படித்தாம்பா. நீ கண்டுக்காதே" என்றார்.

அப்படி கண்டு கொள்ளாமல் விட்டவர்கள் இங்கு நெடுங்காலமாகப் புலம்பியபடியே வாழ்ந்துவந்தனர். கண்டு கொண்டவர் வேறு வேலைக்குப் போய்விட்டனர்.

அன்றொரு நாள் பஞ்சாபகேசன் ரவுண்ட்ஸ் வரும்போது, லாரிக்காரன் கிடங்கின் வாசலிலேயே எண்ணெய் ட்ரம்மை இறக்கி வைத்துவிட்டுப் போய்விட்டதைக் கண்ணுற்றார். "டேய் இதை ஓரமாகத் தள்ளி வைடா" என்றார் எதிர்பட்டவனை.

அந்த எண்ணெய் ட்ரம்மின் மூடியைக்கூட தள்ளும் திராணியற்றவன் அவன்.

அவன் அனுபவப்பட்டவன். அடுத்த வினாடி அவன் தன்

உதட்டைக் கடித்துக் கொண்டு தம் பிடித்து ட்ரம்மைத் தள்ள முயற்சி செய்தான். அதாவது ஒரு கோழியின் இறகைத் தள்ளும் அளவுக்குக்கூட அழுத்தம் கொடுக்கவில்லை. வெறும் பாவனை மட்டும் செய்தான்.

இப்படியான விசுவாசமான ஊழியனை அவர் மனதார நேசித்தார். தன்னால் முடியாவிட்டாலும் சிரமப்பட்டு முயற்சி செய்கிறானே என்று பூரித்துப் போனார். “ஏண்டா மடையா, ஒரு ஆளால தள்ள முடியுமாடா... போய் நாலு பேரைக் கூட்டிக் கிட்டு வாடா.”

போனவன், அந்தப் பக்கம் இருந்த நாலுபேரை “ஐயா கூப்பிட்றாரு' என்று அனுப்பிவிட்டு வேறு பக்கம் கம்பி நீட்டினான்.

உண்மையில் இந்த மாதிரி ட்ரம்முகளை லாவகமாக நகர்த்து வைப்பதற்கென்றே லிஃப்ட் வாகனங்கள் அங்கு இருந்தன. அதைப் பயன்படுத்தலாம் என்று கருத்து சொன்னால் என்ன பின் விளைவுகள் ஏற்படுமோ என அந்த நால்வரும் சொந்த சக்தியாலேயே நகர்த்தி முடித்தனர்.

யோசித்துப் பார்த்தால் அவருக்கு அங்கு எந்த வேலையும் இல்லை. ஆனால் எல்லோரையும் வேலை வாங்க வேண்டுமென்று அவர் விரும்பினார். நாம் ஒரு நாள் கம்பெனிக்குள் செல்ல வில்லையென்றாலும் எல்லாமும் குட்டிச் சுவராகிவிடும் என்று அவர் நம்பினார். ஊழியர்களுக்கு அவர் ஒரு நாள் வரவில்லையென்றாலும் தீபாவளியாக இருந்தது. இந்த மாதிரி ஒரு நபரை மற்ற டைரக்டர்கள் எதற்காக கம்பெனிக்குள் அனுமதிக்கிறார்கள் என்பது புரியாத புதிராக இருந்தது. இந்த மாதிரி ஒரு அதட்டலுடன் ஒரு பெருசு உலாவிக் கொண்டிருப்பதும் நல்லதுதான் என்று அவர்கள் விட்டுவிட்டார்கள் போலும்.

ஏதோ கிறுக்கன் என்று அவரை உதாசீனப்படுத்திவிடவும் முடியாது. அவர் உணரும் விதமாக அவரை அவமானப்படுத்திவிட்டால் போச்சு. அதோடு சீட்டைக் கிழித்துவிடுவார்கள். தான் அவமானப்படுவதை அவர் எந்தச் சந்தர்ப்பத்தில் உணர்வார் என்பது தெரியாது. மேலே சொன்ன சம்பவத்தில் முதலில் அந்த ட்ரம்மை தள்ளியவன் சொல்லிக் கொள்ளாமல் கம்பி நீட்டி விட்டது அவரை அவமானப்படுத்திய செயல் என்று நினைத்தால் அதை அவர் பெரிதாக எடுத்துக் கொள்ளவில்லை. ஐந்து ரூபாய்க்கு என்ன வாங்க வேண்டும் என்று திருப்பிக் கேட்டவன் அவமானப்படுத்தியவன் ஆகிறான். அவர் அவமானப்படும் மையம் மற்றவர்களின் இயல்பில் இருந்து மாறுபட்டிருந்தது.

இந்தக் கம்பெனியில் பணியாற்றுவதற்குப் பெயிண்ட் தயாரிப்பு முறை தெரிந்திருந்தாலோ, கம்பெனி நிர்வாகம் தெரிந்திருந்தாலோ,

வாகனம் ஓட்டத் தெரிந்திருந்தாலோ போதுமானதாக இல்லை. பஞ்சாபகேசனின் மனதைப் புரிந்து கொண்டு செயல்படுவது முக்கியமானதாக இருந்தது.

மனித மனம் எப்போதும் சுதாரிப்போடு இருக்க முடியுமா?

ஒரு சில நேரங்களில் "அவர் பார்வையில்' எதிர்த்துப் பேச வேண்டியதாகவும் அவரை அவமானப்படுத்துவதாகவும் அமைந்துவிடுகிறது. குறைந்த பட்சம் இந்த டிபார்ட்மென்டில் இருந்து இன்னொரு டிபார்ட் மென்டுக்குத் தூக்கி எறிவது முதல் அல்லது நாமாக வேலையை விட்டுப் போவது வரை நடந்துவிடுகிறது. அதனால் எப்போதும் நித்தியகண்டம் பூர்ண ஆயுசு நிலை. இந்தக் கிறுக்குப் பயலுக்காக வேலையை விட்டுவிட வேண்டுமா என்று நினைப்பவர்கள், வேறு போக்கிடம் இல்லாதவர்கள், எந்த கம்பெனிக்குப் போனாலும் இப்படி ஒரு லூஸஹப் பயல் இருக்கத்தான் செய்வான். இப்படியெல்லாம் சமாதானம் சொல்லிக் கொண்டவர்கள் மட்டும்தான் அங்கு பணியாற்றிக் கொண்டிருந்தார்கள். இச் சூழல் நிமித்தமாகத்தான் பஞ்சாபகேசன் இந்த பூமியில் இல்லாமல் இருந்தால் சிறப்பாக இருக்கும் என்று ஊழியர்கள் எண்ணுவதற்குக் காரணம்.

செல்லமுத்துவுக்கு ஒரு குறைந்த பட்ச ஆசை இருந்தது. பஞ்சாபகேசனை ஒரு அசந்தர்ப்பமான நேரத்தில் சட்டென செருப்பைக் கழற்றி அடித்துவிட வேண்டும் என்று திட்டமிட்டு வைத்திருந்தான். தனியாக இருக்கும் நேரத்தில் அப்படி செய்துவிட்டால் பதிலுக்குத் திருப்பி அடிப்பானா, அல்லது வேலையைவிட்டு நீக்குவானா? அல்லது கழுத்தை வெட்டி விடுவானா, போலீஸில் சொல்லி ஜெயிலில் தள்ளுவானா என்று நீண்ட நாள்களாக யோசித்து வைத்திருந்தான்.

இரவு எட்டு மணி வாக்கில் தாமதமாகப் புறப்பட்டார் பஞ்சாபகேசன். கம்பெனி இருந்த வளாகத்திலேயே பின் பக்கத்தில் அவருக்கு வீடு. நடந்துதான் போவார். வெளிச்சம் கொஞ்சம் இருந்தால் அந்த தூரத்தையே இரண்டு நடையாக நடந்து வாக்கிங் பயிற்சி போலவும் செய்வார்.

தொந்திக்கு மேல் அரிசி மூட்டைக்கு பட்டை கட்டியது மாதிரி பெல்ட் கட்டியிருந்தார் பஞ்சாபகேசன். கம்பெனிக்கு வருவதற்கு மட்டும்தான் பேண்ட், சட்டை. மற்ற நேரங்களில் எப்போதும் முழங்கால்வரை தூக்கிக் கட்டிய நாலூ முழம் வேட்டி மட்டும்தான்.

கிளம்பி வெளியே போனவர் இருட்டைப் பார்த்துவிட்டு திரும்பினார். மனிதருக்குப் பேய் பயம் அதிகம். "டேய் யாருடா?" அங்கே என்றார்.

செல்லமுத்து இந்த மாதிரி தருணத்துக்காகத்தான் காத்திருந்தான். பேச்சு கொடுத்தபடியே நடந்தார்.

"இந்த ஷிப்ட்ல எத்தனை பேரு?"

"12 பேர் இருக்கோம்யா."

"உம் பேர் என்ன சொன்னே?"

பார்க்கும் போதெல்லாம் கேட்கிற வழக்கம்தான். சொன்னான். பின்பக்கமாகவே அடித்துவிடலாமா என்று யோசித்தான். கிழம் வேகமாக நடைபோட்டுக் கொண்டிருந்தது. நின்று செருப்பைக் கழற்றுவதற்குள் திரும்பிவிட்டால் என்ன செய்வதென்று தெரிய வில்லை. கொக்கி வைத்த செருப்பு. சட்டென்று அவசரத்துக்குக் கழலுமா என்பதே சந்தேகமாக இருந்தது. செருப்பையும் அவருடைய பின் மண்டையையும் பார்வையால் அளந்து கொண்டான்.

"என்னடா கேட்ட கேள்விக்கு பதிலைக் காணோம்?"

"என்னஙகய்யா?"

"எத்தனை பசங்க உனக்குன்னேன்? இந்த உலகத்திலேயே இல்ல போல..."

"ரெண்டு. பையன் ஒண்ணு. பொண்ணு ஒண்ணு."

செல்லமுத்து குனிந்து செருப்பை...

"என்னடா... செருப்பு அறுந்துப் போச்சா" என்பது மாதிரி நின்றார். வீடு கிட்டத்தில் வந்துவிட்டது. இனி பயமில்லை அவருக்கு.

"நீ என்டா என்கூட வந்தே? வேலை நேரத்தில என் பின்னாடி அலையறே?"

"ஐயா நீங்க பேசிக்கிட்டு வந்தீங்க. நானும் பதில் சொல்லிக்கிட்டு வந்துட்டேன்யா."

"அடப் பயித்தியக்காரா... உனக்கு எத்தனைக் குழந்தைங்கங்கிறது அவ்வளவு முக்கியமா... நாளைக்குப் பொழுதோட கேட்டுத் தெரிஞ்சுக்க மாட்டனா? சரி.. ஓடு."

பேச்சுத் துணைக்கு இழுத்து வந்துவிட்டு இப்படி பழி போடுகிறானே என்ற ஆத்திரமும் சேர்ந்து கொண்டது செல்ல முத்துக்கு. அவசரமாக நடந்து போய்க்கொண்டிருந்த பஞ்சாபகேசனை விரட்டிச் சென்று செருப்பால் ஒரு போடு போட்டுவிடவேண்டும் என்ற சிந்தனை உடலில் உஷ்ணத்தைக் கிளப்பியது. வினாடியில் ஜுரம்போல கொதித்தது உடம்பு. கண்கள் ஜிவ்விடுவது தெரிந்தது. செருப்பைக் கழிற்றிக் கொண்டான். இந்த லூஸஹப் பயலை எதற்காக அடிக்க வேண்டும். அப்படி என்ன கெட்டது பண்ணிவிட்டான்

நமக்கு என்றும் தோன்றியது. அவரை நோக்கிப் போகலாமா, வேலையைப் பார்க்கப் போகலாம் என்ற மனக் குழப்பம். கால்கள் முன்னும் பின்னுமாக நடைபோட்டுப் பின்னிக் கொண்டது. கையில் செருப்போடு மாயக் கயிறு கொண்டு கட்டப்பட்டவன் மாதிரி தத்தளித்தான்.

"டேய் என்னடா இன்னும் நிக்கிறே....?"

இந்த நேரத்தில் பின் வாங்குவது மிகப் பெரிய கோழைத்தனமாக இருந்தது அவனுக்கு. சட்டென பஞ்சாபகேசனை நோக்கி வேகமாக நகர முற்பட்டான். நிலை தடுமாறி பொத்தென்று கீழே விழுந்தான். கால் இடறியதா? நினைவு தப்பியதா? கல் எதுவும் தட்டியதா ? சட்டென உணரமுடியவில்லை. "என்னடா ஆச்சு... பாத்து வரப்படாது" என்று ஓரடி நெருங்கி வந்தவர், செல்லமுத்து தலையைப் பிடித்துக் கொண்டு துடிப்பதைப் பார்த்து பதறினார். கல் பாய்ந்து ரத்தம் வழிந்து கொண்டிருந்தது.

"டேய் யாருடா அங்கே?" என உரத்துக் குரல் கொடுத்தார்.

காக்கிச் சட்டை பேண்டுடன் ஒருவன் ஓடிவந்தான்.

"யாருடா நீ?"

"செக்யூரிட்டி."

"செக்யூரிட்டியா நீ..? அப்பிடித்தான் சொல்லிக்கிட்டு திரியறயா..? செக்யூரிட்டினா என்ன மீனிங் தெரியுமாடா உனக்கு..? யாராவது என்னைச் சுட வந்தா நீ முன்னாடி வந்து உயிரைக் கொடுக்கணும். நீ எனக்காக உயிரைக் கொடுப்பியா..? சும்மா ஒரு பேச்சுக்காகவது சொல்லேன் பாக்கலாம். ம்... சரி.. சரி. ஓடு. அதோ அங்க ஒருத்தன் மயக்கம் போட்டு விழுந்துட்டான். மானேஜர் கிட்ட சொல்லி அவனை அஸ்பித்திரில சேக்கிற வழிய பாரு. அவன் உயிரையாவது காப்பாத்துவியான்னு பார்க்கிறேன்" உலகத்தின் அத்தனை தொழிலாளர்கள் மீதும் சலிப்புற்று வீட்டை நோக்கி நடந்து கொண்டிருந்தார்.

வாசலில் "செவிட்டுக் கிழம்... எத்தனைவாட்டி கூப்பிட்றது? அங்க என்ன செக்யூரிட்டிகிட்ட பேச்சு" - அது அவருடைய மனைவியின் குரல்.

"வேலையெல்லாம் முடிச்சுட்டு வரணுமில்ல?" என்று இரண்டடி ஓர் அடியாகத் தாவி ஓடினார் பஞ்சாபகேசன்.

தினமணி, இளைஞர் மணி. 2009.

மஞ்சு அக்காவின் மூன்று முகங்கள்

நான் நான்காம் வகுப்பு படித்த போது பார்த்த அந்த முகம்தான் கடந்த நாற்பது ஆண்டுகளுக்கும் மேலாக என்னைப் பொறுத்தவரை மஞ்சு அக்காவுக்கான முகம். ஏனென்றால் அதன் பிறகு அவரை நான் பார்க்கவில்லை. தொடர் வண்டியின் எத்தனை நிறுத்தங்களைக் கடக்கும் போதும் அதிக மாற்றமில்லாமல் தோன்றும் ரயில் நிலையம் போல என் வயதுக்குமான முகமாக இருக்கிறது மஞ்சு அக்காவின் முகம். அந்த முகத்துக்கு மட்டும் முதிர்ச்சியே இல்லை. பளிச்சென்று துறு துறு முகம் அது. அந்தக் கண்களும் உதடுகளும் இன்றும் பிரகாசமாகவே இருக்கின்றன. தேவைப்பட்ட போதெல்லாம் மனதின் ஆழத்தில் இருந்து மிதந்து மிதந்து மேற்பரப்புக்கு வந்து பரவசமூட்டுவதாக அது இருக்கிறது.

சொல்லப் போனால் அக்கா என்று அவரை நான் அழைப்பது அத்தனை சரியில்லை. அது அந்த உறவின் பெயரைக் கொச்சைப்படுத்துவதாக இருக்கும்.

நான் மீன் வரைவதற்குக் கைபிடித்துச் சொல்லித் தந்தவர் மஞ்சுளா அக்காதான். அவர் மிகச் சுலபமாக மீன்களை வரைந்தார். பென்சிலை இப்படியும் அப்படியும் சுழற்றினால் அது மீனாக மாறிவிடுவதாக நான் ஆச்சர்யப்பட்டேன். அவர் கையெழுத்து முத்து முத்தாக இருக்கும். புதிதாகத் திருமணமாகி நாங்கள் இருந்த வீட்டுக்குக் குடிவந்திருந்த மஞ்சு அக்காவுக்குக் குழந்தைகள் இல்லாததால் எனக்கு அவர்கள் வீட்டில் மிகுந்த செல்வாக்கு இருந்தது. சுரேஷ் அங்கிள் எனக்காக என்றே கேக்கும் சாக்லெட்டும் வாங்கி வர ஆரம்பித்திருந்தார். நான்காம் வகுப்பு படித்தபோது எனக்கு வேறென்ன தேவை இருக்க முடியும்? சாப்பிட சாக்லெட், ஹோம் ஒர்க் செய்ய ஒரு ஆள்.

சுரேஷ் அங்கிள் என்னை "மயங்குகிறாள் ஒரு மாது' என்ற படத்துக்கு அழைத்துச் சென்றார். அது என் வயதின் ருசிக்கு ஏற்ற படம் அல்ல. அதில் கணவன் மனைவிக்குள் சந்தேகம் வந்து தத்தளிக்கிற படம். மனைவி வேறொருவனுடன் பழகியதைத் தெரிந்து கணவன் அவனைச் சந்தேகிப்பதுகூட ஓரளவுக்குப் புரிந்தது; ஆனால் அதற்காகக் கணவனும் மனைவியும் ஏன் அவ்வளவு கவலைப்படுகிறார்கள் என்பதுதான் அப்போது புரியாததாக இருந்தது.

"படம் பிடிச்சிருக்கா?" ரிக்ஷாவில் வீடு திரும்பும்போது சுரேஷ் அங்கிள் கேட்டார்.

செலவு செய்து அழைத்துச் சென்றவரின் மனம் நோகக்கூடாது என்பது போன்ற ஒரு காரணத்தால் பிடித்திருக்கிறது என்று சொன்னேன்.

கொஞ்ச நேரம் சைக்கிள் ரிக்ஷாவின் செயின் சுழலும் சத்தம் மட்டும் கேட்டுக் கொண்டிருந்தது. அவர் ""சந்தேகம் வீட்டுக்குள்ள நுழைஞ்சுட்டா வீடு அவ்வளவுதான்" என்றார்.

ஒரு அதிகாலைப் பொழுதில் அவர் எங்கள் வீட்டுக்கு வந்து "மஞ்சுவைக் காணலை" என்றார். வீட்டுக்குள் தூங்கிக் கொண்டிருந்தவர் எப்படிக் காணாமல் போய்விட முடியும் என்று குழம்பிப் போய் நான் பதறினேன்.

"நைட் எனக்கும் அவளுக்கும் சண்டை... அடிச்சுட்டேன். ராத்திரி முழுக்க தூங்காம உட்கார்ந்து அழுதுகிட்டு இருந்தா. மூணு மணிக்குக் கொஞ்சம் அசந்துட்டேன். நாலு மணிக்குப் பார்க்கிறேன்... காணோம்" என்றார்.

அதன் பிறகு என்னை அவர்கள் அங்கே இருக்க அனுமதிக்கவில்லை. ஆனால் அதன் பிறகு அவர்கள் தனியாகப் பேசிக் கொண்டிருந்த அடுத்த சில மணி நேரத்தில் அந்த வீட்டின் குடித்தனக்காரர்கள் எல்லோரும் பேசிக் கொண்டிருக்கும் விஷயமாக இருந்தது. வீட்டின் எதிரில் இருந்த லாண்டரி கடை, பக்கத்தில் இருந்த தையல் கடை எல்லாவற்றிலும் அந்தப் பேச்சு ஓடியது.

மஞ்சு அக்கா இதே வீட்டில் இருக்கும் மனோகரிடம் தொடர்பு வைத்திருந்ததால்தான் அந்தச் சண்டை என்று அப்போது காதில் வாங்கிக் கொண்டு அடுத்த பத்தாண்டுகளில் அந்த விவகாரத்தைப் புரிந்து கொண்டேன்.

வீட்டை விட்டுப் போன மஞ்சு அக்கா கங்காதீஸ்வரர் கோவில் அருகே விஷம் குடித்து மயங்கி விழுந்து கிடக்க யாரோ காப்பாற்றி வீடு கொண்டு வந்து சேர்த்திருந்தார்கள். அடுத்த சில நாட்களில் அவர்கள் தங்கள் சொந்த ஊருக்குப் போய் குடியேறினார்கள். எங்கள்

தெரு வாய்களுக்கும் சில நாள்களில் மெல்லுவதற்கு வேறு அவல் கிடைத்தது. அக்கா திடீரென்று ஊரைவிட்டுப் போய்விட்டார்கள் என்பது பெரிய வருத்தமாக இருந்தது. அக்காவைப் பற்றி யார் என்ன பேசிக் கொண்டிருந்தாலும் எனக்குக் கண்களில் நீர் துளிர்ப்பது வழக்கமாக இருந்தது. சமயத்தில் அவர்கள் அக்காவைப் பற்றி அவதூறாகப் பேசிக் கொண்டிருந்தாலும் நான் ஒரு மௌன சாட்சியாக அழுது கொண்டிருந்தேன்.

மஞ்சு அக்காவின் முதல் முகம் இதுதான்.

நான் கல்லூரிக்கு விண்ணப்பித்துக் கொண்டிருந்த வேளை. வேறு ஒரு புரிதலில் நான் அவரைப் புரிந்து கொண்டது அப்போதுதான். நான்கைந்து குடித்தனக்காரப் பெண்கள் உள்ளறையில் உட்கார்ந்து கதையளந்து கொண்டிருந்தார்கள். விஷயம் மஞ்சுவைப் பற்றி.

இ} மெயில், இண்டெர் நெட், செல் போன் போன்ற எந்த வசதியும் இல்லாமல் இத்தகைய விஷயங்கள் எப்படி விநியோகமாகின என்பது இப்போது நினைத்தால் ஆச்சர்யமாகத்தான் இருக்கிறது.

"அவன் அப்பவே செத்துப் போயீ... இவ இன்னொருத்தனைக் கல்யாணம் பண்ணக்கிட்டுப் போயிட்டாளாம்" இதுதான் சட்டென ஈர்த்தது.

அவர்களின் பேச்சில் அடுத்த அரை மணி நேரத்தில் என்னால் கிரகிக்க முடிந்தது இதுதான்... இங்கிருந்து சென்ற மூன்றாம் ஆண்டிலேயே அதிக குடிப் பழக்கம் காரணமாக சுரேஷ் இறந்துவிட்டார் என்பதும் அடுத்த மூன்றாண்டுகளில் மஞ்சு அக்கா வேறு யாரையோ கல்யாணம் செய்து கொண்டதாகவும் பேசிக் கொண்டிருந்தார்கள். மஞ்சு அக்காவின் இரண்டாவது முகம் அப்போதுதான் மனத் தடாகத்தில் மிதக்கத் தொடங்கியது.

அன்றொரு நாள் பள்ளியை விட்டு வீட்டுக்கு வந்த சந்தோஷத்தில் ஓடிப் போய் மஞ்சு அக்காவின் மடியில் விழுந்தேன். மஞ்சு அக்கா தன் வீட்டு வாசப்படியை ஒட்டி உட்கார்ந்திருந்தார். நான் இப்படி வந்து விழுவேன் என்று அவர் எதிர்பார்க்கவே இல்லை. பதறிப்போனார். அக்கம் பக்கத்துப் பெண்கள் எல்லாம் அதைவிட பதறினார்கள். "ஐயோ... ஐயோ" என்று தலையில் அடித்துக் கொண்டார்கள். அதன் பிறகு என்னை அவர் எழுந்து செல்ல விடவில்லை. "நீயும் அக்காகூடவே குளிச்சுட்டு வந்து வேற ட்ரஸ் போட்டுக்க" என்றார்கள். நான் யாருடன் குளிக்க வேண்டும் என்று குடித்தனக்காரப் பெண்கள் முடிவு செய்தது அநீதியாக இருந்தது. அம்மாவும் நான்கு குடித்தனத்துக்கும் பொதுவாக இருந்த குளியல் அறையில் எனக்கான வேறு ட்ரஸ்ஷுஸ கொண்டு போய் வைத்துவிட்டு வந்தார்கள்.

மஞ்சு அக்கா தன் கைகள் ஆரம்பிக்கும் இடம் வரைக்கும் பாவாடையை இழுத்துக் கட்டிக் கொண்டு என் பள்ளிக் கூட ஆடைகளைக் கழற்றிக் குளிப்பாட்டினார். எனக்கு அழுகை பீறிட்டது. கதறி அழுதேன். ""இப்ப ஏன் அழறே?... நான் உன்னை இப்படிப் பார்க்கக் கூடாதா?" என்று கன்னத்தைக் கிள்ளினார். குளியல் என்ற பெயரில் இரண்டு சொம்பு தண்ணீரைத் தலையில் ஊற்றிக் கொண்டு நான் வெளியில் தப்பி ஓடி வந்தேன். மஞ்சு அக்காவே என் டிரஸ்ஷஸ துவைத்துக் கொண்டு வந்து கொடுத்தார். ""அக்காவைத் தொட்டுட்டுக் குளிக்காம வந்தா தேள் கொட்டிடும்" என்றாள் அம்மா.

மஞ்சு அக்காவின் இரண்டாவது முகம் உண்மையில் கொட்டும் தேளாக இருந்தது. அது என் நினைவின் தகிப்புக்கு ஏற்ற ஜோடியாக இருந்தது. மஞ்சு அக்கா சுகத்துக்காக ஏங்கிய ஒரு பெண்ணின் படிமமாக நெஞ்சில் நிலைகுத்தியது. மஞ்சு அக்காவுடன் தொடர்பு படுத்தப்பட்ட மனோகர் என் நினைவுக்கு வந்தார். பருவம் தரும் புதிய பாடமாக இருந்தது எல்லாமும். அவரைப் பற்றி நினைத்துப் பார்க்க நேர்ந்தது சற்று ஏன் என்பது மெல்ல புரிந்தது. அவர் மீது சற்று பொறாமை கொள்ள பழகிக் கொண்டேன். அது எனக்குப் பிடித்திருந்தது. என்னை பிறந்த மேனியாகப் பார்த்த வேற்றுப் பெண் என்றால் அது மஞ்சு அக்கா மட்டும்தான். "நான் உன்னை இப்படிப் பார்க்கக் கூடாதா?' என்ற வாக்கியம் எனக்குப் போதையூட்டும் வாக்கியமானது. மஞ்சு, அக்கா இரண்டும் சேர்ந்து ஒரு பெயர்ச் சொல்லாக மாறிவிட்டது. அது உறவின் பெயராக இல்லை. என் கனவுப் பெண்ணாக, காதலியாக, எண்ணி உருகும் தகிப்பின் வடிகால இருந்தார். அதனால்தான் அந்த உறவைக் கொச்சைப்படுத்துவதாகச் சொன்னேன்.

அதன் பிறகு அவரைப் பார்க்க வேண்டும் என்று நினைத்தேன். என் மன பிம்பத்தை நிஜத்தோடு ஒப்பிட்டுப் பார்க்க வேண்டும் என்று தவித்தேன். நேரில் சென்று பார்ப்பதற்கு ஒரு புள்ளி அளவு தயக்கம் மட்டுமே இருந்தது. ஆனால் அந்தப் புள்ளியின் வலிமை என்னை கடைசி வரை தடுத்துவிட்டது. நான் பார்க்க முடியாத ஏக்கம் என்னை வாட்டியது. வாடுவது மனதின் வடு போல நீக்கமற இருந்தது. அவரைத் தேடிச் சென்று பார்த்து அந்த வடிவத்தைச் சிதைத்துக் கொள்ள வேண்டியிருக்குமோ எனவும் இருந்தது. இச்சைக்குக் நான் கொடுத்துக் கொண்ட வடிவமாகவும் இருந்தார் மஞ்சு அக்கா.

அவரோடு எனக்கிருந்த மிகச் சில நினைவுகளைத் தூசு தட்டி ஊதிப் பெரிதாக்கி அசைபோட ஆரம்பித்தேன்.

ஒரு நாள் இரவு என்னை மஞ்சு அக்கா வீட்டின் ஓட்டுக்

கூரை மீது ஏற்றிவிட்டு பக்கத்துவீட்டு மாமரத்தில் காய்த்துத் தொங்கிய மாம்பழத்தைப் பறிக்க வைத்தது ஞாபகம் வந்தது. அது விசேஷமான மரம். அதன் ஒரு கிளையில் புளிப்புச் சுவை உள்ள மாம்பழமும் இன்னொரு கிளையில் இனிப்புச் சுவையுள்ள மாம்பழமும் காய்த்தது. எங்கள் வீட்டுக் கூரையின் பக்கம் புளிப்புச் சுவைக் கிளை. அது எங்கள் வீட்டு ஓட்டின் மீது ஓய்வாகப் படுத்திருப்பதுபோல இருந்தது. திருடித்தின்றதால் மாற்றான் தோட்டத்து மாம்பழம் எங்களுக்கு அது இனிப்பாகவே தெரிந்தது.

"மயங்குகிறாள் ஒரு மாது' படம் மீண்டும் திரையிட்டால் பார்க்க வேண்டும் என்று நினைத்திருந்தேன். ஆனால் அந்தப் படம் மீண்டும் எங்கும் திரையிட்டதாகத் தெரியவில்லை. மஞ்சு அக்கா என்றதும் மஞ்சள் நிறத்தில் சிறிய சிறிய பூ போட்ட புடவை அணிந்து அவர் குறு குறுவென பார்க்கிற பார்வை ஞாபகத்துக்கு வருகிறது. அவர் நல்ல உயரம் என்றும் கச்சிதமான உடல் வாகும் சிவந்த மேனியும் உள்ளவர் என்றும் மனச்சித்திரம் பதிந்திருந்தது.

என் இரண்டு குழந்தைகள் வளர்ந்து நிற்கும் இந்த வயதில் மஞ்சு அக்கா நினைவின் ஆழத்தில் நிறம் மங்கி, சாயம் இழந்த மயில் தோகைபோல இருந்தார். எங்கள் குடும்பமும் குடித்தன வீடுகளுக்கு நடுவே புழங்கும் நிலை மாறிவிட்டது.

ஓட்டலுக்குக் காய்கறி சப்ளை செய்யும் அவருடைய கணவர் நட்டாற்றில் விட்டுவிட்டுப் போய்விட்டதாகவும் ஒரே ஒரு பையன் இருப்பதாகவும் அவனைப் படித்து ஆளாக்க ரைஸ் மில்லில் உமி அள்ளும் வேலை செய்துவருவதாகச் சொன்னார்கள். இந்தமுறை எங்கள் வீட்டுடெலி போனுக்குத்தான் தகவல் வந்தது. பிறந்த வீட்டு உறவும் அறுந்து புகுந்த வீட்டு உறவும் பொருந்தாமல் மஞ்சு அக்கா நிராதரவாகிப் போனதாகப் புரிந்து கொண்டேன். ஏனென்றால் தகவல் தந்தவர்கள் ""அவன் எவன்கூடவோ ஓடிப்போய் உருப்படாமப் போயிட்டாளாம்" என்பதாகத்தான் சொன்னார்கள். உண்மையில் எந்த விஷயத்தையும் அவர்களுக்கு வசதியாகத்தான் வெளிப்படுத்துகிறார்கள். புரிந்து கொள்கிறவர்களும் அவரவர் வசதிக்கு ஏற்பத்தான் புரிந்து கொள்கிறார்கள். மொழியின் சூட்சுமம் அது.

தொடருமா எனச் சந்தேகித்த எத்தனையோ மனிதத் தொடர்புகள் இப்படியாகத் தொட்டுத் தொடர்ந்து கொண்டிருப்பதில் ஆச்சர்யமாகத்தான் இருந்தது. மஞ்சு அக்காவின் ஞாபகத்தடங்கள் எனக்குள் அழுந்தப் பதிந்து ஒற்றையடி பாதையாக ஓடிக் கொண்டிருப்பதால்தான் அந்தத் தொடர்பு காப்பாற்றப்பட்டு வருகிறது. ஞாபகச் சங்கிலிகளின் கண்ணிகள்.

என் மகளின் திருமணத்துக்காக பட்டுப்புடவை எடுக்கக் காஞ்சிபுரம் போயிருந்தபோது நடுவே குளிர் பானத்துக்காகக் காரை நிறுத்தினோம்.

“ஏம்பா மொத்தம் ஏழு நாளு... ” என்று அந்தப் பெண்மணி முறையிட்டுக் கொண்டிருந்தாள்.

“செழ்வி சும்மா இருக்க மாட்டே.... நாலு நாளுதான் கணக்கு வருது... செவ்வா ஒண்ணு, புதன் ரெண்டு, வியாயன் மூணு, வெள்ளி நாலு...”

“இல்ல கண்ணு... சனிக்கிழமலேர்ந்துப்பா”

எனக்குப் பகீரென்றது. அது மஞ்சு அக்காதான். புகையிலைப் போட்டு காவி ஏறிய பற்கள்... முகத்துச் சுருக்கம் உலர்ந்து போன உதடுகள், குங்குமம் தடம் மறைந்து போன நெற்றி, கணுக்காலுக்கு மேலே சுருங்கி தூக்கிக் கிடந்த எட்டுகஜம் புடவை. மஞ்சு அக்காவின் மூன்றாவது முகம். மனச்சித்திரம் நொறுங்கிய கணத்தில் நான் நிர்கதியாக நின்றேன்.

“மஞ்சு அக்கா?”

அவரை யாரும் அப்படி அழைத்திருக்க வாய்ப்பில்லை. கண்களை இடுக்கி நெருங்கி வந்து பார்த்தாள். கிழவிக்கு எல்லாமே சொல்ல சொல்ல நிதானமாக ஞாபகத்துக்கு வந்தன. ஆனால் அந்த ஞாபகங்கள் அவளுக்குச் சுவையூட்டுவதாகவோ, பெருமிதமானதாகவோ இருந்ததாகத் தெரியவில்லை. என் அம்மாவின் பெயரைச் சொன்னபோது சற்றே நினைவு துளிர்த்து “”உம் பேரென்ன மறந்தே போயிட்டேனே” என்றார்.

அது எனக்கு பெருத்த ஏமாற்றமாக இருந்தது. ஏதாவது ஒரு கட்டத்தில் மாங்காய் திருடியதையோ, குளிப்பாட்டியதையோ சொல்லுவாள் என்று எதிர்பார்த்தேன். இல்லை. என் தடயம் சற்றும் அவரிடத்தில் இல்லை. தன் மகன் வேலைக்குப் போக ஆரம்பித்திருப்பதாகவும் இனி தனக்கு ஒரு கவலையும் இருக்காது என்று நம்புவதாகவும் சொன்னாள். அது மகனின் புரிதலையும் மருமகளின் மனதையும் பொறுத்தது. ஒரு பெண் தன் அறுபதைக் கடந்த வயதில் இனி தனக்கு ஒரு கவலையும் இருக்காது என்று நம்புவதின் சுமை அழுத்தியது.

புடவை எடுக்க வந்தவர்கள் அவசரப்பட்டார்கள். அவளிடம் என் ஒரு முகம்கூட இல்லை என்ற வலியை ஏற்றுக்கொள்ள முடியாமல் காரைச் செலுத்திக் கொண்டிருந்தேன். முற்றிலும் வேறு சுவையுடைய வேறு கிளை.

• ஆனந்த விகடன், 2010.

புரூஸ் லீ தாத்தா

கடந்த முறை வந்து போன பிறகு கிராமத்தில் ஏற்பட்டிருந்த மகத்தான மாற்றம் என்றால் பேருந்து நிறுத்தத்தில் இருந்த டீக்கடை சாராயக் கடையாக மாறியிருந்ததுதான்.

அந்த நிறுத்தத்தில் அதிகபட்சமாக பஸ்ஸில் இருந்து இறங்கியது நாம்தானோ என்று சங்கரன் திடீரென நினைத்தான். ஏனென்றால் அவன் பஸ்ஷஸவிட்டு இறங்கும்போதெல்லாம் அவனைத் தவிர வேறுயாரும் அதில் இருந்து இறங்கியதில்லை. ஒருவேளை நாம் மட்டும்தான் இங்கு பஸ்ஸில் இருந்து இறங்குகிறோமோ என்றும் நினைத்தான். எப்பவுமே இப்படி கடைசி பஸ்ஷஸப்பிடித்துத்தான் ஊருக்கு வருவது என்று வழக்கமாகிவிட்டது. இந்த நேரத்தில் ஊர்க்காரர்களுக்கு வெளியே போய் வருவதற்கு என்ன வேலை இருக்கப் போகிறது?

"பட்டணத்தில இருந்தா வர்றே?" என்ற வழக்கமான கேள்வியைக் கேட்டுவிடுவதற்காக பஞ்சாயத்து ஆபிஸ் படியில் உட்கார்ந்திருந்த தனுசு ரெட்டி ஆயத்தமானார். அவர் மெல்ல எழுந்து நின்று விசாரிப்பதற்கு முன்னர் ஒரு பத்து ரூபாயை அவர் கையில் திணிப்பதற்காக பாக்கெட்டைத் துழாவ ஆரம்பித்தான் சங்கரன். இது சங்கரன் படிக்கிற காலத்திலிருந்து ஏற்பட்ட பழக்கம். அப்போதெல்லாம் ஒரு ரூபாய்.

"உம் பையன்தாம்பா எனக்கு இப்ப தோஸ்த்து" என்றார்.

"லீவு முடியுது கூட்டிக்கிட்டுப் போகத்தான் வந்தேன்."

"அதுக்குள்ளேயேவா?"

"ஆமா. இது அரை பரீட்சைதானே?"

கூடவே இரண்டு அடி எடுத்து வைத்துவிட்டு பிறகு பஞ்சாயத்து ஆபிஸ் பக்கமே போய் உட்கார்ந்துவிட்டார். "காலைல வர்றேம்பா"

இன்றைக்கு நேற்றா வருகிறார்? நினைவு தெரிந்த நாளாக காலையில் வந்து திண்ணையில் அப்பாவிடம் அமர்ந்து ஒரு மூச்சு பயிர் பச்சை பற்றி பேசிவிட்டு, கூழோ, மோரோ ஒரு வாய் குடித்துவிட்டுப் போனால்தான் அது அவருக்கு நாள் கணக்கில் வரும்.

பையன்கள் இரண்டுபேர் வேலைக்குப் போகிறேன் பேர்வழி என்று போய்விட்டார்கள். இருக்கிற இரண்டு காணி நிலத்தை ஆளுக்குப் பாதியாகப் பிரித்து விற்றுவிட்டுப் போக நேரம் பார்த்துக் கொண்டிருக்கிறார்கள். நிலம் தனுசு ரெட்டி பெயரில் இருப்பதால் எப்போது மண்டையைப் போடுவார் என்பது எதிர்பார்ப்பு.

விடுமுறைக்கு வசந்தாவையும் முகிலனையும் கூட்டிவந்தபோது தனுசு ரெட்டி ரொம்பவும் குறைபட்டுக் கொண்டார்.

"பொண்டாட்டி செத்த அஞ்சாவது நிமிஷம் புருஷன் செத்துப் போயிடணும். இல்லாட்டி அவன் வாழ்க்கை நரகம்தாம்பா."

சொன்னது போலவும் வழக்கம்போலவும் தனுசு ரெட்டியார் காலை பத்துமணிக்கெல்லாம் வந்தார்.

அப்பா முன்பு போல உழவு, உரம் என்று பெரிதாகப் பேசுவதில்லை.

"என்னய்யா அரிசி இது? எட்டு மணிக்கு சாப்பிட்டா பத்துக்கெல்லாம் பசியெடுக்குது? சிறுமணி, கார் அரிசி, நீருட் சம்பா... இதெல்லாம் காலைல சாப்பிட்டா அதோட ஏர் முடிஞ்சி வீட்டுக்கு வந்தாதான் லேசா பசிக்கும்... என்னமோப்பா தோசைங்கிறானுங்க, இட்லிங்கிறானுங்க.. எனுக்கு எதுவும் ஒத்துக்கிறதில்ல"

"இல்ல ரெட்டியாரே ... உலகமே மாறிப்போச்சு இப்ப. எல்லாம் இப்பவே நாத்து நட்டு அடுத்த நாளே அறுப்புக்கு வரணும்னு பாக்றான். நீ சொல்ற நெல்லெல்லாம் ஆறுமாசத்துக்கு பயிராவும்... அவசர யுகம்யா இது."

-கொஞ்சநாள் முன்புவரை இந்த ரீதியில் ஏதோ பேசிக் கொண்டிருந்தார்கள். இப்போது அப்பாவுக்கு அதுவும் போரடித்துப் போய் இன்னும் எவ்வளவு நாளைக்கு இதைப் பற்றியே பேசிக் கொண்டிருப்பது என தனுசு ரெட்டியாரின் பேச்சுக்கு "உம்' கொட்டுவதோடு சரி.

முகிலன் ஓடிவந்து "அப்பா, அப்பா இந்தத் தாத்தா புருஸ் லீயை அடுச்சிடுவாராம்பா" மாபெரும் தவறைத் தகுந்த ஆதாரத்தோடு தவிடுபொடியாக்குகிற தொனி. மூன்றாம் வகுப்பிலேயே கராத்தே

வகுப்பு. புருஸ் லீயை பீரங்கி கொண்டோ, வாளால் வெட்டியோ வீழ்த்த முடியாது என்பது அவனது தீர்மானம்.

சங்கரன் தனுசு ரெட்டியாரைப் பார்த்துச் சிரித்தான். "அம்மாவும் ஆமாங்கிறாங்கப்பா" என்று வசந்தாவைப் பார்த்தான் முகிலன்.

பையனின் நிலைமையைப் பார்க்க பரிதாபமாகத்தான் இருந்தது.

நிலைமையை யூகித்த தனுசு ரெட்டி "முகிலா இங்க வாடா எப்படின்னு சொல்றேன். உங்க பூசினி எப்படி செத்தான்?... சிரிக்காத.. அவன் பேரு எனக்கு வாயில வர்ல. விஷம் வெச்சுக் கொன்னுட்டாங்கன்னு சொன்னே இல்ல?" என்றார்.

"ஆமா.."

"என்னை எத்தினிவாட்டி பாம்பு கடிச்சிருக்குது தெரியுமா? என்னைக் கடிச்ச பாம்புதான் செத்துப் போகும். எனக்கு ஒர்ரொரு பாம்பு கடிக்கும்போதும் பலம் கூடிக்கிட்டே போகும்" அவர் தன் முழங்கைக்கு மேலே சட்டையை மடித்துக் காண்பித்தார். தோல் பை என தொங்கிக் கொண்டிருந்தது அவர் காட்டிய பலம்.

"நிஜமாவாப்பா?"

"உங்கப்பனைக் கேட்டுப் பாரு... "

சங்கரன் தலையசைத்தது முகிலனுக்குப் பிரமிப்பாகிவிட்டது.

தன் முன் தொள தொள சட்டையுடன் உட்கார்ந்திருந்த தாத்தாவைப் பார்த்தான்.

"விஷம் ஏறிச் செத்தவன் பெரிய ஆளா? நா பெரிய ஆளா சொல்லு?"

முகிலன் இந்தத் தாத்தாவிடம் வேறு என்னென்ன திறமைகள் ஒளிந்து கிடக்கிறதோ என யூகிக்க முடியாமல் திணறினான். நாம் அவர் உருவம் பொறித்த பனியனைப் போடாமல் புரூஸ் லீ படத்தைப் போட்டிருப்பது ஏன் என்ற இயல்பான சந்தேகம் வந்தது.

"ஒரு தடவை சமுத்திரத்தில எறங்கி நடந்தேன். நடக்கிறேன்.. நடக்கிறேன்.. நடந்துக்னே இருக்கேன். முட்டிக்காலுக்கு மேல தண்ணி ஏறவே இல்ல. ஒரு ராத்திரி ஒரு பகல் நடந்துட்டேன்னா பாத்துக்கியேன். நடுக்கடல். இந்தப் பக்கம் ஒரு கப்பல் போவுது. அந்தப் பக்கம் ஒரு கப்பல் போவுது. சில்லுனு காத்து. அண்ணான்டை கரையே வந்துடும்போல இருக்குது. அப்பவும் முழங்கால் ஆழம்கூட இல்ல. வெறுத்துப் போய் திரும்பி வந்துட்டேன். சாவு வரணும்னு இருந்தா டம்ளர்ல தண்ணி குடிக்கும்போது புரையேறி செத்துப் போறான். நடுக்கடல்ல போய் நாலு நாள் நின்னாலும் எனக்கு சாவு வரலே."

முகிலன் திகைப்பும் திகிலுமாக தாத்தாவைப் பார்த்துவிட்டு, உறுதிப்படுத்திக் கொள்ள அப்பாவைப் பார்த்தான்.

“குழந்தைகிட்ட அதையெல்லாம் ஏன் தாத்தா சொல்றீங்க?” என்றாள் வசந்தா.

தாத்தா தன் சொந்தக் கதையோடு சோகக் கதையையும் கலந்து அடிப்பது வழக்கம்தான். சாவு பற்றி குழந்தைகளுக்குச் சொல்வது ஒருபுறம் என்றாலும் கடல் முழங்கால் அளவுதான் ஆழம் என்று ஏதாவது விஷப்பரீட்சையில் இறங்கிவிட்டானானால்?

“தப்பும்மா.. தப்பும்மா” என்று தன் கன்னத்தில் தானே மெல்ல தட்டிக் கொண்டார். என்றாலும் முகிலனுக்குத் தாத்தாவிடம் ஈர்ப்பு ஏற்பட்டது ஏற்பட்டதுதான். அவன் தாத்தாவையே குறுகுறுவென பார்த்துக் கொண்டிருந்தான். சற்றைக்கெல்லாம் தாத்தாவும் வேறொரு சம்பவத்தைச் சொல்லுவதற்குத் தயாரானார்.

“கராத்துன்றீயே அப்படினா என்னது?”

முகிலன் புரிந்து கொண்டு “வெறும்கை” என்றான்.

“வொரும் கைல சண்ட போட்றதா?”

“ஆமா.”

“விளாம்பாளையத்தான் தெரியுமா? தோள் செக்கட்டைல பனைமரத்தையே சாச்சிடுவான்.”

“எப்படி?”

“தோள்ல இடிச்சே பனை மரத்தை விழ வெச்சுடுவான். அப்பேர்பட்ட சாமார்த்தியக்காரன்”

முகிலின் மனதில் புருஸ்லீ கழன்று, தாத்தா வந்து பரவினார்.

“அவனுக்குக் கோவம் வந்தா பனை மரத்தையெல்லாம் புடுங்கி கிடாசிடுவான். அடப்பாவி.. இப்பேர்பட்ட சமாசாரத்தைக் கையில வெச்சுக்கிட்டு சாப்பாட்டுக்குக் கஷ்டப்பட்றியேனு நான்தான் அவனுக்கு ஒரு வழி சொன்னேன். பனைமரம் சாய்க்கிற வித்தைனு ஊர் ஊரா போய் சாகஸம் செய்ய ஆரம்பிச்சான். அப்புறம் அவனை அமெரிக்காகாரன் கூட்டிக்கினு போய்ட்டான். அமெரிக்காவுல பனை மரம் ஜாஸ்தியாச்சே... அதையெல்லாம் புடுங்கிக் கிடாசரத்துக்கு.. காரூ.. பங்களால்லாம் கொடுத்து ராஜா மாதிரி வெச்சிருக்காங்க அங்க..”

தாத்தா கோணி உதற ஆரம்பித்தால் இப்படித்தான் இப்படி அரிசியும் வந்து விழும் அதைவிட அதிகமாக தூசும் பறக்கும். நாம்தான் உண்மை எது பொய் எது என்று அன்னப்பட்சியாகப் பரித்துக் கொள்ள வேண்டும். எல்லோருமே கூடத்தைவிட்டு உள் அறைகளுக்குச் சென்றுவிட்டனர். அவருடைய சாதனைகளுக்கு

செவி மடுக்க முகிலன் மட்டுமே மிச்சமிருந்தான். தவிர சங்கரின் அப்பா. அவர் கூடத்தின் ஒரு முலையில் கயிற்றுக் கட்டிலில் படுத்துக் கொண்டு அரை நிஷ்டையில் கனவும் நிஜமும் கலப்படப்பட்டுக் கிடந்தது அவருக்கு. முகிலன் கேட்பது கனவில் மாதிரிதான் கேட்டுக் கொண்டிருந்தது.

"ஸீ லாம் ஆழமா இருக்காதா?"

"ஸீன்னா?"

"கடல் தாத்தா."

ஞாபகமில்லாமல் "அய்யோ... ரொம்ப ஆழமாச்சே?" என்றார்.

"உங்களுக்கு கால் அளவுக்குத்தான் வந்துதுன்னு சொன்னீங்க"

"அதுவா? நான் தாயத்துகட்டியிருக்கன்ல?" அரைஞான் கொடியில் அழுக்கேறிப் போயிருந்த தாயத்தை இழுத்துக் காண்பித்தார். அது அவர் சற்று புஷ்டியாக இருந்த நேரத்தில் கட்டியதாக இருக்க வேண்டும். அது நழுவி கீழே விழாமல் இருக்க அதன் மேல் வேட்டியை இறுக்கிக் கட்டிக் கொண்டார். அவருடைய இவ்வளவு சாகஸத்தையும் நம்பும்படி செய்வதற்கு அவரிடம் எஞ்சியிருந்தது மீசை மட்டுமே.

"ஏம்மா வசந்தா" என்று குரல் கொடுத்தார் சங்கரின் அப்பா. "ரெட்டியாருக்கு கூழ் இருந்த ஒரு சொம்பு குடுக்கக்கூடாது?"

"இதோ தர்றேன் மாமா." வசந்தா கூழும் ஊறுகாய் மிளகாயும் கொண்டு வந்தாள். தனுசு ரெட்டி ஒரே மூச்சில் கூழை வாயில் சாய்த்துக் கொண்டார்.அவர் குடித்த கூழின் மீது மீசைக்கும் ஆசைதான்போலும். கூழோடு சேர்த்து மீசையை தடவிக் கொண்டபோது அது மேலும் விரைப்பாக நின்றது. "குடுக்கு வண்டி செஞ்சித்தர்றேன் வர்றீயா?" என்று முகிலனை அழைத்துக் கொண்டு பின்கட்டுக்குப் போனார். நேற்று வெட்டிப் போட்ட பனங்காயில் இரண்டை பொறுக்கி எடுத்து பையன் ஓட்டி விளையாட வண்டி செய்ய ஆரம்பித்தார்.

சங்கரனின் அப்பா வசந்தாவை அழைத்து "நான் சொல்லித்தான் தெரியணுமா? அவன் ஒரு வா கூழுக்காகத்தான் இங்க வந்து இவ்வளவு பேச்சு பேசறான்."

"இல்ல மாமா....வந்து.."

"ஒரு பானை கூழு குடிப்பான். பொண்டாட்டி செத்தபிறவு செஞ்சி குடுக்க ஆள் இல்ல... வந்தான்னா ஒரு சொம்பு குடுத்துடுங்க. அவனும் எவ்வளவு நாழி பேசுவான்?" என்றார்.

• **தினமணி கதிர், 2008**

நிரம்பி வழியும் வீடு

“அபியும் வர்றானாம்” அழுத்தம் கொடுத்துச் சொன்னாள் செண்பகம். முதலில் சண்முகத்துக்கு அதற்கான முக்கியத்துவம் புரிபடவில்லை. திடுக்கென புரிந்து, இப்போது என்ன செய்வது என்று பரிதாபமாகப் பார்த்தான். ஸ்தம்பித்தான் என்றோ நிலைகுலைந்தான் என்றோ விவரிக்கலாம்.

அபியின் வருகை அவர்களை மிகவும் பயமுறுத்துவதாக இருந்தது. பயப்படும்படியாக அபி முரட்டு மீசையும் வீச்சருவாளும் திரண்ட தோளும் போதை ஏறிச் சிவந்த கண்களும் உடையவன் அல்ல. அவன் இரண்டடி உயரமுள்ள கிண்டர் கார்டன் சிறுவன்.

போன காலாண்டு பரீட்சை விடுமுறைக்கு வந்தான். சண்முகத்தின் தங்கைப் பையன். வந்த சில நிமிடங்கள் வரை அம்மாவின் முந்தானையைப் பிடித்துக் கொண்டு அதாலேயே முகத்தை மறைத்துக் கொண்டு இருந்தான். பிருந்தாவும் இரண்டொரு தடவை “மாமாகிட்ட பேசுடா’ என்று தன்னிடமிருந்து அவனைப் பிடுங்கி சண்முகத்திடம் தர முயன்றாள். அது அவ்வளவு சுலபமானதாக இல்லை.

“ஏய் குட்டி என்ன படிக்கிறே? கமான்... கமான்...” கொஞ்சுகிற ஆசையோடு இரண்டொரு முறை அழைத்தபோதும் அவன் இன்னும் இடுக்கிக் கொண்டு பின் வாங்க ஆரம்பித்தான். எந்த வீட்டிலும் குழந்தையை அழைத்துக் கொண்டு விருந்தாளி வந்தால், மொத்த பேரின் பொது இலக்காகி விடும் குழந்தை. சொல்லி வைத்தது மாதிரி எல்லோரும் ஒரே நேரத்தில் கொஞ்சுவார்கள். குழந்தையின் பெருமையை, புத்திசாலித்தனத்தை, ஒருவர் சொல்லி முடித்ததும் இன்னொருவர் ஆரம்பிப்பார்கள். நாமும் நம் பங்குக்குக் குழந்தை குறித்து ஏதாவது பேச வேண்டுமென “”எங்க வீட்ல

ரெண்டு வாலு இருக்கு...” என்று ஆரம்பிப்பார்கள் சிலர். சபை நாகரிகமில்லாமல் “லுல்லு லுல்லு,,, மில்லிம்மா மில்லிக்குட்டி’ என்று கொஞ்சுவார்கள்.

சண்முகம் இதற்கெல்லாம் ரொம்ப தூரம். சண்முகம் பேச விரும்புகிற குழந்தை குறைந்தபட்சம் பத்தாவதாவது தேறியிருக்க வேண்டும். குழந்தைகள் ஏதோ தேர்வாணையத்தில் தேர்வாகி இண்டர்வியூ க்கு வந்தது மாதிரிதான் பேசுவான்.

“ஸ்கூல் பேர் என்ன?” என்று கேட்பது அவனைப் பொறுத்தவரை மழலைகளிடம் கொஞ்சும் வார்த்தை. இந்த மாதிரி நேர்முக வினாக்களுக்கு அபி செவி சாய்க்கவில்லை. “தொல்ல மாட்டன் போ” என்பதையே எல்லாக் கேள்விக்கும் பதிலாகச் சொன்னான்.

தன்னை மையப்படுத்தியப் பேச்சு மெல்ல மெல்ல மறைந்ததும் அபி ஹாலில் இருந்து மறைந்து உள் அறையில் போய் ஏதோ விளையாட ஆரம்பித்தான்.

அநேகமாக அவனை எல்லோரும் மறந்துவிட்டனர். முதலில் பிருந்தாதான் “அச்’ என்று தும்மினாள். அதை இயல்பானதாக எடுத்துக் கொண்டனர். தொடர்ந்து செண்பகமும் சண்முகமும் தும்மினார்கள். இது சண்முகத்துக்குச் சற்று யோசிக்கும் விஷயமாகப் பட்டது.

“அபி எங்கே?” என்று அவசரமாகத் தேடினர். தும்மலுடன் அபியைத் தொடர்புபடுத்தியது சரிதான். உள்ளே கட்டில் மெத்தையைக் கத்திரி கொண்டு கிழித்து உள்ளிருக்கும் பஞ்சை புதையல் பறிக்கும் தீவிரத்தோடு கிளறிக் கொண்டிருந்தான் அபி. அறை முழுதும் பஞ்சு கலந்த காற்று. இரவு படுக்கையில் எப்படிப் படுப்பது, படுக்கையைக் கொண்டுபோய் தைப்பவனிடம் கொடுக்க வேண்டுமா, அல்லது தைப்பவனை அழைத்து வந்து படுக்கையில் விடவேண்டுமா இதற்கு எவ்வளவு செலவாகும், எத்தனை நாள் ஆகும் உள்ளிட்ட குழப்பங்கள் அத்தனையும் ஒரே நேரத்தில் தாக்கியதில் சண்முகம் பிருந்தாவைப் பார்த்தான்.

அவளோ, “ஒரு நிமிஷம்கூட சும்மாவே இருக்க மாட்டான்” என்பதைச் சான்றிதழ் போல சொன்னாள்.

பீறிட்டு வந்த எரிச்சலை அடக்கிக் கொண்டு “குழந்தைன்னா அப்படித்தான்” என்றான் சண்முகம். செண்பகத்துக்கு அவ்வளவு நாகரீகம் போதாது. அவள் ஒரு மாதிரி இறுக்கத்தோடு படுக்கை மீது ஒரு படுக்கை விரிப்பைப் போட்டு மூடிவிட்டு சமையல் கட்டுக்குப் போய்விட்டாள். போதாததற்கு அபி அவளுடைய அக்கா குழந்தையாக இல்லாததும் இந்தப் பல்லைக் கடிக்கும் இறுக்கத்துக்குக் காரணம்.

பையனை படுக்கை அறையில் இருந்து அகற்றி ஹாலில் உட்கார வைத்தார்கள். இந்த முறை அவனை வித்தியாசமாகத்தான் பார்த்தான் சண்முகம். டி.வி.யில் பிரைம் டைம் சீரியல் ஓடிக் கொண்டிருந்தது. பத்து நிமிடம் டி.வி. பார்த்துக்கொண்டே பிருந்தா கிளம்பிப் போனதும் செண்பகம் எப்படி வெடிப்பாள் என்று மனத்திரையில் படம் ஓட்டிக் கொண்டிருந்தான். பையனின் அமானுஷ்யமான மெஜனம் சண்முகத்தைத் திடுக்கிட்டுத் திரும்பிப் பார்க்க வைத்தது.

ஜன்னல் ஸ்கிரீன் துணியின் கீழ்ப் பகுதிகளை ரிப்பன் ரிப்பனாக வெட்டிக் கொண்டிருந்தான் அபி. பையனை அறையில் இருந்து அப்புறப்படுத்திய கையோடு அவன் கையில் இருந்த கத்திரியையும் அப்புறப்படுத்தியிருக்க வேண்டும். சண்முகம் இப்படி நிலைக்குத்தி உட்கார்ந்துவிட்டதைப் பார்த்த பிருந்தா... சனியனே கொஞ்ச நேரம் சும்மா இருக்க மாட்டே.... என்றபடியே அபியின் பின்புறத்தில் தட்டிவிட்டு அதேவேகத்தில் கத்திரியைப் பிடுங்கி சண்முகத்திடம் கொடுத்தாள். “”கத்திரி கிடைச்சா போதும். எதையாவது வெட்டிக்கிட்டே இருப்பான்”... மீண்டும் சான்றிதழ்.

இந்த முறையும் செண்பகம் எதுவும் சொல்லவில்லை. அதுதான் வயிற்றைக் கலக்கியது. புலி பதுங்குகிறது. எங்கே இது டைவர்ஸ் வரை போய்விடுமோ என்றும்கூட அஞ்சினான். அது அவளே தேர்வு செய்து வாங்கி ரசித்து ரசித்து தைத்து மாட்டிய கர்டெய்ன்.

அது இப்படிக் காற்றாடி வால் மாதிரி அறுந்து தொங்குவது அவளை என்ன பாடு படுத்தியிருக்கும் என்பது புரிந்து கொள்ள முடியாத ரகசியமா?

அந்தக் கணம் முதல் தனக்கு யாரும் கட்டளை இடாதபோதும் சண்முகம் தானாகவே அவனையே கவனிப்பது என்ற பணியை ஏற்றுக் கொண்டான். அவனைக் கவனிக்கப்படுவதை அபியும் கவனித்தான். இது எவ்வளவு நேரம் ஓடுகிறது பார்க்கலாம் என்ற சவால் அவன் முகத்தில் தெரிந்தது. ஆனால் இவ்வளவு இழப்புக்கு மேல் சண்முகம் அலட்சியமாக இருந்துவிட விரும்பவில்லை. மேற்கொண்டு சமாளிக்க முடியாமல் அவன் எழுந்து வெளியே போனான். தன்னுடைய மன உறுதிக்குக் கிடைத்த வெற்றி என்றுதான் அதை சண்முகம் நினைத்தான்.

வெளியே அவன் தும்சம் செய்கிற மாதிரி பொருள் எதுவும் இல்லை என்பதால் எல்லோரும் டி.வி. பார்த்துவிட்டு திரும்பி வந்தவனை மடக்கி படுக்க வைத்து தூங்க வைத்தாள் பிருந்தா. இனி ஒரு பயமும் இல்லை என்றுதான் எல்லோரும் தூங்கினர். காலையில் எழுந்து கோலம் போட போன செண்பகம், மிரட்சியோடு

உள்ளே ஓடிவந்தாள். அவளது மௌனத்திலேயே ஒருவினாடியில் அத்தனை ஆபத்தையும் புரிந்து கொண்டு வெளியே ஓடிப்போய் பார்த்தான் சண்முகம்.

தொட்டியில் வளர்த்திருந்த அத்தனை பூச்செடியும் குரோட்டன்ஸஹும் இலையிலையாகக் கிள்ளி எறியப்பட்டு வேரோடு பிடுங்கி எறியப்பட்டிருந்தது. இரவு ஏற்பட்ட கதி. செண்பகம் செடிகளை அப்படியே முறத்தில் வாரி எடுத்துக் கொண்டு சண்முகத்தை ஒரு முறை "ஒருமுறை' முறைத்தாள். இந்த ஜென்மத்துக்குப் போதுமானதாக இருந்தது.

பிருந்தா பார்த்துவிட்டு, ""டேய்... இப்படியெல்லாம் பண்ணே அப்புறம் வீட்டுக்கே கூட்டிக்கிட்டுப் போகமாட்டேன். இங்கேயே விட்டுட்டுப் போய்டுவேன்" என்றாள். தண்டனை பையனுக்கா? தமக்கா என்று சண்முகம் வேர்த்து விறுவிறுத்துப் போய்விட்டான்.

ஏதாவது ஒரு சந்தர்ப்பத்தில் கோபமாகத் திட்டிவிடலாமா என்று நினைத்தான். ஆனால் என்னவோ அதற்கான தருணம் வரவில்லை என்று ஒவ்வொரு முறையும் தவிர்த்துவிட்டான்.

எதையாவது உடைப்பது, கிழிப்பது, நொறுக்குவது, அழிப்பது, பாழாக்குவது போன்றவற்றை ஒரு வேள்வி போல கடைப்பிடித்தான் அவன். டி.வி.யின் ரிமோட் கண்ட்ரோலை எடுத்துக்கொண்டு ஒவ்வொரு சானலையும் எத்தனை வேகமாக மாற்ற முடியும் என்பதை நிறைவேற்ற ஆரம்பித்தான். மன்மோகன் சிங், வடிவேலு, சிம்ரன், ரோஜா செடி, மேட்டூர் அணைக்கட்டு, சிங்கம், பிங்க் பாந்தர் எல்லாம் கண்ணிமைக்கும் நேரத்தில் மாறிக் கொண்டிருந்தது. ஒன்றையும் உருப்படியாகப் பார்க்க முடியவில்லை. அப்புறம் அது வெறுப்படித்துப் போய் சோபா விட்டு சோபாவுக்குத் தாவினான். குஷனை எடுத்து சுவற்றில் வீசினான். அது ஒரு தடவை டி.வி. மீது விழுந்து டி.வி. கீழே விழப் பார்த்தது. பிருந்தாவிடமிருந்து "டேய் அபிய்ய்" என்று ஓர் அதட்டல். அதை அவன் ஒரு மைக்ரோ வினாடிகூட மதிக்கவில்லை.

தலையணையை எடுத்துக் கிரிக்கெட் பேட் போல ஆடிக் கொண்டிருந்தான். எவர் சில்வர் டம்ளரைப் பந்தாகப் பாவித்தான். யார் தலை வெட்டுப்படப் போகிறதோ என்ற அச்சத்தில் அடுத்த அரை மணி நேரம் கழிந்தது.

மனசுக்குள் அடிக்கும் களேபரத்தை மறைத்துக் கொண்டு எத்தனை நேரம்தான் அமைதிக் கவசத்தோடு அமர்ந்திருப்பது? சகிப்புத்தன்மையின் எல்லையை வகுக்கும் விளையாட்டாக இருந்தது அது. நல்லவேளையாக சண்முகம் எல்லை தாண்டிய சகிப்புத் தன்மையை எட்டவில்லை.

ஆனால், செண்பகத்தின் அலாதியான மௌனத்தால் அதிருப்தியை ஓரளவுக்குப் புரிந்து கொண்டாள் பிருந்தா. மறுநாள் "அவரு தனியா இருப்பாரு. நா வர்றேன் அண்ணி" என விடைபெற்றாள்.

ஷேவிங் கிரீமைப் பிசுக்கி ஆபீஸ் ஃபைலில் பூசிவிட்டு அவனும் விடைபெற்றான்.

அபி போன பிறகு தன் கம்ப்யூட்டர் கீ போர்டில் தெப்பக் குளமாக தண்ணீர் நிரம்பியிருந்ததையும், மோட்டர் பைக்கின் இரண்டு சக்கரத்திலும் காற்று இறக்கப்பட்டு இருந்ததையும் சண்முகம் யாரிடமும் பகிர்ந்து கொள்ளவில்லை.

பகிர்ந்து கொள்ளவில்லையென்றால் என்ன கஷ்டம் கஷ்டம்தானே? காற்று இல்லை என்பதை மறைப்பதற்காக பைக்கை அப்படியே ஓட்டிச் சென்றதால் இரண்டு ட்யூப் மவுத்தும் பிய்ந்து போய் இரண்டையும் வேறு மாற்ற வேண்டியதானது. கீ போர்டு புதிதாக வாங்கி வந்து மனைவிக்குத் தெரியாமலேயே மாட்டினான்.

ஆனால் இது எல்லாமே செண்பகத்துக்குத் தெரிந்துதான் இருந்தது. தனக்குத் தெரியாமல் புதிய கீ போர்டை மாட்டி, பழைய கீபோர்டை பைக்கின் சைடு பாக்ஸில் வைத்ததை அவள் இரவு ஒரு மணி தூக்கக் கலக்கத்திலேயே பார்த்தாள். பைக் டயரில் காற்று இல்லாமல் அது நெளிந்து நெளிந்து போவதை அவள் "டாடா' காட்டிவிட்டுத் திரும்பும்போது கவனித்தாள். தனக்குத் தெரியக்கூடாது என சண்முகம் படுகிற பாட்டை எண்ணி, அபி சமையல் கட்டில் செய்த சேட்டைகளைக்கூட சண்முகத்திடம் சொல்லவே இல்லை அவள். உதாரணத்துக்கு அவள் சேகரித்து வைத்திருந்த ஆடியோ கேசட்டுகளை எல்லாம் அவன் ஃப்ரிட்ஜின் ஃப்ரீஸருக்குள் வைத்து மூடிவிட்டதைக்கூட அவள் சண்முகத்திடம் சொல்லவே இல்லை. அத்தனை கேசட் டேப்புகளும் ஒரு மாதிரி நெளிநெளியாக முறுக்கிக் கொண்டு பாழாகி குப்பைத் தொட்டியில் போட்டுவிட்டாள்.

சில நாள்களில் வீடு மீண்டும் அமைதியாகி சகஜநிலைக்கு வந்தது. குழந்தையின் இருப்பு என்பது வீட்டை நிறைத்து வைக்கிற அம்சம்தானோ என்று நினைத்தான் சண்முகம். குழந்தையில்லாமலேயே பழகிவிட்ட வீடு. அதனால்தான் அபியின் சேட்டைகள் தமக்கு வித்தியாசமாக இருந்ததோ என்றும் தேற்றிக் கொண்டான். ஏனென்றால் பிருந்தா எதையும் பொருட்படுத்தாமல் இருந்ததே அதற்கு ஒரு ஆதாரம்தான். என்னதான் சமாதானம் சொல்லிக் கொண்டாலும் அபியை நினைத்து ஒரு பயம் இருக்கத்தான் செய்தது.

முதல்வரியில் 'அபியும் வர்றானாம்' என்று செண்பகம் அதிர்ந்தது இந்த அபிக்காகத்தான்.

ஆட்டோவைவிட்டு இறங்கி பிருந்தா உள்ளே நுழைந்ததும் பின்னாலேயே அபியை எதிர்பார்த்தனர். ஆட்டோவில் இருந்து யாரும் இறங்கவில்லை. ஆட்டோ சீட்டைக் கிழித்துக் கொண்டிருக்கிறானோ என்னவோ?

"அபி வர்லயா?" ரொம்பவும் எதிர்பார்த்துக் காத்திருந்த தொனியில் கேட்க நினைத்து, சந்தோஷத் தொனியில்தான் கேட்க முடிந்தது.

"அவன் வர்லணா... இங்க அவனுக்கு ஒரே போரடிக்குதாம்... உங்க வீட்ல விளையாட்றதுக்கு எதுவுமே இல்லையாம்... பாருங்க, இந்த வயசிலேயே எப்படிலாம் பேசுதுங்க?" என்றாள்.

இப்படி ஒருவரியில் தம் வீட்டை நிராகரித்துவிட்டானே என்ற தவித்த ஒரு கணத்தை, சீக்கிரத்திலேயே தனியாக அவனிடம் அகப்பட்டுக் கொண்ட வீட்டை நினைத்துத் தேற்றிக் கொண்டான் சண்முகம்.

• தினமணி கதிர், 2008

சம்பா

“நிசப்தத்தை யார் உடைப்பது என்று எல்லோருமே எதிர்பார்த்திருந்தது மாதிரி இருந்தது. வேட்டியை முழங்கால் வரை தூக்கிவிட்டு, மரத்தடி சிமெண்ட் திண்டு மீது குத்துக்காலிட்டு அமர்ந்திருந்த மாரிமுத்து நாயகர் “க்கும்” என்று கனைத்துக் கொண்டார். அதாவது நான் ஆரம்பிக்கிறேன் என்று அதற்கு அர்த்தம்.

“ஜீப் எதுக்குப்பா வந்துட்டுப் போச்சு?” என்று கேட்டார்.

இதற்கான பதில் அங்கிருந்த சோமசுந்தரம், கருப்புசாமி, திருமலை, சண்முகாசாரி எல்லோருக்குமே தெரிந்ததுதான். கேள்வியைக் கேட்ட மாரிமுத்து நாயகருக்கும் தெரியும்தான். இருந்தாலும் கேட்டார். விஷயத்தை ஆரம்பிக்க வேண்டுமே?

“ஆபிஸரும், பி.டி.ஓ.வும் வந்தாங்க” என சொக்கலிங்கம் ஆரம்பித்ததும் “”பி.டி.ஓ.வும் ஆபிஸர்தான்டா” திருமலை ஓவெனச் சிரித்தான்.

“குழா பேண்ட் போட்டுக்குனு ஜீப்ல வந்தா உடனே ஆபிஸர்னு சொல்றதா?” திருமலையின் சிரிப்பில் ஆத்திரமுற்றவராகப் பேச ஆரம்பித்தார் சண்முகாசாரி. “”ஒரு ஏக்கர் நெலம் குடுத்தா ஆஸ்பித்திரி கட்டி தர்றேங்கிறானுங்க. அவசர அங்கலாப்புன்னா நமக்கு வைத்தியம் பாத்துக்க முடியல. நம்ம புத்தூரார் பையன பாம்பு கடிச்சப்ப ஊசி போடறதுக்கு ஒரு டாக்டர் இருந்திருந்தா காப்பாத்தியிருக்கலாம்.. ரெண்டு வருஷத்துக்கு ஒரு தடவை இப்படி யாராவது ஒருத்தர் அநியாயமா மண்டைய போட்றாங்க..”

“ராமாயணத்தை எடுத்துக் கிட்டார்பா. இப்ப நெலத்துக்கு ஒரு வழி சொல்லிங்கப்பான்னா..” திருமலை விஷயத்துக்கு இழுத்தான்.

இந்த இடைப்பட்ட நேரத்தில் மாரிமுத்து நாயகருக்குச் "சேர்ந்தாப்ல ஒரு ஏக்கர் நெலம்னா... காவாக்கரை மேடு. கணக்கன் மேடு ஓடை, கோயில் கம்பத்தம்' போன்ற ஊர் பொதுச் சொத்துக்களாக உள்ள இடங்களைப் பற்றிய கணக்கு ஓடிக் கொண்டிருந்தது.

நான்கு பிரசவ வார்டும், மருந்து கொடுக்கிற இடமும் கொண்ட டவுனில் இருப்பது மாதிரியான ஒரு மருத்துவமனையை மனத்திரையில் கட்டி முடித்துவிட்டு மேலே சொன்ன இடங்களில் ஒவ்வொன்றாக அதைப் பொருத்திப் பார்த்துக் கொண்டிருந்தார்.

அவர் மனதில் இருந்த கட்டடத்துக்கு அம்சமான இடம் கோவில் கம்பத்தம்தான்.

"இதில பேசறதுக்கு என்னடா இருக்குது? கோயில் நிலம்தான் சரி" என்றார்.

மாரிமுத்து நாயகர் துணிச்சல்காரர். அவரால் மட்டும்தான் இப்படித் தேங்காய் உடைத்தது மாதிரி சொல்ல முடியும் என்று அங்கிருப்பவர்களுக்குத் தெரியும்.

ஆஸ்பத்திரி கட்டறதுக்குக் கோயில் நிலம்தான் சரியான இடம் என்பதைச் சொல்வதற்கு என்ன துணிச்சல் தேவை என்று நினைக்கலாம். கோயில் நிலத்தில் பரம்பரை பரம்பரையாக விவசாயம் பார்த்துக் கொண்டு வருபவர் காளி நாயகர். கோயிலுக்குச் சேர வேண்டிய வாரத் தொகையாக வருஷத்துக்கு ஆறுமூட்டை நெல்லை கோயிலுக்கு அளந்துவிட்டுத் தம் சொந்த நிலம் போலவே ஆண்டு வருபவர் அவர். அது கோயில் சொத்து என்ற விவரம்கூட அவருக்கு ஞாபகம் இருப்பதில்லை. கோயிலுக்குத் தானமாக நெல் அளப்பது போலத்தான் அவரது நடவடிக்கை இருக்கும்.

அப்படி ஒருவரின் ஆதிக்கத்தில் இருக்கும் நிலத்தை டப்பென்று காட்டிக் கொடுப்பதுதான் துணிச்சலுக்கான சமாசாரம்.

அவரிடமிருந்து நிலத்தை மீட்பதற்கு இது சரியான சந்தர்ப்பம் என்ற எண்ணம் ஏறத்தாழ எல்லார் மனதிலும் ஒரே நேரத்தில் உதித்தது.

காளி நாயகர், ஆத்திரப்படுவார், ஊரே இரண்டுபடப் போகிறது என்றுதான் அவரிடம் கோவில் நிலம் கேட்டுப் போனவர்கள் எதிர்பார்த்தார்கள்.

"மோர் இருந்தா குடும்மா வந்திருக்கவங்களுக்கு" என மகளிடம் கூறிய இயல்போடு, "ஆஸ்பித்திரி கட்டறதுக்கு அதுதான்டா சரியான இடம்" என்றும் உறுதியாகச் சொன்னார்.

அவர் இவ்வளவு சுலபமாக உடம்பட்டது அசாதாரணமாகத்

தோன்றவே, "ஊர் ஜனங்க எல்லாருக்கும் பயன்பாடா இருக்கட்டுமேன்னுதான் இப்படி யோசிச்சோம்"- சொக்கலிங்கம் வலிந்து விளக்கம் தந்தார்.

"நீ குடுத்த ஐடியாத்தானா இது? சரியான எடத்தத்தான் ராசா சொல்லியிருக்கே" என்று சொக்கலிங்கம் பக்கம் திரும்பினார் காளி நாயகர். சொக்கலிங்கம் பயந்து போய், 'நான் சொல்லல. மாரிமுத்து நாயகர்தான்" என பதறினார்.

"அட என்னய்யா... யாரோ சொன்னாங்க. நல்ல இடம்... அதுதான் பொருத்தமா இருக்கும் இல்லையா?" என்றார்.

வந்திருந்வர்கள், "ஆமா அதுக்காகத்தான்" என ஆமோதித்து "நீங்க இதில சங்கடப்படக் கூடாது" என்றனர்.

வந்திருந்தவர்கள் இப்படித் தர்மசங்கடப்படுவதை ரசிப்பவர் மாதிரி, "பின்ன... ஜனங்களுக்குப் பயன்பாடா இருக்கறதுக்குதத்லனே ஆஸ்பித்திரி. தொல்லை குடுக்கறதுக்கா?" சொக்கலிங்கத்தைப் பார்த்து சம்மதம் கேட்பதுபோல தலையாட்டிவிட்டுச் சிரித்தார் காளி நாயகர்.

"ஆனாப்பா ஒரு விஷயம்" என்று மீண்டும் காளி நாயகரே ஆரம்பித்தார். ""ஊர்க்காரங்க வீடுகட்ட இடமில்லாம ஏரியில குடிசைபோட்டு இருக்கானுங்க. மழைக்காலத்தில இதனால எவ்வளவு அவஸ்தைப் படறாங்கன்னு தெரியுமா?"

"தெரியும் நாயக்ரே. அதுக்கு என்ன பண்ண முடியும், சொல்லுங்க?" என்றார் வந்திருந்தவர்களில் ஒருவர்.

"நமக்குக் கொஞ்சம் ஓய்வு இருக்கிற சமயம்னா அது இந்தச் சம்பா காருதான். மனசு வெச்சா இந்த நேரத்தில அவங்களுக்கும் நல்லது செய்யலாம். ஊர்கூடி இழுத்தா தேர் நகரும்."

"எப்படி?" நிஜமாகவே ஆர்வமாகக் கேட்டார் சொக்கலிங்கம்.

"ஏரிய ஒரு பக்கம் மேடாக்கி அந்த இடத்தில ஆஸ்பித்திரியக் கட்டிட்டு... எங்கப் பாட்டன் காலத்தில தூர்வாரினதோட சரி. அது இப்பவே மேடாத்தான் இருக்கு. அதனால அங்க ஆஸ்பித்திரியக் கட்டிட்டு கோவில் நெலத்தில அங்க குடிசைபோட்டுக்கிட்டு அவஸ்தைபட்றவனுக்கு வீடுகட்ட இடம் கொடுத்தா என்ன?... உங்க இஷ்டம்தான். அரசாங்கத்துக்கிட்ட சொல்றதுக்கு முன்னாடி நாம ஒரு முடிவா இருக்கணும். என்ன சொல்றீங்க... கோவில் நிலம் ஊரோட இருக்கு ஏரியில வீடு கட்டிக்கிட்டு இவனுங்க ஏன் தனியா இருக்கணும்? அதுதான் என் யோசனை"

இதில் ஏதோ போர்த் தந்திரம் இருப்பதாக உணர்ந்த சொக்கலிங்கம், "பெரிய வூட்டுக்காரங்க எல்லாரையும் கலந்து

பேசித்தான் முடிவெடுக்கணும்” என்று பாதுகாப்பாக ஒரு வார்த்தைப் போட்டார்.

பெரிய வீட்டுக்காரர்கள் என்று ஊரில் ஐந்து பேர் இருந்தார்கள். அய்யாவூடு. தென்னந்தோப்பு ரெட்டியார் வீடு, குதிரை நாயகர் வீடு, ஆசாரி வீடு ஆகிய ஐந்து குடும்பத்தின் வம்சா வழியினர்தான் ஊரின் பூர்வ குடிகள். இந்த ஐந்து வீட்டுப் பிரதிநிதிகள் ஒரு மனதாக ஏற்றுக் கொண்ட விஷயம் பெரும்பாலும் நடைமுறைப்படுத்தப்பட்டுவிடும்.

ஊருக்குப் பள்ளிக்கூடம் கட்ட, நீர்த் தேக்கத் தொட்டி கட்ட, காட்டுக் கோவிலைப் புதுப்பிக்க என்று ஐந்து வீட்டுக்காரர்களும் சம்மதம் தெரிவித்து, நிறைவேறிய திட்டங்கள் நிறைய உண்டு.

சம்பா பட்டம் ஐந்து மாதப் பயிர்ப் பருவம். விவசாயிகள் தினமும், ஏர்பிடிப்பதும், களையெடுப்பதுமாகச் சொல்லி வைத்ததுமாதிரி தினம் ஒரு வேலையில் தங்களை மூழ்கடித்துக் கொள்வது, சம்பாச் சாகுபடியின்போது சற்றே குறையும். பெரிய வேப்பமரத்தடியில் அமர்ந்து ஆடுபுலி ஆட்டம் ஆடுகிறவர்களையும் கோவில் வாசலில் அமர்ந்து அரசியல் நிலைமைகளை அசை போட்டுக் கொண்டிருப்பவர்களையும் அந்த நேரத்தில்தான் அதிகம் பார்க்க முடியும். பொது விவகாரங்கள் பேசப்படுவதும் வீண் சண்டைகள் உருவாவதும்கூட அப்போதுதான்.

இந்தச் சம்பா பருவ நேரத்திலேயே ஆஸ்பத்திரி விவகாரத்தையும் ஏரிக்கரையில் குடிசை போட்டு இருப்பவர்களின் வீட்டு நிலப் பிரச்சினையையும் முடித்துவிடுவது என்று ஐந்து வீட்டுப் பிரதிநிதிகள் முதல் சமீபத்தில் வந்து குடியேறிய முத்து நாடார் வரை ஆர்வப்பட்டார்கள்.

“ஏரியில் குடிசைப் போட்டு இருக்கவனுக்கு மட்டும்தான் கோவில் நெலத்துல எடம் தரப் போறாங்களா? ஊர்க்காரனுங்ககூடத்தான் வீடு போதாம எடம் தேடிக்கிட்டு இருக்கான். அவங்களுக்கும் எடம் ஒதுக்குவாங்களா?” டீக்கடையில் அமர்ந்திருந்தபோது திருமலைதான் இப்படி ஒரு சந்தேகத்தைக் கிளப்பிவிட்டான்.

“வீட்டுக்கு எடம் இல்லாதவன் எல்லாருக்கும்தான். மனை குடுக்கணுனா ஏரியில குடிசை போட்டிருக்கணும்னு சட்டமா?” என்று மாரிமுத்து நாயகரும் சூடாக இருந்த டீயை ஊதி ஆற்றிக் கொண்டே பதில் அளித்தார்.

மாரிமுத்து நாயகரே சொல்லிவிட்டார் என்று ஊர்க்காரர்கள் சிலர் தங்களுக்கும் இடம் ஒதுக்க வேண்டும் என்று விண்ணப்பிக்க ஆரம்பித்தனர். ஆளாளுக்கு வெள்ளை பேப்பரில் மனு எழுதிக் கொண்டு வந்தனர்.

“எனக்குக் குடியிருக்க வீட்டுமனை இல்லாததால் எனக்கும் மனை ஒதுக்க ஆவண செய்ய வேண்டுகிறேன்’ என்று ஆறுமுக ஆசிரியர் யாரோ ஒருவருக்கு எழுதித் தந்ததையே அனைவரும் வரிவரியாகக் காப்பியடித்து எழுதி வந்தனர். வந்த மனுவைப் பார்த்தால் ஏறத்தாழ இன்னொரு ஊர் தயாராகிவிடும் போல இருந்தது.

இது சம்பந்தமாக மீண்டும் கோயில் பிரகாரத்தில் கூடினர்.

“ஊர்க்காரன்ல இவனுக்கு எடம் தந்து அவனுக்கு எடம் தரலன்னா பிரச்சினை வராது?” காளி நாயகர் கேட்டார்.

“யார் யாருக்கு வேணும்னு சொல்லட்டும். ஒரு வீட்டு மனைக்கு இன்ன விலைன்னு நிர்ணயிப்போம். கோவில் செலவுக்கு ஆகும். வாங்கறவங்க வாங்கிக்கட்டும்” புதிதாக விலையைப் பற்றி பேச ஆரம்பித்தார் சொக்கலிங்கம்.

“என்னப்பா இது... ஏரிக்கரையில இருக்கிற கொட்டாயை விட்டுட்டு வர்றவனும் அதே விலை குடுக்கணுமா?” காளி நாயகர் கேட்டார்.

“நம்ம நோக்கம் ஆஸ்பித்திரிக்கு எடம் வேணும்” ஞாபகப்படுத்தினார் மாரிமுத்து நாயகர்.

“ஏரிக்கரைல கட்றதா, கோவில் நெலத்தில கட்றதான்னு முடிவு பண்ணுங்கன்னு சொல்றேன். அவ்வளவுதான்” காளி நாயகர் தெளிவுபடுத்தினார்.

“ஏரியில நாங்க எப்படியாவது சாவறம். நீங்க கோவில் நெலத்துல ஆஸ்பித்திரி கட்டுங்கப்பா”துண்டை உதறித் தோளில் போட்டுக் கொண்டு விருட்டென்று வெளியேறினான் படவேட்டான்.

“ஏரித் தண்ணில வெள்ளத்தில தவிக்கிறவனுக்கு வீடுகட்றதுக்கு இடம் கொடுங்கப்பா... ஆஸ்பித்திரியாவது மண்ணாங்கட்டியாவது” என்றார் சோமசுந்தரம்.

“என்னய்யா இது அநியாயம். ஆஸ்பித்திரி கட்றம்னு ஆரம்பிச்சு இப்ப வீட்டு மனைனு விவகாரம் பண்றீங்க?” மாரிமுத்து நாயகர் சொன்னது யார் காதிலும் விழுந்ததாகத் தெரியவில்லை.

“சரிப்பா. நீங்க பேசி ஒரு முடிவுக்கு வந்துட்டுச் சொல்லுங்க. எனக்கு ஒடம்பு முடியல. கிளம்பறேன். கோவில் நெலத்தை எப்ப வேணும்னு கேட்டாலும் கொடுக்கறதுக்கு நா ரெடி” கைத்தாங்கலுக்காகக் கருப்புசாமியை அழைத்துக் கொண்டு வீட்டுக்குக் கிளம்பினார் காளி நாயகர்.

வீட்டு வாசலில் காலைக் கழுவியபடி, "பயலுகளுக்குச் சும்மா இருக்கிற நேரத்தில இப்படியெல்லாம் சமூக அக்கறை வந்துடும். பிரச்சினையைத் திருப்பி விட்டாச்சு. அடுத்த சம்பா வரைக்கும் வரமாட்டானுங்க" என்று தன் மனைவியிடம் சொல்லிக் கொண்டே கயிற்றுக் கட்டிலை நோக்கி நடந்தார் காளி நாயகர்.

• **தினமணி கதிர், 1997.**

சிறு துணை

"நீ கவிதை எழுதுவியா?" கேள்வியில் கோபம் அதிகமாக இருந்தது. பத்ரியின் கண்கள் சிவந்திருந்தன. அவனைத் தயக்கத்தோடு பார்த்தாள் புவனா. எழுதுவேன் என்று சொன்னால் அடுத்த வினாடி கன்னத்தில் அறை விழலாம். எழுதத் தெரியாது என்றாலும் அடிக்கலாம். அவனுக்குத் தேவை அடிப்பதற்கான ஒரு பதில்.

"தெரியாது"

"அப்புறம் எப்படிடீ அவனோட கவிதையை திருத்திக்கொடுத்தே?" பேச்சின் நடுவிலேயே கன்னத்தில் ஓங்கி அறைந்தான். கவிதைய திருத்துற அளவுக்குப் பெரிய கவியா நீ? கவிதாயினி இல்ல?" இந்த முறை இடுப்பில் உதைத்தான்.

புவனா, "நான் எதுவும் திருத்தலையே?" என்று ஒடுங்கி நின்றாள். சோபாவில் உட்கார்ந்து பாடம் எழுதிக்கொண்டிருந்த சுரேஷ் பயம் காரணமாக எழுந்து நின்று "அம்மா" என்றான் மெதுவாக.

"நீ போய் படிடா.. நீ ஏன் எழுந்த இப்ப?" பத்ரியின் அதட்டலுக்குப் பயந்து சுரேஷ் பழையபடி சோபாவில் உட்கார்ந்தான். மீண்டும் புவனாவின் பக்கம் திரும்பிய, "கவிதைய திருத்திக் கொடுத்துட்டு இல்லைன்னு வேற பொய் சொல்றே நீ."

புவனாவுக்குக் கடந்த வாரம் மளிகைக்கடையில் நடந்த எல்லாம் ஒரு கணத்தில் நினைவுக்கு வந்தன. அவசரமாக டீ தூள் வாங்க வேண்டியிருந்தது. பால் குக்கரில் விசில் வருவதற்குள் வாங்கி வந்துவிட வேண்டும் என்று வேகமாக எதிர்த்தக் கடைக்கு ஓடினாள். காலையில் எழுந்திருக்கும்போதே டீ தயாராக இல்லை என்றால் சில நேரங்களில் கத்துவதோடு நிறுத்தாமல் டம்ளரை எடுத்து முகத்தில் எறிவான். விசில் சத்தம் வருவதற்குள் டீ தூளோடு

திரும்பிவிட்டாள். தப்பித்தோம் என்று நினைத்தாள்.

டீ தூள் எடுத்துத் தருகிற வினாடி அவகாசத்தில் கடைக்காரப் பையன் அந்தக் கவிதையை நீட்டினான்.

"நல்லாருக்கான்னு சொல்லுக்கா"

"ஓ கவிதையெல்லாம் எழுதுவியா?"

பூரிப்பும் வெட்கமுமாகச் சிரித்தான்.

'நிழலாகப் பின்தொடர்வேன்
என்றாய்.
இருள் வந்தாலுமா?'

என்று எழுதியிருந்தான். அபிப்ராயம் சொல்வதற்கு ஒன்றும் இல்லை. காண்பித்த கடமைக்காக இருள் வந்தாலுமா என்பதை 'இருளில்?' என்று ஒரு வார்த்தையாக்கிவிட்டு 'நல்லா எழுதறே' என்று ஒரு வார்த்தை சொன்னாள்.

"இருட்லயும் அவன் உன் கூடவே இருக்கணுமா?" என்றான் பத்ரி.

இப்போதும் என்ன பதில் சொன்னாலும் அடி விழும். பேசாமல் இருந்தால் விழாமல் இருக்க உத்தரவாதம் இல்லை. எதற்கு அடிப்பான்... எதற்கு அடிக்க மாட்டான் என்பதை என்றாவது ஒருநாள் சரியாக யூகித்துவிட முடியுமா என்பதைத்தான் இந்த ஜென்மத்தின் சவாலாக நினைத்தாள். இடுப்பின் மீது உதைக்கும்போதுதான் கொஞ்சம் பயமாக இருந்தது. தன் பொருட்டு வயிற்றில் வளரும் இன்னொரு உயிரும் அடிவாங்கும்.

"அந்தக் கடைக்குப் போக வேணாம்னு எத்தனை தடவை சொல்லியிருக்கேன். எதுக்கு அங்கப் போனே?" அடுத்த அஸ்திரம்.

"திடீர்னு டீ தூள் தீந்துபோச்சு.. அவசரத்துக்கு."

"என்னடி அவசரம்? மொத நாளே தெரியாதா? நான் தூங்கிட்டு இருக்கும்போது கடைக்கு ஓடி கவிதை எழுதறீங்களா, கவிதை?"

புவனாவின் இத்தனை ஆண்டு அனுபவத்தில் இந்த நேரத்தில் எதுவும் பேசாமல் மௌனமாக இருந்தால் அவன் அடிக்க மாட்டான். புவனா பேசாமல் இருந்தாள்.

செய்தது தவறுதான் என்பதாகத் தலையைக் கவிழ்ந்து நின்றிருந்தாள். தவறை உணர்ந்துவிட்டாள் என்பதாக அவனே ஒரு முடிவுக்கு வந்து, இனிமேல் இந்த மாதிரி செய்யக்கூடாது என்று எச்சரிப்பான். அப்புறம் ஒரு சிகரெட்டைப் புகைத்தபடி டி.வி. பார்ப்பான். இப்படித்தான் புவனா யூகித்தாள். எதிர்பாராதவிதமாக

தமிழ்மகன் | 117

அவளுடைய தலையை உயர்த்தி சுவற்றில் டமார் என அடித்தான். நெற்றியில் இருந்து ஈரமாக முகத்தில் இறங்கியது. சுரேஷ் ஓடி வந்து அவன் காலைப் பிடித்துக்கொண்டு கதற ஆரம்பித்தான். “அம்மாவ விட்டுடுங்கப்பா.. பாவம்பா அம்மா”

“நாயே.. போய் படிடா.. பெரிய மனுஷனாட்டம் நியாயம் பேசவந்துட்டியா” சுரேஷை சோபாவை நோக்கித் தள்ளினான். புவனா ரத்தத்தையோ, கண்ணீரையோ துடைக்காமல் இனிமேல் அடிப்பதை நிறுத்துவான் என்று யூகித்தாள். பத்ரி ஹாங்கரில் தொங்கிக் கொண்டிருந்த சட்டையில் இருந்து சிகரெட்டை எடுத்தான். வெற்றி. அந்த நேரத்திலும் தான் யூகித்தது சரிதான் என்ற சந்தோஷம். இப்போதைக்கு அவனுக்கு அதிகாரம் போரடித்துவிட்டது.. வேறுவகையான உற்சாகத்தைத் தேடுவான். இப்போதைக்கு சிகரெட். இரண்டாம் ஜாமத்தில் எழுப்பி சமாதானக் கொடி பிடிக்காமல் இருந்தால் போதும். அதன் தொடர்ச்சியாக ஒருவேளை நாளை வரைக்கும்கூட அடிக்காமல் இருந்துவிடுவான்.

புவனா வியர்வையைத் துடைக்கும் எளிமையோடு நெற்றியில் வழிந்த ரத்தத்தை முந்தானையால் அகற்றினாள். வாஷ்பேஷனில் கண்ணீர் ரத்தம் இரண்டும் நீங்கக் கழுவிக்கொண்டாள். உலைவைத்து இறக்கி, ரசமும் உருளைக்கிழங்கு வறுவலும் செய்தாள். விவாகரத்து என்பது பெரிய வார்த்தை. கல்யாணம் ஆன புதிதில் இனிமேல் பிறந்த வீட்டிலேயே இருந்துவிடலாம் என்ற அளவுக்கு சிலநேரம் யோசித்திருக்கிறாள். மகளின் நிலைகுறித்து வருந்துவதை வெளிக்காட்டுவதே பிரச்னையை பெரிதாக்கிவிடுமோ என்று அப்பா பயப்படுவதை புவனா நன்றாகவே உணர்ந்திருந்தாள். பத்ரி டி.வி-யில் ஏதோ ஜப்பான் மொழிப் படம் பார்த்துக்கொண்டிருந்தான். அதில் மனிதர்களைக் கூறுகூறாக வெட்டி சில பகுதிகளை எரித்தும் சில பகுதிகளை மீன்களுக்கு உணவாகவும் போடும் ஒரு மனோவியாதி மனிதனைப் பற்றிக் காட்டிக்கொண்டிருந்தார்கள். பத்ரி அதை புன்முறுவல் மாறாமல் பார்த்தான். சமையல் வேலைகளுக்கு நடுவே புவனா அதை சில சமயம் அடுத்து என்னமாதிரி அதிர்ச்சிக் காட்சி வரப்போகிறதோ என்ற அச்சத்தின் காரணமாக மிரட்சியோடு பார்த்தாள். சின்ன வயதிலேயே சுரேஷ் இதையெல்லாம் பார்ப்பது அவளுக்குப் பயத்தை ஏற்படுத்தியது. குழந்தையின் எதிரில் இதுபோன்ற படங்களைப் பார்க்க வேண்டாம் என்று கோரிக்கை வைக்கலாம். ஆனால், அவனாக வேறு சேனலுக்கு மாற இருந்த யோசனையையும் கெடுத்துவிடும். பால்வண்ணம் பிள்ளைகளின் உலகம் இது. புதுமைப்பித்தனின் கதை நினைவு வந்தது. கல்லூரி.. கவிதை எழுதிய நோட்டுப் புத்தகம்.. கல்யாணப் புதிதில் அதை பத்ரியிடம் காட்டி அவமானப்பட்டது.. எல்லாம் போன பிறவியில்

நடந்தது போல இருந்தது. சூறாவளியிலும் தாக்குப் பிடிக்கும் சிறுமலர் போல மிச்சம் இருக்கும் நினைவுகள் இவைதான்.

அந்த வீட்டில் செருப்பு வைக்கிற ஸ்டாண்டுக்கு இருக்கும் மரியாதைகூட இல்லாமல் ஒரு ஜீவனாக நடமாடுவது சில நேரங்களில் அதிக வருத்தமாகிவிடும். இறந்துவிடலாம் என யோசித்தால் அம்மா, அப்பாவின் பரிதாபமான முகம் நினைவுவரும். சுரேஷின் முகம்.. தன் இழப்பால் வருந்தும் அனைவரையும் நினைத்துப் பார்த்தாள்.

செத்துத் தொலைப்பதைவிட வாழ்ந்தே தொலைக்கலாம்போல இருந்தது. 'யாரோ ஒருவரின் நினைவு நம்மை இழந்துவிடாமல் காக்குமென்றால் யாருடைய முயற்சியால் வாழ்கிறேன் நான்?' என்று ஒரு வரி ஓடி மறைந்தது. மனதில் ஓடிய வரியைப் பிடிக்கமுடியவில்லை. கவிதையாகச் செய்யக்கூடிய வரி என்று மட்டும் நினைவில் மலர்ந்து உடனே மறந்துவிட்டது.

ஒருவகையில் புவனாவுக்கு இருந்த ஒரே வசதியே அதுதான். இப்போது எல்லாம் மறந்துபோய்விடுகிறது.

படிக்க விரும்பியதைப் படிக்காமல் போனதை, அணிய விரும்பியதை அணியாமல் போனதை, கேட்க விரும்பியதைக் கேட்காமல் போனதை, வாழ விரும்பியதை வாழாமல் போனதை... அவளால் வசதியாக மறக்க முடிந்தது. கரும்பலகையில் ஒரு கை எழுதிச் செல்லும் வாக்கியத்தை இன்னொரு கை

ஈரத் துணியால் அழித்துக்கொண்டே வந்தது. இரண்டொரு முறை நியாயம் கேட்கவந்த அப்பாவையும் இனி வீட்டுப் பக்கம் வரக்கூடாது என்று விரட்டியடித்துவிட்டான். அப்பாவும் அம்மாவும் ஏதாவது கல்யாண வீட்டில் பார்த்தாலும் பேசக்கூடாது என்பது நிபந்தனை. கணவனோடு செல்லும் எல்லா பயணங்களும் ஒரு மனக்கசப்பில் வந்து முடிவதால், கல்யாணம் காட்சி என்று போக அவளுக்கு விருப்பம் இருந்ததில்லை. கொஞ்சம் தீவிரமாக யோசித்துப் பார்த்தால் அவளுக்கு விருப்பங்களே இருந்ததில்லை என்று சொல்லிவிடலாம்.

அதனால்தான் மறுநாள் அவள் புதிதாக விழித்து எழுந்தாள். நம்பிக்கையே இல்லாததால் எதிர்ப்பார்ப்பும் இல்லை. பத்தடி கூண்டுக்குள் சிக்கிய மான் போல வாழப் பழகியிருந்தாள். எப்போது புல்லைச் சாப்பிட வேண்டும்; எப்போது தண்ணீர் குடிக்க வேண்டும் என்று பழகிக்கொள்வதில் பெரிய சிரமும் இருக்கவில்லை.

சுரேஷ் பள்ளிக்குக் கிளம்பிக்கொண்டிருந்தான். அவனைப் பள்ளிக்கு அழைத்துச் செல்லும் பொறுப்பு புவனாவுக்கு. அழைத்து வருவதும் அவளுடைய வேலைதான். அவனுக்குத் துணி துவைப்பது

அவளுடைய வேலை. அவனுக்குப் பாடம் சொல்லித் தருவது அவளுடைய வேலை. எல்லா வேலையும் அவளுடைய வேலையாக இருந்தாலும் எல்லாவற்றையும் இப்படித் தனித் தனியாகப் பிரித்துப் பார்த்து எளிமையாக்கிக்கொள்வாள்.

பத்ரி செய்தித்தாள் படித்துக்கொண்டிருந்தான். அசப்பில் பார்த்தால் அவன், ஆண்களின் எல்லா கடமைகளையும் நிறைவேற்றுவதுபோல இருக்கும். அதில் ஒன்று காலையில் செய்தித்தாள் படிப்பது. பள்ளிக்கூடப் பையைத் தூக்கிக்கொண்டு புவனா சுரேஷுக்குப் பின்னால் நடந்தாள்.

"எதுக்குடா... இவ்ளோ புக்ஸ?" என்று பத்ரி சுரேஷை அதட்டினான்.

சுரேஷ், அம்மாவின் பையைப் பிடுங்கி முதுகில் மாட்டியபடி, "இன்னைக்கு ஹோம் ஒர்க் நோட் சப்மிட் பண்ணணும்பா" என்றான்.

சுரேஷ் சொன்ன பதிலைக் காதில் வாங்கிக்கொள்ளவில்லை. அவன் சொல்கிற பதிலைக் கேட்பது அவனை மதிப்பதுபோல ஆகிவிடும்.

"கொஞ்சம் நோட்டை மத்யானம் லஞ்ச் கொண்டு வரும்போது..." புவனா ரொம்ப நாளைக்கு அப்புறம் ஒரு யோசனையை முன் வைக்க முனைந்தாள்.

சுரேஷ் அதற்குள் மாடிப்படி இறங்கிவிட்டான். விட்டால் தனியாகவே பள்ளிக்குப் போய்விடுவான் போல. புவனா வேகமாக ஓடி அவனைக் கடைசிப் படிக்கட்டுக்கு முன்னால் பிடித்தாள்.

"என்ன அவசரம் உனக்கு?"

சுரேஷ் பதில் சொல்லமாட்டான். பள்ளிக்குழந்தையைப் போல இருக்காது அவனுடைய நடவடிக்கை. இரவில் பத்ரியின் படுக்கைத் தொல்லைகளின்போது எழுந்துபோய் அவனாகவே ஹாலில் படுத்துக்கொள்வான். எதையோ கடந்துவந்துவிட்டவன் போலத்தான் நடந்துகொள்வான்.

தெருவைக் கடந்து வலதுபக்கம் திரும்பியதும், ஒரு ஆட்டோவை அணுகி, 'கோயம்பேடு போகணும் வர்றீங்களா அங்கிள்?'

"எதுக்கு கோயம்பேட்டுக்கு?" என்ற புவனாவை ஆட்டோவில் அவசரமாக தள்ளினான்.

அவனும் ஏறி அமர்ந்து, "நாம தாத்தா வீட்டுக்குப் போறோம்"

"திருச்சிக்கா?"

ஆமாம் என்று அவன் சொல்லவே இல்லை.

“அய்யோ...” பதறினாள்.

ஆட்டோ ஓட்டுபவர் எதேச்சையாகப் போல திரும்பிப் பார்த்தார். சுரேஷ் கண்களால் புவனாவை எச்சரித்தான். இது என்ன விபரீதம்? பத்ரி பைக்கில் துரத்தி வருவதுபோல திகில் பரவ ஆரம்பித்துவிட்டது புவனாவுக்கு. கட்டியிருந்த புடவையை ஒரு தரம் நேர்த்தியாக இருக்கிறதா என்று பார்த்துக்கொண்டாள். பத்து வயசுப் பையனை நம்பி... காதைப் பிடித்துத் திருகிக் கீழே இறக்க வேண்டும் என்று ஏன் முயற்சி செய்யவில்லை? அவளுக்கு வியர்த்துகொட்டியது. இப்படி கட்டியப் புடவையோடு போய் நின்றால் அப்பாவும் அம்மாவும் என்ன சொல்லுவார்கள். உறவினர், புகுந்தவீடு, சமூகம், குடும்பம்.. எதிர்காலம்? எல்லா வார்த்தைகளும் அவளை அச்சுறுத்தின. “பயமா இருக்கு சுரேஷ்.. வீட்டுக்குப் போயிடலாம்டா” என்று மெதுவாகச் சொன்னாள்.

பாந்தமாக அம்மாவின் கைகளைப் பிடித்துக்கொண்டான்.

எப்படியாவது பயணத்தை நிறுத்திவிட வேண்டும் என்பதுமட்டுமே நோக்கமாக இருந்தது. எந்தத் த்டயமும் இல்லாமல் மீண்டும் பத்ரியிடம் போய் வழக்கமான அடிகளையும் திட்டுகளையும் வாங்கிக்கொண்டு இருந்தால் போதும்போல இருந்தது. அவளுக்குப் பழக்கமான வருத்தங்களோடு வாழ்ந்துவிடுவதே பரவாயில்லைபோல நினைத்தாள்.

“ஊருக்குப் போக பணம்?”

சுரேஷ் பள்ளிக்கூட பையைத் திறந்தான். புவனாவின் கல்லூரிச் சான்றிதழ்கள், நகைப் பெட்டி, பணம்.. பீரோவில் இருந்து எப்போது இதையெல்லாம் எடுத்துவைத்தான்? சிக்கியிருந்தால் இன்னேரம் என்ன கதியாகியிருப்போம்? ஆட்டோவின் பின்புறம் இருந்த நீள்வட்ட ஜன்னல் வழியே பார்த்தாள்.. இன்னும்கூட சிக்குவதற்கு வாய்ப்பு இருக்கிறது. பள்ளிக்கூடம் விட்டு அரை மணி நேரத்துக்குள் திரும்பவில்லை என்றால்? பள்ளிக்கூடத்தில் சில நேரம் ஏதாவது விசாரணைகள் இருக்கும். கொஞ்சம் முன்ன பின்னே ஆகும்.. சில நேரத்தில் அப்படியே காய்கறி வாங்கிக்கொண்டு வருவாள். ஒரு மணி நேரம் வரை தேட மாட்டார்கள். பிறகு சந்தேகம் வரும். மளிகைக் கடை பையன்மீதும் வரும். அய்யோ கொடுமையே... அதற்குள் சென்னையைவிட்டுப் போய்விட வேண்டும்.

“இதையெல்லாம் எப்ப எடுத்தே?”

“காலையில..”

திருச்சி பஸ் எங்கே நிற்கும் என்று விசாரித்து, கையைப் பிடித்து இழுத்துச் சென்றான். பஸ்ஸில் நல்ல இடமாகப் பார்த்து உட்கார வைத்தான் சுரேஷ். அடிக்கொரு தரம் அவன் முகத்தைப்

பார்த்தாள். அது குழந்தைக்கான முகம்தான். பெரியவர்களின் செருப்பை போட்டு நடக்கும் சிறுவனுடைய பாதம் போல பொருத்தமில்லாமல் இருந்தது; ரசிக்கும்படியாகவும் இருந்தது. ரசிப்பதற்கான தருணம்தான் இல்லை. குழாய் அடிச் சண்டையில் நிலவை தவறவிடுவதுமாதிரிதான் தருணங்களும் நெருக்கடிகளும் போட்டி போடுகின்றன.

டிரைவர், அவருக்கான பிரத்யேக கதவு வழியாக ஏறி அமர்ந்தார். பஸ் என்ஜினின் உறுமல். நகரவும் ஆரம்பித்தது.

"தாத்தா ஏன் இப்படி வந்தீங்கன்னு திட்டினா?"

"திட்ட மாட்டார்.."

ஜனத் திரளில் பஸ் ஊர்ந்தது. பிரதான சாலைக்கு வரும் வரைக்கும் பயப்பட வேண்டும் போல நினைத்துப் பார்த்தாள்.

"திட்டினா?" என்றாள் மறுபடி.

சுரேஷ் தீர்க்கமாகப் பார்த்தான். "நீயும் திருப்பித் திட்டுமா."

உதட்டின் மேல் ஒரு நீர்த் துளி வழிந்து உறைத்தது. கண்ணீரா? வியர்வையா?

நெரிசலில் இருந்து மீண்டு அகன்ற சாலையில் திரும்பி, விரைந்தது பஸ். சுரேஷ் அம்மாவின் தோள்மீது சாய்ந்துகொண்டான்.

● ஆனந்த விகடன், 2013.

மாலதி

அம்மா மிகச் சுலபமாகக் கேட்டுவிட்டார்கள். "மாலதி வீடு உனக்குத் தெரியுமில்லப்பா?" என்று.

மாலதி வீடு தெரியாது என்று சொல்லலாமா... மாலதியையே தெரியாது என்று சொல்லலாமா. இந்த இரண்டு கேள்விகளும் ஏறத்தாழ ஒரே நேரத்தில் உற்பத்தியாகி செயல் இழந்தன.

மாலதியை எனக்கு இன்னும் ஞாபகம் இருக்கிறது என்பது ஒரு குற்றம்போல ஏனோ தோன்றியது.

அவள் ஐந்து வயது குழந்தையாக இருந்தபோது பார்த்தது. ஆதலால் அவள் உருவமாக எனக்கு நினைவில் இல்லை.

"பல்லாவரத்திலப்பா..." என்று அம்மா என் பதிலுக்காகக் காத்திருந்தார்.

நான் என்னையும் அறியாமல், "தெரியும்" என்றேன்.

அவளுக்கு இப்போது 20 வயது இருக்கலாம். இப்போது எப்படி இருக்கிறாள் என்று பார்க்கவேண்டும் போல குறுகுறுப்பாக இருந்தது.

நான்குக்கும் ஐந்துக்கும் இடைப்பட்ட வயதில் ஒரு பெண்ணுக்கு அவ்வளவு தெரிந்திருக்குமா? அவ்வளவு சாமர்த்தியம் இருக்குமா... என்று இப்போது ஆச்சர்யமாக இருந்தது.

அந்தச் சிறிய வயதில் என் மனதில் குறுகுறுப்பை உணரவைத்தவள் அவள்தான். பாலியல் பற்றிய கல்லூரி நாள் அரட்டைகளில் என் கவனத்தில் தீயாக எரிந்து துன்புறுத்தும் அளவுக்கு என்னை உளவியல் சித்ரவதை செய்தவள்.

அந்த வயதில் என்னை வசீகரிப்பதற்கு – குரூரமாகச் சிந்திக்கிறேனா என்று தெரியவில்லை – கவர்வதற்கு, திசைதிருப்புவதற்கு போன்ற எந்த வார்த்தையைப் போட்டாலும் அந்தக் குழந்தைத்தனத்துக்கு மிகையாகப்படலாம். ஆனாலும் அவளிடம் மிகையானதன்மை இருக்கத்தான் செய்தது.

பல்லாவரத்தில் அவர்கள் வீட்டில் குடியிருந்தநாங்கள், அப்பா வேலைபார்க்கும் நிறுவனம் தந்த குவார்ட்டர்ஸ் வசதியை அனுபவிப்பதற்காக வீடுகாலிபண்ணிவிட்டோம்.

லாரியில் பொருட்களையெல்லாம் ஏற்றிக்கொண்டு கிளம்பும்போது, காலை 6 மணி. அப்போது மாலதி எழுந்திருக்கவில்லை. அவள் எழுந்திருப்பதற்குள் போய்விட வேண்டும் போலதான் எனக்கு இருந்தது. அவளிடமிருந்து தப்பித்துவிடவேண்டும் போலதுடித்த உணர்வு, இப்போதும் ஞாபகம் இருக்கிறது.

அங்கிருந்து வந்துவிட்டபின், நான் மாலதியை முழுக்க மறந்துவிட்டேன். மறுபடி மாலதி என் ஞாபகத்துக்கு வந்தது, என் 16 வயதில். அதன் பிறகு, அவள் ஞாபகம் என்னை விடவேயில்லை... இன்றுவரை. அவள் ஒரு பாலியல் சின்னமாக என்னுள் இருந்தாள்.

அவள் என் ஞாபகத்தில் இருப்பதைத் தெரிந்துகொண்டுதான் அம்மா இப்படிக் கேட்டார்களா என்று அச்சமாக இருந்தது.

"முருகேசன் இறந்துபோய்ட்டாரு. 23 ஆம் தேதி காரியம்னு அவங்க வீட்டுக்குத் தகவல் சொல்லணும்பா" என்று அம்மா சொன்னார்.

"சரிம்மா... ஞாயிற்றுக் கிழம போறேன்" என்றேன்.

"என்னப்பா ஞாயித்துக் கிழமைதான் 23 ஆம் தேதி."

"அதுக்காக..? இன்னைக்கே போகச்சொல்றியா?" என் ஆர்வத்தைத்தான் நான் வெறுப்புடன் வெளிப்படுத்துகிறேனா?

"ஆமாம்பா... இன்னைக்கு உனக்கு லீவ்தானே?"

"சரி சரி."

எனக்கு மூளைக்குள் புயல்போல ஏதோ நடந்தது. உடம்பு கொஞ்சம்சூடாக மாறி இருந்தது. அவள் அப்பா ஓர் ஓவியர். பிற்காலங்களில் அவர் ஒரு கார்ட்டூனிஸ்ட் என்று புரிந்துகொண்டேன். அவர் டேபிளின்மீது பென்சில் கோடுகளாகவோ, வண்ணமிடப்பட்ட நிலையிலோ ஓவியங்கள் இருக்கும். அவ்வளவு பிரமாதமான கார்ட்டூனிஸ்ட் என்று அவரைச் சொல்லமுடியாது. அரசியலுக்கான கேலிச்சித்திரங்களைவிட

நகைச்சுவைத் துணுக்குகளுக்கான ஓவியங்கள் அவர் நிறைய வரைந்திருக்கிறார்.

அவள் அப்பா அறையில் என்னை அனுமதித்ததுதான் அவள் சாமர்த்தியம் என்று நான் நினைக்கிறேன்.

அந்த அறையில் எனக்கு ஆர்வமூட்டும் நிறைய விஷயங்கள் இருந்தன. ரப்பர்பேண்டில் இறுக்கிக் கட்டிய தூரிகைகள், பலவகைப் பேனாக்கள், சுருட்டிச் சுருட்டிவைக்கப்பட்டிருந்த வெண்தாள்கள். அந்த அறைக்குள் வீசிய ஒரு மெல்லிய ஸ்பிரிட் வாசனையும்கூட எனக்கு ஞாபகம்இருக்கிறது. நிறைய கார்ட்டூன் பத்திரிகைகள், படக்கதைகள் அவர் டேபிளின்மீது இருக்கும்.

எனக்கு அந்தப் புத்தகங்களைப் புரட்டிப் படம் பார்ப்பதில் அப்படி ஓர் ஆர்வம் இருந்தது. அந்த ஆர்வத்தை அவள் தவறாகப் பயன்படுத்திக்கொண்டாள். ஐந்து வயதில் அவள்... சே! எப்படிச்சொல்வது? அப்பா-அம்மா விளையாட்டில் குழந்தைகள் தவிர்த்துவிடும் பகுதி அது. அப்பா-அம்மா என்றால், அவர்கள் ஒன்றாகப் படுத்துத் தூங்கவேண்டும் என்று நினைத்தாள். விளையாட்டின் தர்ம சங்கடமான பகுதிஅது. அந்த நினைவு என் நெஞ்சில் ஆழப்பதிந்து கிடக்கிறது. வயது ஏறஏற அந்த நினைவுகளும் பருவச்செழிப்போடு தன்னை அலங்கரித்துக்கொண்டன.

எனக்கு காமிக்ஸ் புத்தகங்கள்மீது அப்படி ஆர்வம் இருந்த்து. காமிக்ஸ் புத்தகங்களைப் பார்ப்பதற்குப் பணயமாக அவள் என்னை என்ன காரியம் பண்ணச்சொல்லிவிட்டாள்!

குழந்தை... தெரியாமல் செய்த காரியம் என்று அதை என்னால் தேற்றிக்கொள்ளவே முடியவில்லை.

பதினாறாவது வயதில் அவள் என் ஞாபகத்துக்கு வந்தமாதிரி, நானும் அவள் ஞாபகத்துக்கு வந்திருப்பேனா என்று யோசித்துப் பார்த்தேன்.

ஒரு ஐந்து வயது குழந்தைப்பிராயத்தில் நடந்தவை. 15 வருடம் கழித்து அதெல்லாம் ஞாபகம் இருக்குமா என்று தெரியவில்லை.

உதாரணத்துக்கு, என் ஐந்து வயது அனுபவம் இப்போது ஏதாவது மிஞ்சுகிறதா என்று யோசித்தேன்.

அப்பாவும் நானும் ஃபோட்டோ எடுப்பதற்காக ஸ்டூடியோவுக்குப் போனது ஞாபகம் இருக்கிறது. நாங்கள் சென்ற ரிக்ஷாக்காரரோடு அப்பா சண்டை போட்டதுகூட ஞாபகம் இருக்கிறது.

அதனால் இந்தச் சம்பவத்தை நான் தொடர்ந்து ஞாபகத்தில் தக்கவைத்ததுக்கு அப்போது எடுத்துக்கொண்ட ஃபோட்டோ ஒரு

காரணம். அந்த ஃபோட்டோவைப் பார்க்கும்போதெல்லாம் எனக்கு அந்த சண்டையும் இலவச இணைப்பு மாதிரி ஞாபகத்துக்குவரும்.

மாலதியின் அம்மாவுக்கே என்னை ஞாபகம் இருக்கவில்லை. ரொம்பவும் அறிமுகப்படுத்திக் கொள்ளவேண்டியிருந்தது. அப்புறம் தான், "அடடே... நீயாப்பா எவ்வளவு பெரிய ஆளாயிட்டே..." என்று வியந்து உள்ளே உட்காரச்சொல்லி, குடும்பத்தினரைப் பற்றி விசாரித்தார்கள்.

"பால்கணக்கு எழுதிட்டு என் பேனாவ எங்கவெச்ச?" என்று குரல் கொடுத்தபடி அறைக்குள் இருந்து வெளிப்பட்டவள் மாலதிதான் என்பதை நான் சட்டென்று அடையாளம் கண்டுகொண்டேன்.

நான் அவளை அவ்வளவு தீவிரமாகப் பார்ப்பதைக்கண்டு, "அண்ணனைத் தெரியுதாம்மா?" என்று மாலதியின் அம்மா மகளிடம் கேட்டார்.

முதலில், விருந்தாளி வந்திருப்பது தெரியாமல் அம்மாவை அதட்டிக்கொண்டு வந்துவிட்டோமே என்பதற்காக வெட்கப்பட்டு விட்டு, "தெரியலையே" என்றாள்.

எனக்கு வாழ்நாள் முழுவதும் மறக்கமுடியாத அனுபவத்தைத் தந்து விட்டு, 'தெர்யலையே' என்றது ஏமாற்றமாக இருந்தது.

"என்ன படிக்கிறீர்கள்?" என்று கேட்டு முடிப்பதற்குள் தொண்டை வறண்டு போயிற்று.

"பாட்டனி."

அவள் அம்மா என்னைப் பற்றி மேற்கொண்டு தந்த விளக்கங்களைக் கேட்டுக்கொண்டு, என்னைப் பார்த்து மரியாதை நிமித்தம் சிரித்துவிட்டு, எந்த அறையிலிருந்து வெளிப்பட்டாளோ... அதே அறைக்குள் போய்விட்டாள்.

நான் வெட்டு வெட்டென்று நடுஹாலில் உட்கார்ந்திருந்தேன்.

மாலதி மறுபடி வெளியேவந்து, "இந்தாங்க" என்று ஆஸ்ட்ரிச் ஒப்லிக்ஸ் படக்கதைப் புத்தகம் ஒன்றைப் படிக்கும்படி கூறுவாளோ என்று நான் குறுகுறுப்போடு எதிர்பார்த்துக்கொண்டிருந்தேன்.

• **தினமணி கதிர், 1997.**

அச்சம்

"உங்களுக்குப் பெரிய அளவில் ஆபத்திருக்கும் என்று எதிர்பார்த்தால், ஒரு வாரம் விடுப்பு எடுத்துக்கொண்டு ஊருக்குப் போய் இருங்கள்."

தன்னைக் குறித்து எடிட்டர் இந்த அளவுக்குக் கவலைப்படுவது மாதவனுக்குப் பெருமையாக இருந்தது.

"எனக்குப் பயமில்லை சார்." எடிட்டரின் அக்கறையை அங்கீகரிக்கிறதொனியில் சொன்னான் மாதவன்.

"விஷயம் பயம் பற்றியதல்ல; தற்காப்புபற்றியது.

"தற்காத்துக் கொள்ளவேண்டிய அவசியமும் இல்லைசார்."

எடிட்டர் சிரித்தார்.

மிகவும் பரபரப்பாக அமைந்துவிட்டது. 'கவர்ஸ்டோரி' நெற்றி யடியான ஆதாரங்கள். அரசு மருத்துவமனையின் தில்லுமுல்லுகள் அனைத்தையும் தோலுரித்துக்காட்டும் கட்டுரை. 'மருத்துவக் கருவிகள் வாங்குவதில் 50 லட்சம் முறைகேடு; தலைமை மருத்துவர் - சுகாதார் அமைச்சர் கூட்டுக்கொள்ளை. இடைத்தரகர்களைக் குளிரவைத்த நர்ஸுகள்' என நான்கு வண்ண சுவரொட்டிகள் தயார். பத்திரிகை நாளை கடைக்குவந்தும் அரசியல் மட்டத்திலும் மருத்துவமனை மட்டத்திலும் நெருப்பு பறக்கும்.

படித்த வேகத்தில் கோபப்படுவதற்குக்கூட அவகாசம் இருக்காது. விஷயம் வெளியே கசிந்தது எப்படி என்பதை யூகிக்கவே மண்டைகாயும். பிறகு ஃபோனில் மிரட்டுவார்கள். மிஞ்சிப் போனால் நேரில் வந்துமிரட்டுவார்கள்.

அவர்கள் மிஞ்சிப்போனார்கள். எதிர்பார்த்தபடியே கட்சிப் பிரமுகர்கள் வந்து, “எதிர்க்கட்சிக்காரன்கிட்டே எவ்வளவு வாங்கினே?” என்று ஆரம்பித்து எடிட்டரின் தாய், சகோதரி உள்ளிட்டோரின் கற்பையெல்லாம் கொச்சைப்படுத்தி கோஷம் போட்டுவிட்டுப் போனார்கள்.

சுகாதாரத்துறை அமைச்சகத்திலிருந்து மறுப்புக் கடிதமும் மருத்துவமனை டீன் மூலம் வக்கீல் நோட்டீஸும் வந்தன.

“எதற்கும் அஞ்சவேண்டியதில்லை. நம்மிடம் போதிய ஆதாரங்கள் இருக்கின்றன. இந் தமாதிரி, மாதத்துக்கு இரண்டு ‘ஸ்டோரி’ வந்தால் போதும். சர்குலேஷன் இரண்டு லட்சத்தை எட்டிவிடும்” எடிட்டோரியல் மீட்டிங்கிலேயே பெருமைப்படுத்தினார் எடிட்டர்.

அடுத்தநாள், உருட்டுக்கட்டை சகிதமா கஏழெட்டு ஆட்டோக்களில் குண்டர்கள் நுழைந்ததை யாரும் எதிர்பார்க்கவில்லை. ஆபீஸே கதிகலங்கிப் போனது. மாடியிலிருந்து பின்பக்கமாக வெளி யேறுவதற்கு இன்னொரு வழி இருந்ததால், முக்கிய நபர்களெல்லாம் தப்பித்துஓட முடிந்தது.

நான்கைந்து பேருக்குநல்ல அடி. யாரையும் கொலைசெய்யும் நோக்கமற்ற காயங்கள். ‘இனி எங்கள் விஷயத்தில் தலையிடாதே’ என்ற மிரட்டல்தான்அதில் வெளிப்பட்டது. இப்படியெல்லாம் சாமர்த்தியமாக அடிப்பதற்கு எங்காவது ட்ரெயினிங் எடுப்பார்களா என்று தெரியவில்லை. கம்ப்யூட்டர்கள், கண்ணாடிக் கதவுகள் அடித்து நொறுக்கப்பட்டிருந்தன. காகித வஸ்துகள் ஒரு ஹாலில் வைத்து எரிக்கப்பட்டிருந்தன. அசப்பில் ஒரு கலவரம் தொனித்தாலும் ஊழியர்கள் அனைவருக்கும் சவால் மனப்பான்மைதான் இருந்தது.

இரண்டு நாளைக்கு, அடிபட்டவர்களின் பக்கத்திலேயே இருந்து பார்த்துக்கொண்டார் எடிட்டர்.

“இதை நான் கொஞ்சமும் எதிர்பார்க்கவில்லை. செக்யூரிட்டியை இன்னும் அதிகப்படுத்தியிருக்கலாம்” என்று வருத்தப்பட்டார்.

மறுநாளே அலுவலகக்காவலுக்கு ஆட்கள் பணிக்கப்பட்டார்கள். நான்கு முரட்டுமீசை ஆசாமிகள் ஷிஃப்ட்டு போட்டுக்கொண்டு காவல்காத்தார்கள். ஒவ்வொருத்தனுக்கும் பத்துப் பேரை சமாளிக்கும் திராணி. இன்ஷூரன்ஸ் இருந்ததால் இரண்டே நாட்களில் அலுவலகம் புதுமெருகோடு இயங்கத் தொடங்கியது.

“நல்லவேளை மாதவன், நீங்கள்அந்த நேரத்தில் இல்லை. உங்கள் பேரைச் சொல்லித்தான் எல்லாவற்றையும் போட்டு உடைத்தார்கள்.” தலையில் கட்டுடன் கம்போஸிங் செல்வராஜ் சொன்னபோது மாதவனுக்கு ஒருவித வீராப்பு மேலோங்கியது.

‘ஃபாலோ அப்’பாக அலுவலகம் நொறுக்கப்பட்ட செய்தியோடு, ரொம்ப பகைத்துக் கொள்ளவேண்டாம் என விட்டுவிட்ட செய்திகளையும் சேகரிப்பதில் இறங்கினான் மாதவன்.

அந்த நேரத்தில், “உங்களைப் பார்க்க ஒருவர் வந்திருக்கிறார்” இன்டர்காமில் தெரிவித்தார் செக்யூரிட்டி.

“எது சம்பந்தமாக?”

“சொல்ல மறுக்கிறார்.”

“தனியாகவா?”

“ஆமாம்.”

“அலுவலகத்துக்கு அருகே ஆட்டோவில் யாராவது மறைந்திருக்கிறார்களா கவனியுங்கள்!”

“பார்த்துவிட்டேன் அப்படி எதுவுமில்லை.”

ரிசப்ஷனுக்குப் போய்பார்ப்பதற்கு சற்று பயமாக இருந்தது மாதவனுக்கு.

கிளம்பும்போது, “கேர்ஃபுல் மாதவன். நாங்களும் இங்கிருந்து குளோஸ் சர்க்யூட் மானிட்டரில் பார்த்துக்கொண்டே இருக்கிறோம்” என நம்பிக்கை தந்து வழியனுப்பி வைத்தார் சுந்தரம்.

ஏனோதானோவாக இருந்தது அவன் தோற்றம். போலீஸ்காரன் போல பெல்ட்டையும் மிஞ்சி வழியும் தொப்பை. தலைகலைந்து, தாடியும் மேலோங்கியிருந்தது.

“போன வாரம் போட்ட ஹாஸ்பிட்டல் மேட்டர் விஷயமாத்தான் சார்” என்றான்.

“சொல்லுங்க.”

இதற்காகத்தான் காத்திருந்தவன் போல இன்னும் ஓரடி நெருங்கினான்.

“அதில் மாலாவப் பத்தி போட்டிருந்தீங்களே... அவளோட ஹஸ்பண்ட் நானு.”

“மாலாவா?”

“அதாங்க... இடைத்தரகர்களையெல்லாம் குளிர வைக்கிற நர்ஸ்...” வார்த்தைகளில் இருந்த உறுதி, அவன் கண்களுக்கு இல்லை. கண்ணீரைக் கட்டுப்படுத்த முயன்றான்.

“நாலு நாளா என் வொய்ஃப் கிட்ட பேசல. எனக்கு ரெண்டு பெண் குழந்தைங்க. ஒண்ணு ஏழாவது படிக்குது; இன்னொன்னு அஞ்சாவது.”

“ரொம்ப கஷ்டமா இருக்கு சார். நீங்க போட்டிருந்தது நிஜமான்னு

தெரிஞ்சிக்கதான் வந்தேன்.”

“.................”

“வெளியில தலைகாட்ட முடியல சார். அவளும் வேலைக்குப் போறதில்ல இப்ப.”

சட்டென்று மாதவனின் கையைப் பிடித்துக்கொண்டு கேவ ஆரம்பித்தான்.

“அதில் எந்த அளவுக்கு உண்மை இருக்குன்னு விசாரிச்சு சொல்றேன். நீங்க ஒரு வாரம் கழிச்சுவாங்க.”

“நடைப்பிணமா இருக்கிற நாங்க. நிஜப்பிணமா மாறரது உங்க வார்த்தைலதான் இருக்கு.”

அவனை ஒரு வழியாகத்தேற்றி அனுப்புவதற்குள் போதும்போது என்றாகி விட்டது.

மாடிஏறி, எடிட்டர் அறைக்குள் நுழைந்தான். மாதவனும் அவனும் பேசிக்கொண்டிருந்ததை அவரும் கவனித்திருந்தார்.

“மிரட்டினானா...” என்றார்.

“அதெல்லாம் ஒன்றுமில்லை சார். ஒரு வாரம் லீவ் வேண்டும்.”

காரணத்தைப் புரிந்துகொள்ள முடியாமல் மாதவனை யோசனையாகப் பார்த்தார் எடிட்டர்.

• **குமுதம், 2000**

காதல் தன் வேலையைக் காட்டுதடி

அந்த போட்டோவில் முரளியையும் சேர்த்து நான்குபேர் இருந்தார்கள். இரண்டு பெண்கள், இரண்டு ஆண்கள். நால்வருக்குள்ளும் ஓர் அன்யோன்யம் தெரிந்தது. ஒருபெண், முரளியின் காதைப் பிடித்து திருகிக்கொண்டிருந்தாள். இன்னொருத்தி, பைக்மீது ஒய்யாரமாகச் சாய்ந்திருந்தாள்.

"இதில் ப்ரியா யாருன்னு சொல்லுங் கசார் பார்க்கலாம்." செல்லமாக சவால் விட்டான் முரளி.

காதைப் பிடித்து திருகிக் கொண்டிருந்தவளைச் சொல்லலாமா என நினைத்தேன். சவால் விடுகிற தைரியத்தைப் பார்த்தால், அவளாக இருக்காது என்று தோன்றியது. நான், ஒய்யாரமாக நின்று கொண்டிருந்தவளைச் சொன்னேன்.

"சார், எப்படி சார்?" என்று ஆச்சரியமாகக் கேட்டான்.

"உன் ஆளு எப்டினு என்னால 'கெஸ்' பண்ணமுடியாதா?"

"என்ன சார் சொன்னீங்க..? என்ஆளா?"

"சரி... உன் லவ்வர்."

"போங்க சார். என் ஃப்ரெண்டு சார்."

"நிஜமா ஃப்ரெண்டு மட்டும்தானா?" என்றேன்.

"அந்தக் காலத்து ஆளாகவே இருக்கீங்க சார். பஸ்ல ஏறும்போது லேசா இடிச்சிக்கிட்டாவே காதல் வந்துடுற டைப் சார் நீங்க. கேர்ள் ஃப்ரெண்டுனா என்னன்னே உங்க ஜெனரேஷனுக்குப் புரியல. உங்க ஏஜ் ஆளுங்க எல்லாருமே காதலான்னு கேக்குறாங்க."

"அடப்பாவி! என்னை பெருசுங்க லிஸ்ட்ல சேர்த்துட்ட

பார்த்தியா?" என்று முரளியை சமாதானப்படுத்த முயன்றேன். முரளி சொல்வது உண்மையாக இருக்கலாம். பத்து வருஷத்துக்கு முன்பு இப்படியொரு கலாசார சூழல் இல்லை. பெண்களை தூரத்தில் பார்த்து கிண்டலடிப்பது அல்லது காதல்கொள்வது என்ற இரண்டு வகைதான் இருந்தது.

முரளி சற்று இறங்கி வந்து, "இன்னொரு விஷயம் சொல்றேன் சார். நானும் ரமாவும்தான் நிறைய சினிமாவுக்குப் போயிருக்கிறோம். ப்ரியாகூட சினிமாவுக்குப் போனா தலைவலி. பேசவே மாட்டா. ரமா கூடத்தான் அதிகமா சுத்தறேங்கிறதுக்காக அவதான் என்னோட திக் ஃப்ரெண்டுனு சொல்ல முடியுமா? ரமாவே ஒத்துக்கமாட்டா" என்று விளக்க ஆரம்பித்தான்.

கடைக்குள் வாடிக்கையாளர் யாரோ வந்தார். எனக்கும் முந்தைய காலகட்டத்தைச் சேர்ந்த ஆசாமி. 'அன்பே வா' படத்தின் வீடியோ கேசட் வேண்டுமென்று கேட்டு வாங்கிச் சென்றார்.

முரளி மீண்டும் தொடர்ந்தான். "ஃப்ரெண்டு வேற... கேர்ள் ஃப்ரெண்டு வேற... காதல் வேற. மூணுக்கும் வித்தியாசம் இருக்கு."

உணர்வுகளின் அளவுகோல் இப்படியெல்லாம் மிகவும் நுணுக்கமாக மாறிவிட்டதைத் தெரிந்துகொள்ளாமல் இருந்துவிட்டதற்காகச் சற்றே வெட்கமாகவும் இருந்தது.

அவர்கள் பயின்று கொண்டிருப்பது உயர்தரமான கம்ப்யூட்டர் பயிற்சி நிறுவனம். அவர்களின் படிப்பே அவர்களின் வாழ்க்கைக்கு நல்ல திட்டங்களை வகுத்துக் கொடுத்து, வேலைதேடி வெளிநாட்டுக்குச் செல்வது குறித்தோ, பிரௌஸிங் சென்டர் அமைப்பது குறித்தோ ஆலோசித்தார்கள். தானாக நிறுவனம் துவங்க முடியாதவர்கள் சுலபமாக ஓரிடத்தில் வேலைக்குச் சேர்ந்தார்கள். திருத்தனியில் பி.ஏ தமிழிலக்கியம் படித்துக் கொண்டிருக்கிற இதே வயது மாணவனையும் இவர்களையும் ஒப்பிடுவது சரியாக இல்லை.

நான் பி.ஏ. முடித்துவிட்டு வீடியோ லைப்ரரி துவங்கியபோது, புத்திசாலித்தனமாகத் திட்டமிட்டதாகக் கருதப்பட்டேன். கேபிள் டி.வி, இன்டர்நெட் என்று பொழுதுபோக்குவதற்கான வசதிகள் பெருகப்பெருக, வீடியோ லைப்ரரிக்கான மவுசு குறைந்துவிட்டது. இந்த நேரத்தில்தான் பக்கத்து தெருவில் குடியிருந்த முரளியிடம் பழக்கம் ஏற்பட்டது. வீடியோ லைப்ரரியிலேயே இன்டர்நெட் சர்ஃபிங் சென்டர் தொடங்கலாம் என்று ஐடியா கொடுத்தான். புதிய தேவைகளை அடைய புதிய மனிதர்கள் கடைக்கு வாடிக்கையாளர்களாகக் கிடைத்தார்கள்.

ரொம்ப நாள் கழித்து முரளி கடைக்கு வந்தான்.

“எனக்கு இ-மெயில் வந்திருக்கான்னு பார்க்கணும்” என்று கம்ப்யூட்டரைத் தட்டித் துழாவிவிட்டு வந்தான்.

“அழவெக்கிறா சார்?” என்றான்.

“யாரு...?”

“ப்ரியாதான். கோர்ஸ் முடிஞ்சதும் பெங்களூர் போய்ட்டா. அங்கதான் அவங்க வீடு. ரெண்டு மாசத்தில் மெட்ராஸ் வந்துடுவேன்னு சொன்னா. வரலை. மெயில் அனுப்புவான்னு பாத்தா, அதுவும் இல்லை. இங்க எல்லாரும் எப்படியிருக்காங்க. என்னென்ன பண்றாங்கன்னு ஒன்றரைப் பக்கத்துக்கு மெயில் அனுப்பிச்சா, ‘ஐ ரிசீவ்டு யுவர் மெசேஜ்’னு ஒருவரில பதில் அனுப்பியிருக்கா.”

“அங்க என்ன வேலையா இருக்காளோ விடு முரளி. வர்றியா அண்ணா நகர் வரைக்கும் போய்ட்டு வரலாம்.?”

வந்தான். பைக்கை நான் ஓட்டிக்கொண்டிருந்தேன். பின்னால் முரளி.

“ப்ரியா வண்டி ஓட்டினா நா ரோட்டையே பார்க்க முடியாது” என்றான்.

“ஏன்?”

“அவ தலைமுடியெல்லாம் என் மூஞ்சி மேலதானே இருக்கும்?” என்று சிரித்தான்.

முரளி அடிக்கடி ப்ரியாவை நினைவுபடுத்திப் பேசிக்கொண்டிருந்தான்.

“என்ன முரளி... ப்ரியா உன்னை ரொம்பத்தான் டிஸ்டர்ப் பண்றா” என்றேன்.

“சேச்சே... ஒரு ரிப்ளை கொடுக்க மாட்டேங்கிறாளேன்னு யோசிச்சேன்.”

வேலையை முடித்துக்கொண்டு மீண்டும் கடைக்குத் திரும்புகிற வரை முரளி எதுவும் பேசவில்லை. மறுபடி கம்ப்யூட்டரில் கொஞ்சம் தேடிவிட்டு, ஏமாற்றமாக எதிரில்வந்து அமர்ந்தான்.

“நீபடிச்சு முடிச்ச கோர்ஸுக்கு இப்ப எவ்வளவு வாங்கறாங்க முரளி?”

சொன்னான்.

“எக்ஸாம்லா உண்டுல்ல?”

“ம்... ஒருமுறை எக்ஸாம்ல ஒருவட்டம் போடவேண்டியிருந்தது. எனக்கு சரியாபோட வரல. ரெண்டு டேபிள்தள்ளி உட்கார்ந்திருந்த

ப்ரியா இதப் பார்த்துட்டா. உடனே அவளோட வளையலைக் கழற்றி தரையில சக்கரம்போல உருட்டிவிட்டா. அத வெச்சு ஈஸியா வட்டம் போட்டுட்டேன்."

நான் முரளியையே பார்த்துக்கொண்டிருந்தேன்.

"தங்க வளையல் சார். வரைஞ்சு முடிச்சிட்டு, பாக்கெட்ல எடுத்துப் போட்டுக்கிட்டேன். ரெண்டுநாளா கெஞ்சிக்கெஞ்சி நொந்துபோயிட்டா. அழவெச்சுட்டேன்."

நான் முரளியையே பார்த்துக்கொண்டிருந்தேன். நான் நினைப்பது சரியாக இருக்குமா என்று தெரியவில்லை. அவசரப்பட்டு ஏதாவது சொல்லிவிட்டு, வாங்கிக்கட்டிக்கொள்ள விருப்பமில்லை எனக்கு.

• ஆறாம் திணை இணைய இதழ், 2000.

போர்

அறைக்குள் முன்பு போட்ட துண்டுச் சிகரெட்டுகளையெல்லாம் தேடித்தேடி, முடிந்தவரை புகைத்தாயிற்று. நிலைமை இப்படியே நீடித்தால் மீனாட்சிக்குத் தெரியாமல் காகிதத்தைச் சுருட்டிபுகைக்க வேண்டும் என்று ஒரு அற்பத்திட்டம் போட்டுவைத்திருந்தான்.

இரண்டு நாட்களுக்கு முன்னர் மாலை பொன்னருவியின் முதற்பாடல் கேட்க ஆரம்பித்த நேரத்தில் எங்க ள்வீட்டு ஜன்னல்மீது கற்கள் வந்து விழ ஆரம்பித்தன.

"யார்ரா…" என்று கோபமாக அறைக்குள் இருந்து வெளியேவந்தபோது, எதிர் போர்ஷனில் குடியிருக்கும் கோபாலசாமி தடுத்து நிறுத்தினார்.

"உப்பரபாளையத்துக்கும் கரிமேட்டுக்கும் சண்டை நடக்குது. வெளியே போகாதீங்க" என்றார்.

"அட என்ன சார் நீங்க… கல்லெல்லாம் அடிக்கறாங்களே வீட்டு மேலே" என்றேன்.

"கல்லா? சரியானவரா இருக்கீங்களே. இதுவரிக்கும் எட்டு உப்பரபாளையத்து ஆளுங்களை வெட்டிட்டாங்களாம். நீங்க இப்ப வெளிய போனீங்கன்னா, ஒம்போதாயிடுவீங்க" என்று பயமுறுத்தினார்.

"ஆமா உப்பரபாளயம், கரிமேடு இதெல்லாம் எங்க இருக்கு?" என்றேன்.

கொஞ்ச நேரம் பயங்கரமாகச் சிரித்தார்.

"என்ன சார் நீங்க… நாம இருக்கிற ஏரியாதான் உப்பரபாளையம்.

மகாலக்ஷ்மி நகர்தான் கரிமேடு" என்று சரித்திர விளக்கம் கொடுத்தார்.

எனக்கு நினைவு தெரிந்த நாளாக நான் இருக்கிற இடத்துக்கு இளங்கோ நகர்னு தான் பேர். நண்பர் புதிதாக உப்பரபாளையம் என்ற போது எனக்கு ஆச்சர்யமாய் இருந்தது. என்னுடைய மௌனத்தைப் பார்த்ததும் நண்பருக்கு இன்னும் கொஞ்சம் உற்சாகம் வந்துவிட்டது.

"நீங்க என்ன நினைக்கிறீங்கன்னு எனக்குத் தெரியும் சார். இந்த நகர்லாம் இப்ப வெச்சது. இதுக்கு முன்னாடி இந்த இடத்துக்கு உப்பரபாளையம்னுதான் பேர். ரௌடிங்களுக்குப் பேர்போன இடம். கொஞ்சநாளா தகராறு இல்லாம இருந்த்து. மறுபடியும் சில சமயங்கள்ல, ஒரு வாரம்கூட தொடர்ந்து நடக்கும். நீங்க வெளிய தலையக் காட்டாதீங்க" என்று நீளமாகப் பயமுறுத்தி, அவரது கடந்தகால அனுபவங்களையெல்லாம் கொட்டினார்.

இரண்டு நாட்களில் வீடு சிறையைவிட மோசமாகிவிட்டது. அடிக்கடி கண்ணீர்ப்புகையின் நெடியும், குடிசைகள் எரிவதும், என்னவோ உலகமே அழுகிவிட்டது மாதிரி உணர்வை ஏற்படுத்தின.

'வாயிலிருந்து ரத்தம் ஒரு கோடு மாதிரி வழிந்திருந்த்து. அவன் கொலை செய்யப்பட்டு அரைமணி நேரம்கூட ஆகியிருக்காது என்று தெரிந்தது. இன்ஸ்பெக்டர் சுந்தர், அறையை ஒரு நோட்டம் விட்டார்' என்று மாத நாவலைத் தொடங்கினேன்.

திடீரென்று கதவு பலமாகத் தட்டப்பட்டது. மிகவும் பயந்து போனேன். எழுதிக் கொண்டிருந்த கதையை எடுத்து ஓரமாகப் போட்டுவிட்டு, ஓடிப்போய் கோபால்சாமியை எழுப்பினேன்.

"என்னங்க, டீத்தூள் வேணுமா? ஜானகி... கொஞ்சம் டீத்தூளாம் குடு சாருக்கு" என்று திரும்பிப் படுத்துக்கொண்டார்.

"அதில்லீங்க, கதவைத் தட்றாங்க."

"யாரு?"

"ரவுடிங்க."

எழுந்து உட்கார்ந்து கொண்டார்.

"நம்ம ஆளுங்களா... அவங்க ஆளுங்களா?" என்றார்.

"தெரியலை."

மூடிய ஜன்னலின் துவாரங்கள் வழியாகப் பார்த்தார்.

"பக்கிரி, படவேட்டான்... நம்ம ஆளுங்கதான்" என்றார்.

"சின்ன வயசுல என்கூட கோலி வெளையாட்ன பசங்கதான்..." என்று பெருமைப்பட்டுக் கொண்டார்.

கொஞ்சம் மரியாதையாக கதவருகே சென்று, கதவைத் திறக்காமல், கம்பிகளின் இடைவெளி வழியே அறிமுகம் செய்துகொண்டோம். ஒருவர், கைநிறைய டியூப் லைட்டுகளை வைத்திருந்தார். ஒருவர், கூடை நிறைய புட்டிகளை வைத்திருந்தார்.

"என்யா, கதவ திறக்குறதுக்கு இவ்ளோ நேரமா? நம்ம பாளையத்துக்குத்தானே நாங்கள்லாம் கஷ்டப்பட்றோம். நீ மாத்திரம் இன்னா பொண்டாட்டி பக்கத்துல பட்துக்குனு இருப்பியா? எழுந்து வாய்யா வெளியே" என்று ஒருவன் குரல் கொடுக்க,

"கரெக்ட் பக்கிரி. வூட்டுக்கு ஒருத்தன் வெளிய வாங்கய்யா" என்று சிலர் வழிமொழிந்தனர்.

"எங்களால் இன்னாம்மா சண்டை போடமுடியும்? பணம்னா கொடுத்திறோம்."

"...த்தா இதான வேணான்றது" என்று ஒருவன் சொல்ல, வெளியேவரச் சொல்லி மிகவும் கெட்ட அடைமொழிகளோடு மற்றவர்கள் கத்த, "ச்சி சும்மா இருங்கடா" என்று அவன் அதட்டல் போட்டுவிட்டு, "சரி மச்சி எவ்ளோ குடுப்பே" என்று ஏளனமாகக் கேட்டான். கோபாலசாமி வசமாக மாட்டிக்கொண்டார் என்பதை உணர்ந்தேன்.

"அம்பதோ நூறோ..." என்று இழுத்தார்.

"நான் தர்றேன். வர்றியா நீ?" என்றான். கும்பலாகச் சிரித்து ஓய்ந்தார்கள். ஏதோ விபரீதம் நடந்துகொண்டிருக்கிறது என்பது எனக்குப் புரிந்தது.

"சரி மச்சி, விஷயத்துக்குவா. இதெல்லாம் தேறாத கேஸு" என்று ஒருவன் அவர்கள் வந்த விஷயத்தை ஞாபகப்படுத்த, "சரி, சரி... உன் வீட்ல இருக்கிற பாட்டில எல்லாம் எடுத்துக்குனுவா. சண்டைய நாங்க பாத்துக்றம்" என்றான். கோபாலசாமிக்கு உயிர் கொஞ்சம் வந்தது. ஓடிப்போய் ஒரு பை நிறைய பாட்டிகளைக் கொண்டுவந்து, பாளையப் பற்றோடு கொடுத்தார்.

வீரர்கள் பேசாமல் நின்றுகொண்டிருந்த என்னைப் பார்த்து, "என்ன, நீயாவது வர்றியா?" என்றனர்.

"இல்லை சார். அது... எனக்குக் கொஞ்சம் எழுதற வேலை இருக்கு..." என்றேன்.

"கதையா எழுதற? எழுது எழுது. எங்களைப் பத்தி எழுதறியா?"

"ம்..."

"சரி, உங்கிட்ட எதனா டியூப்லைட் இருக்குதா?"

"இன்னும் ப்யூஸ் போகலை."

"ப்யூஸ் போலைன்னா பரவால்ல எடுத்தா, நாங்க போக வைக்கிறோம்."

ஒன்றும் பேசாமல் ஓடிப்போய் டியூப்லைட்டைக் கழற்றினேன்.

"எதுக்கு கழட்றீங்க?" என்றாள் மீனாட்சி.

"சும்மாதான் தமாஷூக்கு" என்று சொல்லிவிட்டு, அவர்களிடம் கொண்டுபோய் கொடுத்தேன்.

நான் கொடுப்பதற்கும் தெரு முனையில் போலீஸின் பூட்ஸ் சத்தம் கேட்பதற்கும் சரியாக இருந்தது.

"...த்தா. இரும்புத் தொப்பி வர்றாண்டா..." என்று எல்லோரும் ஓட, நானும் நண்பரும் கதவை சாத்திக்கொண்டு உள்ளே வந்து அமர்ந்தோம்.

"ஏன்யா, டியூப்லைட் கேட்டா இல்லைனு சொல்ல வேண்டியதுதானே? ப்யூஸ் போனது போகாதது எல்லாம் யார் கேட்டது?" என்று கோபாலசாமி நொந்துகொண்டார்.

மறுபடியும் கதவு தட்டப்பட்டது. இன்னும் பாட்டில்களுக்கு எங்கே போவது? 40 வாட்ஸ் பல்ப் மட்டும்தான் மிச்சம். நண்பர் மெதுவாக எட்டிப்பார்த்தார்.

"யாரோ பேன்ட்-சர்ட் போட்டிருக்காங்க. உங்க பேர் சொல்றார்" என்று கோபாலசாமி வந்து சொன்னார்.

லேசாக எட்டிப் பார்த்தால், என்னுடைய பால்ய நண்பர் சுந்தரேசன்.

"அட நீயா?" என்று ஓடிப் போய்க் கதவைத் திறந்து உள்ளே அழைத்துவந்தேன். "குருக்ஷேத்ரம் என்பது இதுதானா?" என்றார் சுந்தரேசன்.

அம்புலிமாமாவில் போட்டோ வாக்கியப் போட்டிக்கு எழுதியதிலிருந்து இன்று வரை சுத்தமான இலக்கியவாதிகள்.

கோபாலசாமி, அவர் வீட்டில் இருந்த கடைசி கையிருப்பான டீத்தூளையும் எனக்கு விருந்தோம்பல் செய்வதற்கு வழங்கிவிட்டார். மீனாட்சியும் உபசரித்து இரண்டு மூன்று நாட்கள் ஆகிவிட்டதால், உற்சாகமாக டீ போட ஆரம்பித்தாள். நண்பர், புதிய சிகரெட்டாகப் பார்த்து ஒரு பாக்கெட் வாங்கிவந்திருந்தார்.

"என்னத்துக்கு இவ்ளோ ரகளை?" என்றார் சுந்தரேசன்.

"கர்மேட்டு ஆளுங்கமேலதான் சார் தப்பு" என்றார் கோபாலசாமி.

"என்ன செஞ்சாங்க அவங்க?"

"அது ஒண்ணும் இல்லைங்க. நம்ம உப்பரபாளையத்து பொம்பளை ஒண்ணு, கரிமேட்டு ரேஷன் கடைக்குப்போயிருக்குது.

அங்க இருக்கிறவங்க, அவளோட குடுமியைப் பிடிச்சி கட் பண்ணி அனுப்பிச்சிட்டாங்களாம். அதான்..." என்றார்.

"என்னங்க இது, திடீர்னு எதுக்குக் குடுமியப் பிடிச்சு அறுக்கணும்?" கோபாலசாமிக்குக் கொஞ்சம் யோசிக்கவேண்டியிருந்தது.

"அது ரொம்ப நாளாவே... கரிமேட்டுக்கும் உப்பரபாளையத்துக்கும் தகராறுங்க" என்றார்.

"அவ்வளவு ஒண்ணும் சிம்பிளா நினைக்க முடியலையே... ஆவடில இருந்து ரிசர்வ் போலீஸ் வந்து டியர் காஸ் விட்ற அளவுக்கு என்ன தகராறு இது?" என்றார். தொடர்ந்து, "பர்ட்டிகுலரா அந்தப் பொம்பளையோட குடுமியை அறுக்கறதுக்கு ஏதாவது காரணம் இருக்கணும்" என்றார் சுந்தரேசன் உறுதியுடன்.

"அதுவந்து... ஒருமுறை கரிமேட்டு தெரு குழாய்ல தண்ணிவரல. அதனால அங்க இருக்கிற பொம்பளைங்கல்லாம், இங்க தண்ணி எடுக்கவந்தாங்க. அப்ப கொஞ்சம் குழாயடிச் சண்டைவந்திருக்கு."

எனக்கு மிகவும் ஆச்சரியமாகப் போய்விட்டது.

"உங்களுக்கு நல்லா தெரியுமா? குழாயடிச் சண்டைதான்னு" என்றேன் கோபாலசாமியைப் பார்த்து.

"நல்லாவே தெரியும். நம்ம தெருக் குழாய்ல தண்ணி எடுக்க வந்தபோது, நம்ம தெருப் பொம்பளை தண்ணிவிட மாட்டேன்னு தகராறு பண்ணி, ஒருத்தர் குடுமிய ஒருத்தர் பிடிச்சி தகராறு..."

"கார்ப்பரேஷன் குழாயா இருந்தாக்கூட, ஒவ்வொரு முறை ரிப்பேர் ஆகும் போதும் கார்ப்பரேஷன்காரனா வந்து சரி பண்றான்? ஆளுக்கு நாலணா போட்டு வாஷர் போட்றதோ... நட்டு போட்றதோ செஞ்சிக்கிறாங்க. இவங்க ரிப்பேர்பண்ணிவெச்சிட்டு, கண்டவனும் தண்ணி அடிக்கிறதுக்கு விடமுடியுமா? சொல்லுங்க. கரிமேட்டு ஆளுங்கமேலதான் சார் தப்பு. நீங்களே யோசிச்சு பாருங்க" என்று அறிவார்ந்த கேள்வியை எழுப்பினார் கோபாலசாமி. அதற்குள் மீனாட்சி டீயுடன் வந்தாள்

வந்த நண்பர் கொஞ்சம் டீயை உறிஞ்சிவிட்டு, "அப்ப நாலணா தானா?" என்றார்.

நண்பர் கேட்ட கேள்வி எனக்கு மட்டுமல்ல, இவ்வளவு நேரம் பாளையத்துக்காக வாதிட்டுக்கொண்டிருந்த கோபாலசாமிக்கே கொஞ்சம் அதிர்ச்சியாக இருந்தது. எந்தப் போருக்குமே உருப்படியான காரணம் இருந்ததாகவே தெரியவில்லை.

• சரயு மாத இதழ், 1983

சுற்றம்

சோடியம் லைட் வெளிச்சத்தில் மழை அழகாக இருந்தது. விளக்கைச் சுற்றி சுமார் இரண்டு மீட்டர் வரை மழையின் ஆவேசம் தெரிந்தது. மற்ற இடமெல்லாம் இருட்டு. வெறும் இருட்டு.

ரவீந்திரன் ஜன்னலோரம் அமர்ந்தபடி இந்த நேரங்கெட்ட நேரத்தில் தெரு விளக்கில் பிரகாசிக்கிற மழையை ரசித்துக்கொண்டிருப்பதற்கு ஒரு சுலபக் காரணம் இருந்தது. அவனுக்குத் தூக்கம் வரவில்லை.

கட்டிலுக்குப் பக்கத்திலிருந்த கைக்கடிகாரத்தை எடுத்துப் பார்த்தான். *4.20* என்றது சோடியம். பால்காரி வர இன்னும் ஒரு மணி நேரமாகும்.

தெருவில் ஆட்டோ ஒன்று தயங்கித் தயங்கி வந்தது. வீட்டின் முன் வந்ததும் நின்றது.

ஒரு பெண் சூட்கேஸுடம் இறங்கினாள். ஆட்டோவை அனுப்பிவிட்டு அவள் கேட்டைத் திறந்தாள். ரவீந்திரன் அவசர அவசரமாக விளக்கை எரியவிட்டு கதவைத் திறந்தான். அதற்குள் மழையில் அவள் முக்கால்வாசி நனைந்து போயிருந்தாள்.

ரவீந்திரனைப் பார்த்து, "இது சுப்ரமணியம் வீடுதானே?" என்றாள்.

அவனுக்குக் குழப்பமாக இருந்தது.

"எதுவாக இருந்தாலும் வீட்டுக்குள் வந்துபேசுங்க" என்றான்.

"நீங்க?" என அவள் தயங்கினாள்.

"நான்தான் சுப்ரமணியம். உள்ள வாங்க."

உள்ளே வந்து அவசரமாக பாதுகாப்பான இடம்தானா எனப் பார்வையால் அளந்தாள். சோபாவைக் காட்டி உட்காரச் சொன்னான்.

"எங்கிருந்து வரீங்க?" என்றான்.

"என் பேர் மீனா. திருச்சியிலிருந்து வரேன். என்னோட அக்காவும் உங்க மிஸஸ்ஸூம் ஃபிரண்ட்ஸ். நான் ஒரு இன்டர்வியூக்காக மெட்ராஸ் வந்தேன். நான் வர்றது பத்தி உங்க மிஸஸ் சொல்லவே இல்லையா?"

"அவ திடீர்ன்னு அவ அப்பா வீட்டுக்குப் போக வேண்டியதா போச்சு. அவ போயி ரெண்டு நாள் ஆகுது" என்றான் ரவீந்திரன்.

அப்படியானால் இப்போது இந்த வீட்டில் என்னையும் உங்களையும் தவிர வேறு யாருமே இல்லையா என்று அவள் அஞ்சுவது அழகாக இருந்தது.

என் பெயர் சுப்ரமணியம் இல்லை. நீ தேடி வந்தது என்னை அல்ல என்று சொல்லிவிடலாமா என்று நினைத்தான். அவனால் முடியவில்லை. அப்படிச் சொன்னால் நான் இந்த இருட்டில் எங்கே போய் சுப்பிரமணியம் வீட்டை தேடுவாள் என்று எண்ணினான். குளித்துவிட்டு காலையில் இன்டர்வியூவுக்குப் போக வேண்டும்... அவ்வளவுதானே... அந்த ஒரு மணி நேர இருப்புக்கு ஓர் இடம் வேண்டும். இங்கிருந்துதான் கிளம்பட்டுமே என நினைத்தான். மேலும் இப்போது மனித அருகாமை அவனுக்கு அவசியமாக இருந்தது.

"என்ன படிச்சு இருக்கீங்க. எங்க இன்டர்வியூ" என்று பேச்சை மாற்றினான்.

அவள் அதிர்ச்சியில் இருந்து மீளாமலேயே, 'டிப்ளமா இன் எலக்ட்ரானிக்ஸ். சதன் எலக்ட்ரன்ஸ் இன்டர்வியூ" என்றாள்.

"கொஞ்ச நேரம் தூங்கணும்னா உள்ள கட்டில்ல படுத்துக்கங்க..."

"இல்ல சார். வேணாம்." பெண்ணில்லாத வீடு என்ற அச்சம், தயக்கம் இருந்தது. அடிக்கடி வீட்டைக் கண்களால் அளந்தாள். பெண் புழக்கமில்லாத வீடு எனக் கண்டுபிடித்துவிடுவாளோ?

"என்ன கேள்வி கேட்டாலும் நிதானமா யோசிச்சு பதில் சொல்லுங்க ஒரு முறை நான் ஒருத்தரை என்று பண்ணும்போது ஒரு கேள்வி கேட்டேன். ஜோர்டன் பிரதமரோட மூணாவது மகளோட பெயர் என்னென்னு. நீங்களா இருந்தா இந்த கேள்விக்கு என்ன பதில் சொல்வீங்க?"

"பிரதமரின் மூன்றாவது மகள் இந்த எந்தவிதத்தில் முக்கியமானவன்னு எனக்குப் புரியலை சார்" என்றாள்.

"குட். ஆனா அவன் என்ன சொன்னான் தெரியுமா? ஜோர்டான்ல பிரதமர் பதவியே கிடையாதுன்னு சொன்னான். எந்த முட்டாள்தனமான கேள்விக்கும் ஒரு புத்திசாலித்தனமான பதில் உண்டு" என்றான் ரவீந்திரன்.

மீனா புன்னகைத்தாள். கொஞ்சமாகப் பேசுவதற்கான சகஜ நிலைக்கு அவள் வந்திருக்கக்கூடும்.

"ஓகே. நீங்க குளிச்சுட்டு ரெடியா இருங்க. வேணும்னா என்னோட வைஃப் சாரி கட்டிக்கங்க."

"இல்ல நான் கொண்டு வந்திருக்கேன்" என்றவள் சூட்கேசை காட்டினாள்.

பொழுது மெல்ல விடிந்தது. மழையும் விட்டிருந்தது. மேஜையில் இருந்த பழைய பத்திரிகைகளைப் புரட்டிப் பார்த்தாள். ரவீந்திரன் அதற்குள் குளித்துவிட்டு வந்தான்.

"சரி நான் கொஞ்சம் வெளியே போக வேண்டி இருக்கு. வீட்டைப் பூட்டிட்டு சாவியைப் பக்கத்து வீட்டுல கொடுத்துட்டு போயிடுங்க. ஆல் பெஸ்ட். நான் ஈவினிங் தான் வருவேன். நீங்க ஊருக்குப் போயிட்டு லெட்டர் போடுங்க."

அவனுக்கு மத்திய அரசு உத்தியோகம். வீட்டை எதிர்த்து காதல் திருமணம். ஒன்றாக வாழ்ந்தது ஓராண்டுக்கும் குறைவுதான். அதற்குள் மல்லிகாவின் பெற்றோர் ரவீந்திரன் தன் பெண்ணைக் கடத்தி போய் வைத்திருப்பதாக ஹேபிஎஸ் கார்பஸ் வழக்கு போட்டார்கள். ரவீந்திரனை போலீசார் இழுத்துக்கொண்டு போனார்கள். கோர்ட்டில் வைத்து நீதிபதி மல்லிகாவிடம் கேள்வி கேட்டார்.

"நீ உங்க பெற்றோரிடம் வாழ விரும்புகிறாயா அல்லது ரவீந்திரனுடனா?"

மல்லிகா பெற்றோரின் தற்கொலை மிரட்டலுக்கு பயந்து, பெற்றோருடன் சென்றாள். வீட்டுக்கு போனதும் தூக்கு மாட்டி செத்துப் போனாள்.

அவன் இரவு உணவு முடிந்து, வீடு வந்து சேர்ந்தான். வீடு திரும்பிய போது மணி 9. வீட்டில் விளக்கு எரிந்து கொண்டிருந்தது. மீனா படித்துக்கொண்டிருந்தாள்.

"நீங்க ராக்போர்ட் ல போறதா சொன்னீங்களே அதனால்தான் லேட்டா வந்தேன்."

"போகலை" என்றாள் ஒரே சொல்லில்.

"என்னாச்சு இன்டர்வியூ?"

அவள் தம்ஸ் அப் காட்டினாள்.

"ட்ரீட்?"

"மொதல் மாசம் சம்பளம் வந்ததும் கொடுக்கிறேன்."

“சாரி. நீங்க சாப்டீங்களா?”

“உனக்கு தெரிஞ்ச வரைக்கும் சமைச்சிருக்கேன் சாப்பிடுங்க.”

“சமைச்சிங்களா?” ஆச்சரியமாக சமையல் கட்டை பார்த்தான்.

“உங்க வைஃப் ஓட பதவியைக் உங்களைக் கேட்காமலேயே கட்டிகிட்டேன்.”

“வந்ததும் கவனிச்சேன். வித் ப்ளஷர்.”

வீட்டில் யாராவது சமைத்து சாப்பிட்டு எவ்வளவு நாட்கள் ஆகிவிட்டன என்று யோசித்தான்.

வந்து உடனே போய் விடுவாள் என்று பார்த்தால் அவள் இரவு தங்குவது சங்கடமாக இருந்தது. மைல் சொல்லிவிட வேண்டும் என்று யோசித்தார்.

இரவில் அவளை பீதியடைய வைக்க வேண்டாம் என்றும் சிந்தனை ஓடியது.

கிச்சடி போல எதையோ செய்து இருந்தாள். நம்ம வீட்டில் சமைத்தது என்பதே சந்தோஷமாக இருந்தது. டிவி சாப்பிட்டான். அவளை பத்திரமாக படுக்க வைத்துவிட்டு அறையை சாத்திக் கொள்ள சொன்னான்.

ஹாலில் சோபாவில் படுத்து தூங்கி, எந்த சங்கடமும் இல்லாமல் அவளை பத்திரமாக அனுப்பி வைக்க வேண்டும் என்பது யோசனையாக இருந்தது.

காலையில் காபியுடன் எழுப்பினாள்.

பயணத்துக்குத் தயாராக இருப்பது தெரிந்தது.

“எத்தனை மணிக்கு பஸ்?”

“ஏழு முப்பது... திருவள்ளுவர்.” ஒரு கைப் பையுடன் கிளம்புவதற்கு எத்தனித்தபோது...

ரவீந்திரன், “மீனா” என்றான்.

“சொல்லுங்க சார்.”

“என்னை மன்னிக்கணும் மீனா. தேடி வந்த சுப்பிரமணி நான் இல்லை. பேர்...”

“தெரியும் சார். உங்க பேர் ரவீந்திரன். நேத்து காலையில் பக்கத்து வீட்டு அம்மா எல்லா விஷயத்தையும் சொல்லிட்டாங்க.”

• மின்மினி வார இதழ், 1990.

கோணம்

நம்முடைய வீடுகளைப்பற்றி எனக்கு நன்றாகவே தெரியுமாதலால், ஷூவை வாசலிலேயே கழற்றிவைத்துவிட்டு உள்ளே நுழைந்தேன். கடந்த மூன்று வருடங்களில் ஒருமுறையும் படுக்கைக்கு முன்பு கழற்றியதில்லை. சிமெண்ட் தரையில் காலை பதிக்கும்போது அலாதியாக இருந்தது. கால் எந்த நேரமும் புழுக்கத்தில் ஆட்பட்டிருப்பது எனக்குப் பிடிக்கவில்லைதான். என்னுடைய அலுவலுக்கு இதை அணியாமல்போனால், காலே இல்லாமல் வந்து விட்டவன் மாதிரி பார்க்கிறார்கள். எல்.கே.ஜி-யில் ஏற்பட்ட பழக்கம் இருபது வருடங்களாகத் தொடர்ந்து ஜட்டி மாதிரி அதுவும் ஆகிவிட்டது. கூடத்தில் யாருமே இல்லை. கூடம் இப்படியாருமே இல்லாமல் இருக்கும் என்று நான் எதிர்பார்க்கவில்லை.

கனைத்தால் ஏதாவது ஓர் அறையில் இருந்து யாராவது வெளிப்படுவார்கள் என்று தோன்றியது. அதே சமயத்தில் இப்படி உள்ளே நுழைவதற்கு எனக்குப் பூரணசுதந்திரம் உண்டு என்றும்பட்டது.

கயிற்றுக்கட்டிலில் என்னுடைய சூட்கேஸை வைத்துவிட்டு யாராவது வருவார்கள் என்று காத்திருந்தேன்.

“யாருப்பா... எப்ப வந்தே? குரலு குடுத்திருக்கக்கூடாது... யாரோன்னு பயந்துட்டேன்” என்றபடி எதிர்ப்பட்டாள் அத்தை.

லுங்கியெல்லாம் சரியாகக் கட்டிக்கொண்டு, நான் கயிற்றுக் கட்டிலில் உட்கார்ந்து, அவர்களைப் பார்த்து சிரிக்கிறவரை காத்திருந்தாள்.

“சுரேஷையும் மாலதியையும் இட்டுக்னு வர்றதானே? அப்பா சௌக்கியமா?” என்றாள்.

"இன்னும் வீட்டுக்குப் போகலே. பாம்பேல இருந்து சென்ட்ரலுக்குத்தான் டிக்கெட் எடுத்தேன். அரக்கோணத்திலேயே இறங்கி பஸ்புடிச்சு இங்க வந்துட்டேன்."

"துபாய்ல இருந்தா வர்ரே?" என்று பிரமிப்பாய்க் கேட்டுவிட்டு, சூட்கேஸைப் பார்த்தாள். நான் எதையும் வாங்கிவரவில்லை. யாரையும் பிரமிக்கவைக்கும் நோக்கம் எனக்கில்லை. ஆனால், ஏர்ப்போர்ட்டில் செக்யூரிட்டி ஒருமாதிரி பிரமிப்பாய்தான் பார்த்தான்.

அத்தைக்கு என்னிடத்தில் பேசுவதற்கு நிறைய விஷயம் இருந்தது. முதலில் "இன்னா உத்தியோகம் பார்த்து இன்னாப்பா... அம்மா சாவுக்குக்கூட வரமுடியலையே" என்றாள்.

செய்தி வந்தபோது நான் அலுவலிலும் இல்லாமல், அறையிலும் இல்லாமல் ஒரு வாரம் லீவ் எடுத்துக்கொண்டு விட்டேற்றியாய் சுற்றிக்கொண்டிருந்தேன். சேக்குக்கு அயராது உழைத்து, அலுத்துப் போய், ஒரு சின்னமாற்றம் வேண்டி திரிந்து கொண்டிருக்கிறேன்.

அம்மாவுக்கும் எனக்கும் பாசம் ஏற்படுவதற்கு வழியேஇல்லாமல் போனதுகுறித்து வருந்தினேன். கான்வென்ட்டியூஷன் முடிந்து வீடுவந்து அம்மாவிடம் ஹோம்வொர்க் சம்பந்தமாய் ஏதாவது கேட்டால், சாப்பிட்டுத்தூங்குடா என்பாள். அம்மா படிக்கவில்லை. மற்ற பசங்களெல்லாம் வீட்டுப்பாடங்களை அம்மாவிடம் ஒப்படைத்துவிட்டு விளையாடுவார்கள்.

எனக்கு அம்மாவிடமிருந்து தெரிந்துகொள்வதற்கு எதுவுமே இருக்கவில்லை. பி.டெக், ஹாஸ்டலில் கழிந்தது. படிக்காதிருந்தி ருந்தால அம்மாவிடம் பழகியிருக்க முடியும்.

அப்பா என்னை வெளிநாட்டில் வேலை செய்வதற்காகவே தயாரித்தார் போலும். இப்போதெல்லாம், "போதும் வந்துர்றா" என்ற ரீதியில் கடிதம் எழுதுகிறார்.

"இப்ப வருத்தப்பட்டு இன்னா லாபம்? அசலூரு ஆதாயமும் உள்ளூர் நஷ்டமும் ஒண்ணுதான்" என்றாள் அத்தை.

அத்தை மோர் கொண்டுவந்து கொடுத்தாள்.

"மாமாவும் முத்துவும் பம்ப்-செட்டாண்ட இருப்பாங்க. செட்டு தெரியுமா?" என்றாள்.

அஞ்சாவது படிக்கும்போது பார்த்தது. 'முத்து யார்?' என்று கேட்க நினைத்தேன். கண்டுபிடிச்சிடுவேன் என்று எழுந்தேன்.

வெளி வாசல் வரை வந்துவிட்டு திரும்பிப் பார்த்தபோது, அத்தை என்னையே பார்த்துக்கொண்டிருப்பது தெரிந்தது. கூடவே

அவள் மகளும். மாமாவின் வீடு, ஊரிலேயே கடைசி வீடு மாதிரி அமைந்திருந்தது. தெருவிலிறங்கி ஒரு மாதிரி தோரணையோடு அளந்து விடுகிறவன் மாதிரி பார்த்தேன். பூரிப்பாய் இருந்தது. முதலில் அந்நியமாய் இருந்தாலும், நானும் சுப்ரமணியும் கோலி விளையாடிய புளியமரத்தடி முதலாவதாக நினைவுக்கு வந்தது. எதிர்பார்ப்போடு இடதுபக்கம் திரும்பியபோது, கட்டைவண்டி இன்னமும் இருந்தது. கட்டை வண்டியில் உட்கார்ந்துகொண்டு சுப்பிரமணி நிறைய பேய்க் கதைகள் சொல்லியிருக்கிறான். சில கதைகள் அவனே நேரில் பார்த்ததாகவும் சொல்வான். நான் அவனையே ஒரு பேயைப்போல எண்ணிப் பயந்திருக்கிறேன்.

சாலைத் திருப்பத்தில் பிள்ளையார் கோயிலும் டீக்கடையும் எதிரும் புதிருமாய். இரண்டு பெட்டிக்கடையும் சற்று பிரதானமாய் ராஜாமணி ஸ்டோர்ஸ் என்று போர்டு (நாடாரே எழுதியிருக்க வேண்டும்) மாட்டிய கடையும் இருந்தது.

பெட்டிக்கடை பக்கம் திரும்பி, ரெண்டு வில்ஸ் ஃபில்ட்டர் கேட்டேன்.

கடைக்கார பெண், அவசரமாய் குழந்தையை இறக்கி வைத்துவிட்டு, “உம்” என்றாள்.

“ஃபில்ட்டர் வில்ஸ்” என்றேன்.

“நம்மலாண்ட கிடையாதுங்க.”

“வேற என்ன சிகரெட் இருக்கு?”

“ப்ளூபேர்ட், சார்மினார்...”

“வேற...”

“கணேஷ் பீடி, காஜா, மங்களூர் பீடி.”

சிகரெட் சூட்கேஸில் இருந்தது.

போய் எடுத்து வருவதற்குத் தயக்கமாகவும் சோம்பலாகவும் இருந்தது.

“மங்களூர் பீடி ஒண்ணு எவளோ?”

“ஒண்ணுல்லாம் கிடையாது. பத்து பைசாவுக்கு மூணு.”

எங்க பூட்து இந்த ஆம்பளை என்று துணைக்குக் கணவனை எதிர்பார்த்தாள். அதற்குள், குழந்தை கடையில் இருந்த தக்காளியை எடுத்துக்கடிக்க, “சனியனே” என்று சாத்தினாள்.

பத்து பைசாவுக்கு வாங்கிக்கொண்டேன். சுலபமாக பம்ப்-செட்டை கண்டுபிடிக்க முடிந்தது. கடந்த பதிமூன்று வருடங்களில் பக்கத்தில் இன்னும் இரண்டு பம்ப்-செட்டுகள் விழுந்திருப்பதைத் தவிர்த்து, புதிதாக ஒன்றும் மாறிவிடவில்லை.

செட்டுக்கு முன்னால் இரண்டு இலவம் பஞ்சுமரங்கள் பயிராகியிருந்தன. அதனருகில் பையன் ஒருவன் ஜியோமிதி பெட்டியின் சாதனங்களைத் தரையில்சுற்றிலும் இறைத்து வைத்துக் கொண்டு கணக்குப் போட்டுக் கொண்டிருந்தாள்.

சட்டென்று திரும்பி, விநாடியில் என்னை அடையாளம் கண்டு கொண்டான். "வாமாமா" என்றான்.

"நீதான் முத்துவா?"

தலையசைத்தபடி கணக்குகளை ஓரமாகத் தள்ளினான்.

"நீ படிப்பா... எதுக்கு எழுந்துக்கறே?" என்றதும் புத்தகத்தை ஒருமுறை சர்ர்ர் என நீவிவிட்டபடி, இப்பதான் வந்தியா..." என்றான்.

"ஆமா."

"சுரேஷ் வந்துக்கறானா?"

"இல்லை" என்று மட்டும் சொன்னேன்.

முத்து, மறுபடியும் என்ன ஆரம்பிக்கலாம் என்று யோசனையில் ஸ்கேலால் டப்டப் என்று தட்டிக்கொண்டிருந்தான்.

"எத்தினியாவது படிக்கிறே?"

"நைந்த்."

முத்து, நாற்கரத்தின் மூலவிட்டம் கண்டுபிடிப்பதில் மூழ்கினான். வெளியே வந்து பீடியைக் கொளுத்திக்கொண்டு அமர்ந்தான்.

அவசரப்பட்டு அரக்கோணத்தில் இறங்கிவிட்டதாக உணர்ந்தேன். எப்படி அத்தையிடம் விஷயத்தைத் தெரிவிப்பதென்று தெரியவில்லை. அல்லது மாமாவிடம் சொல்லலாமா? அப்பாவிடம் சொல்வதற்குத் தயக்கமாக இருக்கிறது. சொன்னால் அப்பா வெட்கப்படுவாரா... கோபப்படுவாரா?

நான் இங்கு வந்ததில் அத்தை பூரித்துப் போய் இருக்கிறாள். என் திருமண விஷயமாகத்தான் வந்திருக்கிறேன் என்று மகிழ்ந்து போயிருக்கிறாள். அத்தையே மன்னிக்கவேண்டும்.

பீடியை அணைத்துவிட்டு உள்ளே போனபோது, ஒரு மில்லி மீட்டர் அளவு வித்தியாசம் ஏற்பட்டுவிட்ட முக்கோணத்தின் ஒரு பக்கத்தைக் கொஞ்சம் கனமான கோடாக வரைந்து சரி செய்து கொண்டிருந்தான்.

"இவளோ பட்டையா கோடு போடக்கூடாது."

"இல்ல மாமா... ஏழு புள்ளி ஒண்ணு வர்றதுக்கு ஏழு சென்டி மீட்டர் வருது... அதான். சரி, போலாமா?" என்று சிரித்தான்.

புத்தகத்தை அடுக்கிவிட்டு, செட்டைப் பூட்டிக்கொண்டு வீட்டுக்கு நடந்தோம்.

“நீ இன்னா வேலை செய்றமாமா?”

“சூப்பர் கண்டக்டர்னா தெரியுமா?”

உத்தேசமாய் தலையசைத்தான். “ஆமா…”

“ஹைவோல்டேஜ் செலுத்தும்போது, பல சமயங்களில் காயல் எரிஞ்சு போயிடுதில்ல? வழக்கமா காயலுக்கு காப்பர் ஒயர் யூஸ் பண்ணுவோம். இப்ப அதோடு செராமிக்பவுடர்னு ஒன்றை யூஸ்பண்றாங்க.”

“அந்தப் பவ்டரை எதில செய்றாங்க?”

“ஜிங்க்ஆக்ஸைட், மெக்னீசியம் கார்பனைட், ஃபெர்ரிக் ஆக்ஸைட். உம்… காப்பர் எல்லாத்தையும் ஒரு குறிப்பிட்ட விகிதங்களில் கலந்து, ஒருபெட்டி மாதிரி செய்து, அதுக்குமேல காயல் சுத்தும்போது அதில எவ்வளவு அதிகமான வோல்ட்டேஜையும் அனுப்பலாம். இந்தத் துறைல நிறைய விஷயங்கள் ஆராய்ச்சில இருக்கு. மேக்னடிக் ஃபீல்டு மூலமா சக்கரம் இல்லாம ரயில் விட்றதும் அதுல ஒண்ணு.”

“பறக்கும் ரயில்னு பேப்பர்ல போட்டேனே?”

தலைப்பு கொடுப்பது துணுக்கு எழுதுகிறவர்களுக்கு கைவந்தகலை.

பறக்கும்ரயில், சிரிக்கும் கப்பல்னு ஏதாவது தலைப்பு கொடுத்து அதிர்ச்சி தருவது போல நான்குவரி எழுதி, இது இந்தியாவில் அல்ல, அமெரிக்காவில் என்று இந்தியாவை மட்டம் தட்டி முடிப்பார்கள்.

“ரிசர்ச்லதான் இருக்கு. இன்னும் பறக்கவைக்கலே.”

நான் வீட்டில் நுழைந்தபோது மாமாவோடு வேறொருவரும் திண்ணையில் அமர்ந்திருந்தார்.

மாமா, “வாப்பா…வாப்பா” என்று வரவேற்று, துண்டால் திண்ணையை ஒரு தட்டுத்தட்டி, “உட்காரு” என்றார்.

ஒருவரை ஒருவர் புன்முறுவலோடு பார்த்து, சில விநாடிகளை நகர்த்தி முடித்தோம்.

“வரதா, இது யாரு தெரியுதா? வூட்ல இருக்குதே அதுக்கு அண்ணாத்த புள்ள. துபாய்ல வேலை செய்து” என்று மாமா அவருக்கு அறிமுகப்படுத்தினார்.

“வணக்கம்” என்றேன்.

“அட இன்னாப்பா நீ! மருமக புள்ளனு நேரா சொல்ல வேண்டியத்தானே?” என்று அவர் மாமாவைப் பார்த்து சிரித்தார்.

“நேரா இங்கதான் வர்றியா?” என்று மாமா பேச்சைத் தொடங்கினார்.

நானும் துவங்க வேண்டிய சந்தர்ப்பம் இதுதான் என்று உணர்ந்தேன். பக்கத்தில் அமர்ந்திருந்த வரை ஒருமுறை பார்த்துக் கொண்டேன்.

“அப்பா லெட்டர் போட்டிருந்தாரு.”

“எதைப் பற்றி?” என்ற ஆவலோடு தலையசைத்துக் காத்திருந்தார் மாமா.

“எனக்கு உங்க மகளை கல்யாணம் பண்ணப்போறதா எழுதியிருந்தார்.”

எல்லோர் முகத்திலும் அந்த எதிர்பார்ப்பு நிலவியது.

“எனக்கு ஜெர்மன்ல ஒருஆஃபர் கிடைச்சிருக்கு. ரிஸர்ச் அண்ட்டெவலப் மென்ட்செக்ஷன். நிச்சயமாக நம்ம ரூபாபடி 20,000 சம்பாதிக்க முடியும். இப்ப இருக்கிற வேலையை விட்டுட்டு, அதுல ஜாய்ன் பண்லாம்னு ஐடியால இருக்கேன்...”

அவரின் பெண்ணை மறுப்பதாகவோ, அவருக்கும் கௌரவக் குறைச்சலை ஏற்படுத்தி விட்டதாகவோ தோன்றக்கூடாது என்று மிகவும் ஜாக்கிரதையான வார்த்தைகளில் சொன்னேன்.

மாமா ஒன்றும் சொல்லவில்லை. விரலால் தரையில் என்னமோ எழுதி எழுதி அலைத்தார்.

“சரி, உன் இஷ்டம்...” என்று மாமா, அத்தையைப் பார்த்துக் கொண்டு சொன்னது, நாக்கையும் உதட்டையும் வலுக்கட்டாயமாய் அசைத்து வெளியே தள்ளிய வார்த்தைகளாகவே பட்டது.

சிறிது இடைவெளி கொடுத்து, “குழந்தைகளைப் பாத்துக்க ஒரு ஆள் தேவைங்கறதுதான் அப்பாவோட எண்ணம்” என்றேன்.

வரதன் என்பவர் அவசரமாய், “ஹாங் அதுதான் முக்கியம். ஏதோ ஒண்ணுக்குள்ள ஒண்ணு ஒரே ரத்தம். குடும்ப நிலவரம் தெரிஞ்ச பொண்ணு... பசங்களை அன்பா வெச்சிக்க முடியும். பணம் வரும்போவும்... இன்னா பெரிய பணத்த கண்டே? ம்...? உங்க மாமாகிட்ட இல்லாத பணமா? நீ பணத்த பாக்காதே. கொழந்திங்கள பாரு. வெளிய இருந்து பொண்ணெடுத்தா இந்த மாதிரி பாத்துக்குமானு யோசி. அவ்ளதான்” என்றான்.

மாமாவும் அத்தையும் இப்போது என்னைப் பார்த்தார்கள்.

“அப்படியும் யோசிச்சேன். இப்ப நா வேலை செய்ற இடத்திலேயும் அக்ரிமென்ட் முடியறதுக்கு இன்னும் ஒண்ணரை வருஷம் இருக்கு. பசங்களைப் பாத்துக்கணுங்கறதுக்காக நா உங்க மகளைக் கல்யாணம்

பண்ணி விட்டுட்டு போய்ட்டா... அடிசனலா இன்னொரு குழந்தையை எங்கப்பா கிட்டவிட்டுட்டு போறாமாதிரிதான் இருக்கும். சமைக்கத் தெரியும் என்ற காரணத்துக்காக ஒரு பொண்ணுக்கு இப்படி ஒரு சிரமத்தை ஏற்படுத்த வேணாம்னு நினைக்கிறேன்."

மாமா, அத்தை சார்பில் மறுபடி வரதன்தான் பேசினார். "சரிப்பா, ஒண்ணரை வருஷம்ற... அதுவரைக்கும் ஒருவேலைக்காரி வெச்சிக்கலாம். அப்புறமா வந்து கல்யாணம் பண்ணிக்கிறதுக்கு இன்னா சொல்றே?"

எதற்காக நிறுத்த வேண்டும்? அவள் என்னைத்தான் மணப்பேன் என்று ஒற்றைக்காலில் நிற்கிறாளா என்று கேட்க நினைத்தேன்.

"ஒன்றரை வருஷத்துக்குப் பின்னாடி நடக்கிறதை இப்பவே யோசிக்க வேணாம். இதெல்லாம்விட வேற ஒரு ஐடியா பண்ணேன்... இத அப்பாகிட்ட எப்படிச் சொல்றதுனுதான் இங்க வந்தேன். நீங்கல்லாம் மனது வெச்சா முடியும்னு நினைக்கிறேன்."

மாமா "சொல்லு" என்பது போல தலையசைத்தார்.

"அப்பா ரிட்டையர் ஆறதுக்கு இன்னும் பத்து வருஷத்துக்குமேல இருக்கு. அப்படி ஒன்றும் வயசாயிடல. பசங்களுக்காக மட்டுமில்லாம அவருக்கும் ஒரு துணை தேவைதான். அவருக்கு ஏற்ற வயசுல பெண்கள் நிச்சயமா கிடைப்பாங்க."

நான் சொல்வதில் ஏதேனும் உள்நோக்கம் இருக்குமா? என்ற சந்தேகத்தோடும், அதிர்ச்சியோடும் பார்த்தனர்.

"நடக்க றகதையாப்பா..?" என்றார் வரதன்.

"என்னை விட அவருக்கு பண்றதுதான் ஈஸியானதும் தேவையானதும்."

"அவரு ஒத்துக்கணுமே..?"

"அதுக்குத்தான் உங்கள் உதவி தேவை!" என்றபடி எல்லோரையும் பார்த்தேன். அத்தை உள்ளே போய்விட்டாள்.

"சர்ரீ... வர்றவ கொடுமைக்காரியா இருந்துட்டா..? பண்ணி பிரயோஜனம் இல்லாம போயிடுமே..."

"முதல்ல தோல்வியப் பத்தி சிந்திக்க வேணாம். அப்படி ஆனா, நா உடனே கல்யாணம் பண்ணி பசங்களை என்கூட வெச்சிப்பேன்."

"சரிவரதா... வுடு. அவரு இன்னா சொல்றாருனு பாத்துக்குனு மத்தகத..." என்று மாமா சடாரென்று பேச்சை முடித்து, "சாப்டலாம்ப்பா..." என்றார் என்னைப் பார்த்து.

மொட்டை மாடியில் வெகுநேரம் வரை உலவினேன். பேசியபடி எல்லாம் முடியவேண்டும் என்று எண்ணினேன்.

குளிர் வெறுக்கும் படியாக இல்லை. சட்டையில் இன்னும் இரண்டு பீடிகள் இருந்தன. கூடத்தில் சாமிபடம் அருகே தீப்பெட்டி இருந்ததாக ஞாபகம். கீழே போகலாமா அல்லது இப்படியே படுக்கலாமா... என்று யோசித்து, முடிவாய் கீழே இறங்கினேன். விளக்குகள் அணைக்கப்பட்டு இருளும் அமைதியாய் இருந்தது.

உற்றுப் பார்த்ததில், கூடத்தில் ஒருவரும் இல்லை என்றுதெரிந்தது. வலப்பக்க அறையில் ஃபேன் சுற்றும் சத்தம் கேட்டது.

"பத்தாயிரம் சம்பாதிக்கிற லட்சணம், எல்லமுத்து கடைல 10 பைசா பீடி வாங்கி புடிக்கிறானே?" என்று மாமாவின் குரல் மெல்லியதாய்க் கேட்டது.

அதற்கு அத்தை சொன்ன பதில் தெளிவாய்க் கேட்கவில்லை. அவர்கள் வெகுநேரமாகவே என்னைப்பற்றிய சம்பாஷணையில் இருப்பதாகப் பட்டது. "வரதப்புள்ள எதிர்க்க மானத்தை வாங்கிட்டான். உங்க அண்ணன் பையனாச்சேனு பார்த்தேன்."

"அண்ணன் பையனா இருந்தா என்ன? இப்பில்லாம் பேசனா வுட்டுருவாங்களா..? வரட்டும் நல்லா நாலு கேள்வி கேக்கறேன் அவரை."

வத்திப்பெட்டி கிடைத்தது. எடுத்துக்கொண்டு திரும்பும்போது, "அங்க எவளையோ வெச்சிகினுகிறான். அதான் இப்பிடிலாம் மடிச்சி மடிச்சி திரிகிஸ் பேசறான்" என்று அத்தை தீர்மானமாகச் சொல்லிக் கொண்டிருந்தாள்.

கால் பெருவிரல் நச்சென்று வாசற்படியில் பட்டது. ரத்தம் கசியும் போல தோன்றியது. வலிக்கவில்லை.

• 1985

சமாதி

டாக்டர் சின்ன செருமலோடு எக்ஸ்ரே-வை விளக்கு வெளிச்சத்தில் பொருத்திவிட்டு, யோசனையாய் கொஞ்சநேரம் ‘பேப்பர் வெயிட்டை’ உருட்டினார். விளக்கின் வெளிச்சம் எனது நுரையீரலை பகிரங்கப்படுத்திக் கொண்டிருந்தது.

“சிகரெட் பிடிப்பீங்களா?” என்றார்.

இவ்வளவு வெளிப்படையாகக் கேட்டுவிட்ட பிறகு, “இல்லை” என்று சொல்லி என்னை காப்பாற்றிக் கொள்ளத் தோன்றவில்லை. என்னதான் அவர் என் அப்பாவின் இருபத்தைந்தாவது வயதிலிருந்து எங்கள் குடும்பத்தைப் பராமரித்துக் கொண்டிருக்கிற போதிலும்.

“ஆமாம்” என்றேன்.

“நிறுத்தி விடுங்களேன்... தட்ஸ் சிம்பிள்.”

யோசனையாய் “சரி” என்றேன்.

“இங்க பாருங்க...” என்று நுரையீரல் பக்கமாய்த் திரும்பினார். “எக்ஸ்ரே’ல எப்பவுமே காற்று இருக்கிற இடம் ‘ப்ளாக்’கா தெரியும். மற்ற இடங்கள் ‘வொய்ட்டா தெரியும். உங்க லங்ஸ்ல ஆக்ஸுவலா ப்ளாக்கா தெரியவேண்டிய இந்த இடத்திலெல்லாம்... வெள்ளை, வெள்ளையா என்னமோ புகை மாதிரி தெரியுது பாருங்க. அந்த இடமெல்லாம் பாதிக்கப்பட்ட இடங்கள். உங்களுக்கு சுருக்சுருக்’னு வலியெடுக்கிற தெல்லாம் இதனால்தான். சிகரெட்டை விட்டுட்டா தன்னால போய்டும். நோ நீட் ஃபார் மெடிசின்ஸ்.”

“தேங்க்யூ சார். கண்டிப்பா விட்டுர்றேன்” என்றேன் மனப்பூர்வமாக.

“வெரிகுட்” என்றார்.

“ஃபீஸ்..?” என்று எழுந்தபோது..

“நோ... உங்களுக்கு நா ஒண்ணுமே பண்ணலையே...” என்றார்.

பத்து ரூபாயை கிட்டத்தட்ட திணித்தபோது, வாங்கிக்கொண்டு “தேங்க்யூ” என்றார்.

விடைபெற எழுந்தபோது, “நீங்கவரும்போது வெளிய ஏதாவது பேஷன்ட்ஸ் இருந்தாங்களா?” என்றார்.

“இல்லை.”

“உங்களுக்கு முக்கியமான வேலைகள் ஏதும் இல்லை என்றால் உட்காருங்கள், பேசலாம்.”

“வித்ப்ளஷர்” என்று அமர்ந்தேன்.

“ஃபைவ் தர்ட்டிக்கு வந்து உட்கார்ந்தேன். நீங்கள்தான் முதல் ஆள். இன்னிக்கு நீங்களேதான் கடைசி ஆளாகவும் இருப்பீங்கன்னு நினைக்கிறேன்.” புன்முறுவலோடு தன் வருத்தத்தைத் தெரிவித்துக் கொண்டார்.

“நீங்கள் எப்படி என்றால் கட்டணம் கூட வசூலிப்பதில்லையே?”

சிரித்துக் கொண்டார்.

“அதுதான் நான் செய்த தவறு. ஜனங்கள், நிறைய வசூலிக்கிற டாக்டர்களையே திறமையானவர்களாகப் போற்றுகிறார்கள். சென்ற மாதம் என்னிடம் ஒருவர் வந்தார். மாதம் 600 சம்பாதிக்கிற ஃபேக்டரியில் புழுங்குகிற இளைஞன். தலைவலி என்று வந்தான். ‘எவ்வளவு நாட்களாக’ என்று விசாரித்தேன். ‘நான்கு வருடங்களாக’ என்றான்.”

“யூமீன் ஃபோர் இயர்ஸ்?”

“எஸ்... இவ்வளவு நாட்களாக என்னசெய்து கொண்டிருந்தாய்?” என்றேன். வேறொரு டாக்டரிடம் வைத்தியம் பார்த்ததைச் சொன்னான்.

“ஒவ்வொரு முறையும் 50 ரூபாய் வாங்கியிருக்கான் ராஸ்கல்... இவ்வாறு சொல்வதற்காக மன்னிக்க வேண்டும்” என்றார்.

“நான்கு வருடங்களாக ஏமாற்றியவனை நீங்கள் அவ்வாறு சொல்லலாம்” என்றேன்.

“அந்த டாக்டரை எனக்குத் தெரியும். ஆரம்பத்தில் அபார்ஷன் செய்வதையே தொழிலாகக் கொண்டிருந்தவன் அவன். இப்போது, ‘மூன்று மாருதி கார்’ வைத்திருக்கிறான். கார் வைத்திருப்பதில் எனக்குப் பொறாமை இல்லை. அவன் செய்த ட்ரீட்மென்ட்டைப் பார்ப்போம். முதலில் தலைவலிக்கு

எக்ஸ்ரே எடுக்கச் சொல்லியிருக்கிறான். அடுத்தாற் போல இ.சி.ஜி. பிறகு, தொடர்ச்சியாய் வண்ணவண்ணமாய் மாத்திரைகள் எழுதிக் கொடுத்திருக்கிறான்."

"எப்படி தொடர்ச்சியாய் ஏமாற்ற முடிகிறது?"

"அதுதான் எனக்கும் ஆச்சரியம். அவன் எழுதிக்கொடுத்திருந்த பிரிஸ்கிரிப்ஷனைப்பார்த்தேன்.ஒவ்வொருரசீதிலும்என்னென்னவோ பெயரில் மாத்திரைகள். என்ன ஆச்சரியம்! மாத்திரைகளின் பெயர்தான் வேறு. அதில் உள்ள கன்டென்ட்லைமீன் அவற்றில் இருக்கிற சாராம்சம் ஒன்றுதான். நிறைய மருந்துகளை எழுதிக்கொடுக்கிற டாக்டர்களைத் திறமையானவர்களாகக் கருதுகிறார்கள்" என்று பேசிக்கொண்டே போனவர், சட்டென்று நிறுத்தி, "உங்களது மாலை நேரத்தை மேலும் நான் வீணாக்க விரும்பவில்லை. ம்... ஒரு விஷயம். அநேகமாய் அடுத்தமாதம் அமெரிக்காவில் இருப்பேன்" என்றார்.

அதிர்ச்சியாக இருந்தது.

"எப்போது வருவீர்கள்?" என்றேன்.

"அங்கேயே சமாதி."

"ஏன்?"

"என் ரெண்டு பசங்களும் அங்கேயே செட்டில் ஆகிட்டானுங்க. நௌ ஐஹேவ் கிரீன்கார்ட்."

"எனக்கு மிகவும் அதிர்ச்சியாக இருக்கிறது" என்றேன்.

"இந்தப் பகுதியில் நானொருவன் தனியாக 45 வருடங்கள் போராடி விட்டேன். இந்த ஜனங்கள் ஏமாறுவதை என்னால் தடுக்க முடியவில்லை... என்னால் தொடர்ந்து ஈயோட்ட முடியாது" என்றார்.

"ஒரு நல்ல சென்டரில் உங்கள் கிளினிக்கை மாற்றிப் பாருங்களேன்."

"வாடகை 5,000 கேட்பான். வாடகைக்காகவே நான் பிடுங்க வேண்டியிருக்கும்."

மேற்கொண்டு அவருக்கு ஏதாவது சமாதானம் சொல்லத் தோன்றினாலும் என்ன சொல்வது என்று புரியவில்லை.

"ஏன் டாக்டர்... வேறு எவரிடமோ வைத்தியம் பார்த்துக் கொண்டிருந்த அந்த தலைவலிக்காரனுக்கு உங்கள் மீது நம்பிக்கை ஏற்பட்டு வந்திருக்கிறானே... இப்படியே சில பேர் உங்கள் பக்கம் திரும்பலாமில்லையா?"

சத்தம் போட்டு சிரித்தார்.

"அந்தத் தலைவலிக்காரன் பற்றி நான் இன்னும் சொல்லவில்லையே... நான்கு வருடம் தொடர்ந்து தலைவலிக்கிறது என்றால், அதற்கு டென்ஷன், மனக்கவலை ஒரு காரணமாக இருக்கலாமே. குடிப்பழக்கம், சிகரெட் காரணமாக இருக்கலாம். ஏதாவது அலர்ஜி சமாசாரம் இருக்கலாம். 'இதெல்லாம் எதுவுமே இல்லை' என்றான். உங்களுக்குத் தெரியுமா? தலைவலி ஒரு வியாதியே இல்லை. அது நோய்க்கான அறிகுறி மட்டுமே. உடலின் வேறுபாகங்கள் பாதிக்கப்பட்டால் தலைவலி ஏற்படும்."

"அவருக்கு என்னதான்...?"

"வெகுநேரம் விசாரித்தபிறகு, அவனது வீட்டில் ஜன்னல்கள் இல்லை என்பது தெரியவந்தது. அவன் சொன்னதை வைத்து கற்பனை செய்து பார்த்தால், கிட்டத்தட்ட புகைபடிந்த ஒரு குகைபோல அவன் வீடு இருக்க வேண்டும்."

"தலைவலிக்கும் ஜன்னலுக்கும்?"

"சம்பந்தம் இருக்கிறது. ஆக்ஸிஜன் டெஃபிஷியன்ஸி காரணமாகவும் தலைவலி ஏற்படலாம். அவனை முதலில் காற்றோட்டமான வீட்டுக்கு குடிபோகச் சொன்னேன். காற்றோட்டமான இடங்களில் பெரிதும் உலவச் சொன்னேன். அவன் திருப்திக்காக சில மாத்திரைகளை எடுத்துத் தந்தேன். பிறகு, தலைவலி தணிகிறதா என்று வந்து சொல்லச்சொன்னேன்."

"தணிந்து விட்டதா?"

"தெரியவில்லை. அவனை மறுபடி சந்திக்க முடியவில்லை."

"சரியாய்ப் போயிருக்கும்" என்றேன் தீர்மானமாய்.

டாக்டர் "எனக்கு அப்படித் தோன்றவில்லை" என்றார் சாதாரணமாய்.

"பின்?"

"அவன் என்னைப் பைத்தியக்காரன் என்று நினைத்திருப்பான். என் மேல் நம்பிக்கையற்று வேறு டாக்டரை நாடியிருப்பான்."

டாக்டரின் மீது எனக்குப் பரிதாபமாக இருந்தது. டாக்டருக்கு 70 வயது இருக்கலாம். இந்த வயதில் தொழில் செய்து பிழைக்க வேண்டிய கட்டாயம் அவருக்கு இல்லை. பேரக் குழந்தைகளோடு காலத்தைத் தள்ளிவிடலாம்.

"சரி. இந்தக் கதையை விடு. உங்கள் தாத்தா, அப்பாவெல்லாம் சௌக்கியமா? நான் இங்கிருந்து கிளம்புவதற்குள் ஒருமுறை வந்து போகச்சொல்லு."

"சொல்கிறேன்."

யாரோ நோயாளிகள் வெளியே உள்ள நாற்காலியில் வந்து அமருகிற சத்தம் கேட்டது. டாக்டர், “கம்-இன்” என்று காத்திருந்தார். சில யோசனைக்குப் பிறகு, எழுந்து வந்தது இரண்டு பெண்கள். அம்மா, மகள் என்கிற பொறுப்புகளில் இருப்பார்கள் என்பது போலபட்டது.

“வாங்க... வாங்க” என்றார்.

“சுரேஷ் வரலையா..? சிக்ஸ்த் இல்ல இப்போ?” என்று கரிசனமாய் விசாரித்தார்.

வந்தவர்கள் அதற்கெல்லாம் பதில் சொல்கிற மனநிலையில் இல்லை. டாக்டரின் டேபிளுக்கு முன்புறம் இருந்த இருக்கைகளில் அமர்ந்து, நோயை வெளியிடுவதற்குத் தயங்கிக் கொண்டிருந்தனர்.

நான் வெளியே சென்று அமர்ந்தேன்.

“எனக்கு இருவரில் யார் நோயாளியாக இருக்கமுடியும்? என்ற சந்தேகம் எழுந்தது. தாயும் மகளும் ஒரே மாதிரியாக, ஒல்லியாக இருந்தனர். சமீபத்தில் இளைத்தவர்கள் மாதிரி தெரியவில்லை. இளைத்துப் போனதை ஒரு பிரச்சனையாக இங்கு கொண்டு வந்திருப்பார்கள் என்று தோன்றவில்லை.”

டாக்டரிடம் மாத்திரைகளை வாங்கிக்கொண்டு தாயும் மகளும் புறப்பட்டனர்.

டாக்டர், வந்துபோனது ஒரு டிஃபிக்கல் கேஸ். ம்... சில காரணங்களுக்காக அதை நான் வெளியே சொல்லக்கூடாது. “நம்ம நாட்ல அறியாமையே பெரிய வியாதியா இருக்கு. எல்லா வியாதிக்கும் மருந்து நம் உடம்பிலேயே இருக்கு. நாங்க குடுக்கிற மருந்தெல்லாம் பாசாங்கு... பஜனை. ஒரு மனிதன் டாக்டரை அணுகவேண்டிய நேரங்கள் சொற்பமானவை” என்றார்.

“இப்போது வந்துபோன பெண்களை நீங்கள் அடுத்த மாதம் வரச் சொன்னீர்களே?”

“ஆமாம்...”

“அமெரிக்கா போவதாகச் சொன்னது?”

சற்றுநேரம் கண்களை மூடித்திறந்தார்.

“நீங்கள் ஒரு டாக்டரா இருந்தா, இந்த மாதிரி ஜனங்களை இப்படியே விட்டுட்டுப் போய் விடுவீர்களா?”

“போவேன்” என்பதற்குத் தயங்கினேன்.

“என்னால் முடியவில்லை. என் பையன் 10 வருஷமாய் என்னை வரச் சொல்லிக் கொண்டிருக்கிறான். இவர்களிடமிருந்து

துண்டித்துக் கொண்டு நான் எப்படி அங்கிருக்க முடியும்?"

"அப்படியானால்?"

"என்னுடைய சமாதியை சென்னையிலேயே வைத்துக் கொள்வதாய் இருக்கிறேன்" என்றார் சிரித்துக்கொண்டே.

● **தினமணி கதிர், 1987.**

இப்படிக்குப் பூங்காற்று

சரஸ்வதியின் முகத்தில் கலவரம் தூக்கலாக இருந்தது. காபி கொடுக்கும்போது புன்னகைக்க முயற்சி செய்தாள். அது, அத்தனை இயல்பாக அமையவில்லை.

"எந்த நேரமும் போன் வரலாம் சார்..." என்றாள்.

என்னமோ இப்போதெல்லாம் என்னை உதயா என்று அழைப்பது இல்லை.

கடந்த ஒரு வாரமாக ஒருவன் தினமும் நேரம் காலம் இல்லாமல் தொலைபேசுகிறான். தொல்லையாகப் பேசுகிறான். இதுதான் அவள் போனில் சொன்னது. துணைக்கு இருக்கும் அம்மாவும் அப்பாவும் காசி யாத்திரை போயிருப்பதாக இங்கு வந்தபோதுதான் சொன்னாள். 16 நாள் டூர். இன்னும் இரண்டு நாட்களில் வந்துவிடுவார்கள். ஆனால், அதற்குள் போன்காரன் தொல்லை அதிகரித்துவிட்டது. 'நக்கலா சிரிக்கிறான்... கிண்டலாகப் பாடுகிறான்.'

ஆபாசமாகப் பேசுகிறானா என்றபோது, 'இல்லை அதற்கான ஆரம்பம்போல இருக்கிறது' என்றாள் சுருக்கமாக.

இருவரும் செல்போனையே பார்த்தபடி காத்திருந்தோம். அவளுக்கு சென்னையில் இருந்த சொந்தங்கள் அத்தனை நெருக்கம் இல்லை. மேலும் இதுபோன்ற விஷயங்கள் தெரிந்தால், வீணான கற்பனைக்கு வழி வகுத்துவிடும் என்று நினைத்தாள். அவளுக்கு இருந்திருக்க வேண்டிய நெருங்கிய சொந்தம் வெகு தூரத்தில் இருந்தது. அபுதாபியில். கணவன் அங்குதான் வேலைபார்க்கிறார்.

கொஞ்ச நேரம் முன்பு வரை ஜன்னலுக்கு வெளியே தெரிந்த

மரம், இப்போது இருட்டுடன் கலந்துவிட்டது.

"ஏழு மணிக்கே இருட்டுடிச்சே?"

மழைக்காலத்தில் இருட்டிப்போவது ஆச்சர்யப்படும் விஷயம் இல்லை. இருந்தாலும் ஆச்சர்யப்பட்டாள்.

"எத்தனை மணிக்கு போன் செய்றான்?"

இதுவும் ஏற்கெனவே கேட்கப்பட்ட கேள்விதான்.

"நேரம் காலம் எல்லாம் இல்லை. இரவு ஒரு மணிக்குக்கூட பண்ணுகிறான்" என முதலிலேயே சொன்னாள்.

"ஒரு நாளைக்கு ஆறேழு தரம் பண்ணுகிறான்" என்றாள் இந்த முறை.

அவள், எதிரில் உள்ள நாற்காலியில் அமராமல் தரையில் அமர்ந்துகொண்டாள். கொசுக் கடி அதிகமாக இருந்தது. அடிக்கடி என்னை நானே அடித்துக்கொண்டிருந்தேன்.

"கதவைச் சாத்திடவிடலாமா?" என்றாள்.

அவள் தனியாக இருப்பதை உத்தேசித்து, "பரவாயில்லை."

"பரவாயில்லை என்றால் கொசு கொஞ்ச நேரத்தில சாப்பிட்டுடும்."

சிரித்தபடி எழுந்துபோய் கதவைச் சாத்தினேன். அழுத்தி சாத்துவதில் தயக்கம் காரணமாகக் கதவின் இடையில் மெல்லிய இடைவெளி இருந்தது.

"இந்த மாதிரி இடைவெளிதான் கொசுவுக்கு செம ஜாலியா இருக்கும். ஆவேசமா உள்ளே நுழையும்" என்றபடி கதவை அழுத்திச் சாத்திவிட்டு, ஜன்னல்களையும் சாத்தினாள். அறைக்குள் ஒரு கும் குடியேறியது.

அவள் மனது தும்பைப்பூ வெள்ளை. அவளை யாரும் சந்தேகிக்கவே முடியாது. அவளும் சிலரை சந்தேகிக்கவே மாட்டாள். அதில் நான் ஒருவன். முக்கியமான ஒருவன். இளம் பருவத்து தோழன். பள்ளித் தோழன். அரசுப் பள்ளிக்கூடம். ஆண்டு விழாவுக்கு நாடகம் போட்டோம். தமிழய்யா ராசகோபாலன் நாடகக் குழுவினரை அழைத்து மொத்த விழாவும் எப்படி இருக்க வேண்டும் என்று விவரித்தார். நாங்கள் மொத்தம் ஆறு பேர் அவர் முன்னால் அமர்ந்திருந்தோம்.

கடவுள் வாழ்த்து முடிந்ததும் வரவேற்புரை... சிறந்த மாணவர்களுக்குப் பரிசளிப்பு... தலைமை உரை... என்று சொல்லிக்கொண்டே போனார். என்னுடன் வந்திருந்த அத்தனை பேரும் குறிப்பெடுக்க நோட்டுப் புத்தகம் வைத்திருந்தார்கள்.

என்னிடம் இல்லை. 'வரும்போதே ஒரு நோட்டு கொண்டாரணும் தெரிய வேணாமா?' என்று ஆசிரியர் கவனித்துவிட்டுக் கண்டிப்பதற்கு அரை விநாடி அவகாசம்தான் இருந்தது. திட்டு வாங்குவதைத் தவிர்க்கவே முடியாது. சரஸ்வதி, சட்டென அவளுடைய நோட்டில் இருந்து ஒரு பக்கத்தைக் கிழித்தாள். அப்பாடா அவளுக்குத்தான் என் மனசுபடும் பதைப்பு புரியும்... பேப்பரை வாங்க கையை நீட்டினேன். பேப்பர் கனமாக இருந்தது. அதிர்ச்சியோடு திரும்பிப்பார்த்தேன். கிழித்த பேப்பரை அவளுக்கு வைத்துக்கொண்டு எனக்கு அவளுடைய நோட்டைக் கொடுத்துவிட்டாள். என்னருமை சரஸ்... எத்தனை நட்பு. என் சக பையனிடம்கூட அப்படி பேசியது இல்லை. அவ்வளவு பேசினோம். இணைபிரியாத நட்புக்கு இடையே ஏதோ டி.என்.ஏ. சிமிலாரிட்டி இருக்கும் என்று ஆராய்ச்சி சொல்கிறது. இருக்கலாம்.

பள்ளிக்கூடத்தில் நம்மை வைத்து எத்தனையோ கதைகள் கிளம்பின. அவற்றை நாம் மட்டும் நம்பவே இல்லை. பள்ளிப் படிப்புக்குப் பிறகு நான் அண்ணா யூனிவர்சிட்டியில் மெக்கானிக்கல் இன்ஜினீயரிங்... நீ உள்ளூரிலேயே டைலரிங் கிளாஸ். ஆனால், ஆச்சர்யமாக ஒரே நாளில் நம் இருவருக்கும் வேறு வேறு இடங்களில் திருமணம் ஆனது. நான்கு வருடங்கள் கழித்து இன்றுதான் போன் செய்து...

"என்ன பேசினான்... எப்படி உங்கள் நம்பர் அவனுக்குத் தெரியும்?"

"எதேச்சையாக என் நம்பருக்கு வந்தவன்தான். முதன்முதலாகப் பேசியபோது, 'டே அழகப்பா... கோயமுத்தூர்க்கு வந்திருக்கேன்டா... நீ எங்க இருக்கே'னு கேட்டான். எனக்கு சிரிப்பு வந்துவிட்டது. நான் அழகப்பன் இல்லை... ராங் நம்பர்னு சொன்னேன்."

"சிரித்ததுதான் தப்பாகிவிட்டது..." என்றேன். ஆனால், யாராக இருந்தாலும் சிரிப்புதான் வரும். பொம்பளை சிரிச்சா போச்சு... புகையில விரிச்சா போச்சு...

"இப்படி உயிர் எடுப்பான்னு நினைக்கலை..."

"உங்க வீட்டுக்காரர்கிட்ட சொல்லிட்டீங்களா?"

அவள் பதில் சொல்லவில்லை. தரையில் குத்துக்காலிட்டு அமர்ந்து தன் மெட்டியை விரல்களால் சுழற்றிக்கொண்டிருந்தாள்.

சொல்லவில்லை என்று சொல்லவில்லை.

அபுதாபியில் இருக்கிறவருக்கு திகில் கொடுக்க வேண்டாம் என்று எண்ணியிருக்கலாம். அமைதியைப் போக்கும்விதமாக மழைச் சாறல் ஜன்னல் வழியே சொ கொட்டியது. மழைச் சத்தம் மேலும் அமைதியை அதிகப்படுத்தும். தனிமையை தண்ணீர் சுவரால் பாத்திகட்டும்.

எதையாவது பேசியே ஆக வேண்டும்போல, "கடைசியா என்ன பேசினான்?" என்றேன்.

"பேசவில்லை... பாடினான்.... 'மலரே ஒரு வார்த்தை பேசு... இப்படிக்குப் பூங்காற்று' நல்ல கட்டைக் குரல்ல..."

"திமிர் பிடிச்சவன்... பார்ப்போம். இல்லைனா கமிஷனர் ஆபீஸ் சைபர் க்ரைம்ல கம்ப்ளைன்ட் கொடுத்துடுவோம்"

"அதனால வேற எதாவது பிரச்னை ஆகிடுமோனு பயமா இருக்கு"

தனியாக இருக்கும் பெண்ணுக்கு தொல்லைதான். போன் நம்பரை மாற்றுவதிலும் சிக்கல். எல்லோருக்கும் எதற்கு என்று காரணம் சொல்ல வேண்டியிருக்கும். குறிப்பாக கணவனுக்கு.

போன் வந்ததும் மிரட்டினால் போதும். ஒதுங்கிக்கொள்வான். தேவைப்பட்டால் சைபர் க்ரைம்.

"வருஷத்துக்கு ஒருதரம் வருவார்... ரெண்டு வாரம் இருப்பார்" சொல்லிக்கொண்டே நிமிர்ந்துபார்த்தாள். கால் விரலில் இருந்த மெட்டியைக் கழற்றி கை விரலில் போட்டுப் பார்த்தாள். லூஸாக இருந்தது.

"ஓ." அந்த எழுத்தைத் தொடர்ந்து என்ன பேசுவது?

"இங்கேயே வேறு வேலைக்கு மாறிக்கொள்ளலாமே?"

"பதினஞ்சு நாளே அதிகம்தான்."

அவள் முகத்தைப் பார்த்தேன். அவளும் பார்த்தாள்.

"மகிழ்ச்சியா இருக்கணும்னு நான் ஆசைப்படுவதுகூட இல்லை... அது என் யோசனையிலயே இல்ல."

"குழந்தை?"

உதடு பிரியாத சோகப் புன்னகையோடு, "இன்னைக்குப் பார்த்து போனே வரலை... இரு, தோசை வார்க்கிறேன்... ச்சும்மா ரெண்டு சாப்பிடு.."

நான் மறுக்கலாம் என்று முடிவெடுப்பதற்கு முன் சமையல்கட்டுக்குள் மறைந்தாள். டி.வி போடலாம் என ரிமோட்டைத் தேடினேன். டீ பாய், அலமாரி, டி.வி ஸ்டாண்ட் எல்லாவற்றிலும் பாண்டிச்சேரி அன்னை. டி.வி-யில் டீஃபால்டாக சுப்ரபாதம் சேனல்.

ஆளுக்கு இரண்டு இரண்டு தோசைகள். புதினா சட்னி.

"நாம ஒரு முறை ஸ்கூல் மாமரத்து திண்ணைல உக்காந்து பேசிக்கிட்டு இருந்தோம். அப்ப நம்ம பாட்டனி மிஸ் சொன்னது ஞாபகம் இருக்கா?"

இருக்கு என்பதாகச் சிரித்தேன்.

“அவங்க நம்பர் இருந்தா, இந்த ராத்திரியில... ஒரே வீட்ல ஃப்ரெண்டாத்தான் இருக்கோம்னு சொல்லலாம்ல... இந்த ஃப்ரெண்ட்ஷிப்லாம் எதில போய் முடியும்னு தெரியும்னாங்களே... இரு, பானுமதிகிட்ட அந்த அம்மா நம்பர் இருக்கானு கேட்டுப்பார்க்கிறேன்...”

“சே வேணாம்விடு சரஸ்...”

அவள், பானுமதிக்கு போன் செய்ய போனை எடுக்க எத்தனித்த நேரம்... போன் அடித்தது. ப்ரைவேட் கால்.

“அவன்தான் அவன்தான்” என்றாள் போனைத் தொடாமலேயே.

நான் பச்சை பட்டனை அழுத்தி, அழுத்தமாக“ஹலோ” சொன்னேன்.

மறுமுனை மௌனம் சாதித்தது.

சரஸ்வதி என்னையே பதற்றமாகப் பார்த்துக்கொண்டிருந்தாள்.

“நீ யாரு மிஸ்டர்? எதுக்கு போன் பண்ற இப்ப? தொலைச்சுடுவேன்” கிட்டத்தட்ட போலீஸ் குரலில் சொல்லிவிட்டேன்.

நிதானமாக, “நீ யாருடா? இந்த நேரத்தில நீ என்ன பண்றே என் வீட்ல? போனை அவகிட்ட குடு” என்றது குரல்.

சரஸிடம் கொடுத்தேன்.

“இல்லை. என்னோட ஃப்ரெண்ட்...” என்று சொல்லிவிட்டு, வெகுநேரம் போனை காதில் இருந்து எடுக்காமல் ‘ம்’ மட்டும் சொல்லிக்கொண்டிருந்தாள். நடுவே, “ஒருத்தன் போன் பண்ணி டார்ச்சர் பண்ணிக்கிட்டு இருந்தான்... அதுக்காகத்தான்” என்றாள். நான்கைந்து நிமிடங்களில் அவ்வளவுதான் பேசினாள்.

சிவப்பு பட்டனை அழுத்திவிட்டு, “அபுதாபி” என்றாள் தட்டையாக. “சாரி... உன்னை எதுவும் சொல்லிட்டாரா உதயா?” என்றாள்.

“சாரி” என்றேன். மழை விட்டிருந்தது.

“நீ கிளம்பு... ரொம்ப லேட் ஆகிடுச்சு...”

“போன் வந்தா..?”

“வந்தா பாத்துக்கலாம்... இனிமே ரெண்டு பேரோட போன் டார்ச்சரை சமாளிக்கணும்”

ஒரு பயம் இன்னொரு பயத்தை சாய்த்துவிட்டதுபோல இருந்தது. கதவைத் திறந்தபோது, மழைக்கால அடர் இருட்டு.

எதிர் ப்ளாட்டில் வேட்டியும் பனியனுமாக ஒருவர் என்னை ஏற இறங்கப் பார்த்துவிட்டு, 'டம்' என்று கதவைச் சார்த்திக்கொண்டார்.

குனிந்து ஷூ-வைப் போட்டுக்கொண்டிருந்தவனை, "அப்புறம் எப்போ வர்றே?" என்றாள்.

• ஆனந்த விகடன் , 2014.

இடுக்கண் களைதல்

அன்று தொழிலாளர் தினம். மே தினப் பூங்காவில் இருந்து கடற்கரைக்குப் பேரணி போய்விட்டு, சமுதாய மாறுதல் குறித்த ஏக்கத்தோடு வீட்டுக்கு வந்த அன்று இரவுதான், அண்ணாமலை காரில் வீட்டுக்கு வந்தான்.

வெள்ளைச் சட்டையும் கறுப்பு பேன்ட்டும் அவனுக்கு ஒரு மிடுக்காக இருந்தது.வியர்வையால் உடம்போடு ஒட்டியிருந்த சட்டையைக் கிள்ளி உயர்த்தி, உட்புறமாக ஊதிக்கொண்டான்.

அவன் வந்த காரில் மொத்தம் 5 பெண்கள் இருந்தனர். கார் கண்ணாடிகளை ஊடுருவிக்கொண்டு அவர்களைப் பார்ப்பதற்கு கூச்சமாக இருந்தது. அவர்கள் அனைவரும் என்னைப் பார்த்துக்கொண்டிருப்பார்கள் என்பதே என்னை சங்கடப்படுத்தியது. ஆனாலும் அண்ணாமலையிடம் பேசிக்கொண்டே அடிக்கொருதரம் எதேச்சையாக காரைப் பார்த்தேன். காருக்குள் ஊதுவத்தி அளவு வெளிச்சம்தான். அந்த பலவீனமான வெளிச்சம் பலவீனத்தை அதிகப்படுத்துவதாக இருந்தது.

டீக்கடையை மூடுகிற நேரம்.

“நாயர் ஏழு டீ” என்று ஒருவித கட்டளைத் தொனியோடு சொன்னேன். என்னைப் பார்க்க காரில் விருந்தினர் வந்திருக்கிற கர்வம் என்று அதைச் சொல்லமுடியாது. காரில் வந்திருக்கிறவர்கள் எதிரில் என்னை அசிங்கப்படுத்திவிடாதே என்ற அறிவுறுத்தல். நாயரும் பெருந்தன்மையாக டீ போடுவதற்கு முனைந்தார். அவர் கண்களில் காசை இப்போதே கொடுத்துவிடுவேனோ என்ற நப்பாசை மின்னல். அது சந்தேகமாக வலுவடையும்முன், நான் அண்ணாமலை பக்கம் திரும்பிப் பேச ஆரம்பித்தேன்.

தெரு அடங்கும் இரவு. வீட்டு விளக்குகள் அணைக்கப்பட்டு தெருவிளக்கு வெளிச்சத்தில் பெருச்சாளிகள் பவனி வரும் நேரம். 11 மணிக்கு மேல் இருக்கும். தூங்க ஆரம்பித்தபின்புதான் கதவைத் தட்டி எழுப்பினான் அண்ணாமலை. கல்லூரி முடிந்த பிறகு, ஐந்தாறு வருஷங்களுக்குப் பிறகு திடுதிப்பென்று இப்படி வந்து நிற்கிறான். அர்த்த ராத்திரியில் வந்ததால், என்னவோ... ஏதோ என்று பதறிப்போய் லுங்கியை இறுக்கி, சட்டையைப் போட்டுக்கொண்டு வெளியே வந்தேன். பயப்படும்படியாக ஒன்றும் இல்லை போல அவன் எனக்கு முன் நடந்து, தெருவைக் கடந்து ஓரம் கட்டி நிறுத்தப்பட்ட காரில் இருந்து சிகரெட்டை எடுத்துப் பற்ற வைத்துக்கொண்டான். அது, வாடகைக் கார். வாழ்க்கையில் என்னை காரில் தேடி வந்த முதல் நண்பன் இவனாகத்தான் இருக்கும். என்னைப் பார்க்கத்தான் வந்திருக்கிறார்கள் என்பதை என்சார்பில் தெருவினர்க்குத் தெரியப்படுத்தும்விதமாக, அதில் சாய்ந்து பேச நினைத்தபோதுதான் கார் முழுக்க...

சற்றே விலகி டீக்கடை பக்கமாக வந்து, "வீட்டை எப்படியோ கண்டுபிடிச்சுட்டியே..?" என்றேன்.

"குத்து மதிப்பாத்தான் வந்தேன்."

"யாருப்பா இந்தப் பொண்ணுங்கல்லாம்?" இதுதான் நான் முதலில் கேட்க நினைத்த கேள்வி.

அவன் சொன்ன சிறிய பதில், ஏகப்பட்ட விளக்கங்களைத் தருவதாக இருந்தது.

"கேர்ள்ஸ்."

மீண்டும் கார் கண்ணாடிகளுக்குள் ஊடுருவிப் பார்க்க வேண்டியிருந்தது.

"மலேசியாவுக்கு அனுப்பி வெக்கிறேம்பா. ஒன்னொன்னும் அரை லட்சம்."

மூளை அத்தனை விழிப்படைந்துவிட்டது. குற்றம், தவறு, கைது, புரோக்கர், அபாயம், ஆபத்து என்ற கோர்வையற்ற வார்த்தைகள் அலைமோதின. ஒவ்வொன்றும் வார்த்தைகளாக இல்லாமல் வாக்கியங்களாகவும் சம்பவங்களாகவும் தோன்றி மறைந்தன. என்னுடைய தூக்கம் சுத்தமாக விலகிவிட்டது.

"அண்ணாமலை, இதெல்லாம் என்னடா?"

"தப்பா எதுவும் செய்யல செல்வா. பாவப்பட்ட பொண்ணுங்க. ஏதோ கல் உடைக்கிற காட்டானைக் கட்டிக்கிட்டு மாரடிக்க இஷ்டமில்லாம, அதுகளாவே வருதுங்க. எல்லாம் ஆந்(த்)ரா. ஒவ்வொரு குடும்பத்துக்கும் 10,000 குடுத்து கூட்டியாந்திருக்கேன்.

அவங்களுக்கு எவ்ளோ சந்தோஷம் தெரியுமா? தெய்வத்தப் பாக்குறா மாதிரிதான் என்னைப் பாக்கறாங்க."

மேற்கொண்டு விவரம் தெரிந்துகொள்கிற ஆர்வமா, விருந்தோம்பலா என்று தெரியவில்லை. அந்த நேரத்தில்தான், "நாயர் ஒரு ஏழு டீ" என்றேன்.

கல்லூரியில் உடன் படித்தவன். வசதியான வீட்டுப் பையன். ரைஸ் மில், எண்ணெய் மில் இருந்தன. பையனைப் பார்க்க ஹாஸ்டலுக்கு வரும் அண்ணாமலையின் அப்பாவைப் பார்க்கும்போது, கல்லூரிக்கே முதலாளிபோல தோன்றும். திருவல்லிக்கேணி மெஸ்ஸில் மதிய சாப்பாட்டுக்காக அவனுக்கு மாதக் கூப்பன் வாங்கித் தந்துவிட்டுச் செல்வார் அவனுடைய அப்பா. 30 நாட்களுக்கு 60 டோக்கன் வாங்கித் தந்தாலும், அது பதினைந்தே நாட்களில் தீர்ந்துவிடும். நண்பர்களை அழைக்காமல் சாப்பிடப் போக மாட்டான். எத்தனை நாள் அவனுடன் சாப்பிட்டிருப்பேன்... இடையில் என்ன நடந்ததோ... எதற்காக இப்படி ஒரு தொழிலோ?

சப்தத்தோடு தயாராகிக்கொண்டிருந்தது டீ. "பொண்ணுங்களுக்கு டூரிஸ்ட் விசா எல்லாம் ரெடி. நம்ம வேலை ஏர்போர்ட்ல போய் அனுப்பிவைக்க வேண்டியதுதான். ஏர்போர்ட்ல வெச்சே அஞ்சு லட்சம் கைக்கு வந்துடும்."

'இதெல்லாம் பாவச் செயல்' என்று அறிவுரை சொல்லும் மனோநிலைக்கு வந்தபோது, அண்ணாமலை அதற்கு வாய்ப்பு தராமல் ஓர் உதவி கேட்டான்.

"என்னோட பார்ட்னர் இப்ப ஹைதராபாத்ல இருக்கார்ப்பா. காலையிலதான் வர்றாரு. இப்ப என்னான்னா, இவங்களை எல்லாம் பாதுகாப்பா ஒரு ஹோட்டல்ல தங்க வைக்கணும். உன்கிட்ட ஒரு 10,000 இருக்குமா?"

என்னிடம் யாரும் அத்தனை பெரிய தொகையைக் கடனாகக் கேட்டதில்லை. அந்தத் தொகை எனக்கு அச்சமூட்டுவதாக இருந்தது. நாயர் காதில் விழுந்தால் நிச்சயம் சிரிப்பார். ஏன்? மொத்தமாக அவ்வளவு பணத்தை நான் கற்பனை செய்ததில்லை. விலாசம் மாறிவந்த விண்ணப்பத்தை எண்ணி, உண்மையில் நான் இப்படியான யோசனையில் இருந்தேன். மவுனமாக இருந்த இந்த நேரத்தை, தயங்குவதாக அண்ணாமலை நினைத்திருக்கக்கூடும்.

"நாளைக்கு இருபதாயிரமா திருப்பித் தந்திட்றேன்பா."

இந்தப் பரிவர்த்தனையை மட்டும் நிறைவேற்ற முடிந்தால், என்னுடைய எல்லா பிரச்சனைகளும் சரியாகிவிடும். இரண்டு குழந்தைகளுக்கும் இந்த மாதத்துக்கான ஸ்கூல் ஃபீஸ், இரண்டு

மாத வாடகை பாக்கி, பால், மளிகைக்கடை, மார்வாடி கடையில் மூழ்கிக் கொண்டிருக்கும் கம்மல் எல்லாவற்றுக்கும் சேர்த்து 20,000 இருந்தால் போதும். என்னிடம் சுத்தமாக காசு இல்லை. இரண்டு மாதங்களுக்கு முன்னால் வேலை போய்விட்டது. முட்டாள்தனமாக அதை இப்படி வெளிப்படுத்தினேன்.

"என்னிடம் அவ்வளவு இருக்காதே?"

"எவ்வளவு இருக்கிறதோ அவ்ளோ குடு, போதும்."

"சாரே... டீ."

ஆளுக்கு இரண்டிரண்டு டீ கப்புகளை எடுத்துக்கொண்டு காரை நோக்கி நடந்தோம். மாருதி ஆம்னி. நாங்கள் காரை நெருங்கியதும் கதவு விலகி, எதிர் எதிராகப் போட்டிருந்த இருக்கைகளின் இருபுறமும் பெண்கள் அமர்ந்திருப்பதைப் பார்க்க முடிந்தது. நான் எதற்காகவோ அவர்களைத் தவறான கண்களால் பார்க்கவில்லை என்பதை வெளிப்படுத்தப் போராடினேன். கதவு ஓரத்தில் அமர்ந்திருந்த ஒரு பெண், எங்கள் கையில் இருந்த டம்ளர்களை வாங்கி மற்ற பெண்களுக்குக் கொடுத்தாள்.

"நேக்கு டீ ஒத்தண்ணா" என்றவளை, "பரவாயில்லை குடி" என்றான் அண்ணாமலை.

அவள், என் அதிகார வரம்பைப் பயன்படுத்தி உதவ முடியுமா என்பதாகப் பார்த்தாள். இரண்டு பெண்கள் சுடிதார் அணிந்திருந்தார்கள். வயது பதினேழு, பதினெட்டுக்குள் இருக்கலாம். இன்னும் மூன்று பெண்கள் சேலை கட்டியிருந்தார்கள். அவர்கள் இருபதைக் கடந்தவர்களாகத் தென்பட்டார்கள். மலிவான சரிகை வைத்த வெங்காயச் சருகுச் சேலை. சிவப்புச் சேலையில் இருந்தவள் அநியாயத்துக்கு அழகாக இருந்தாள். சேலை வழியாக ஜாக்கெட்டும் ஜாக்கெட் வழியாக...

மறுபடி டீக்கடைக்குப் போய் இன்னும் இருந்த மூன்று டீயை நான் இரண்டும் அண்ணாமலை ஒன்றுமாக எடுத்து வந்தோம். கார் ஓட்டுநர் ஒன்றும் இன்னும் ஒரு பெண்ணும் ஆளுக்கொரு கோப்பையை எடுத்துக்கொள்ள, 'அட 8 டீ சொல்லியிருக்க வேண்டும்'... "நான் இப்பத்தான் சாப்பிட்டேன்" என்றேன் அவசரமாக. அண்ணாமலை டீயை உறிஞ்சினான். காரைவிட்டு விலகி வந்து, "கையில எவ்வளோ இருக்கோ குடு" என்றான்.

வீட்டில் 500 ரூபாய் இருந்தது. காலில் விழாத குறையாகக் கொஞ்சிக் கூத்தாடி ஆறுமுகத்திடம் கைமாற்றாக வாங்கிவந்தது. நாளை, முதலில் கழுத்தை நெறிக்கும் ஒரு செலவுக்கு அதை உடைக்கலாம் என்று திட்டமிட்டிருந்தேன். தளபதி அலுவலகத்தில்

தமிழ்மகன் | 167

நாளை வேலைக்கு வரச்சொல்லி இருந்தார்கள். அடுத்தடுத்த மாதத்தில் நிலைமையைச் சரியாக்கிவிடலாம்.

“குழந்தைக்கு ஃபீஸ் கட்றதுக்காக ஒரு 500 ரூபாய் வெச்சிருக்கேன்.”

அண்ணாமலை விடவில்லை.

“நாளைக்கு 11 மணிக்கெல்லாம் பணம் கைக்கு வந்துடும். இதுகளை ஃப்ளைட் ஏத்தியாச்சுனா பிரச்சனை முடிஞ்சிடும். 500 குடு... ஆயிரமா வாங்கிக்க. ரெண்டாயிரமாகூட வாங்கிக்க. ஏதாவது கல்யாண மண்டபம் மாதிரி ஒரு இடம் கிடைச்சா நைட் பொழுதைத் தள்ளிடலாம்... அதுக்காகத்தான். பெரிய சங்கடமா போச்சு. என்ன சொல்றது செல்வா... வீட்டுல அப்படி ஒரு ப்ராப்ளம். நிதானமா நாளைக்கு வந்து சொல்றேன். உன் வீட்ல தங்கறதுக்கு இடம் இருக்குமா?”

அதைப் பற்றி யோசிக்காமலேயே மறுப்பு தெரிவித்து அசைந்தது தலை. வற்புறுத்துவானோ என்ற அழுத்தத்தை வெளிக்காட்டாமல் பதறினேன்.

“சரி, அந்த 500 ரூபாயைக் குடு.”

“ஃபீஸ¬...”

“நான் அஞ்சு பொண்ணுகள வெச்சுக்கிட்டு அல்லாடிக்கிட்டு இருக்கேன்... இந்த வண்டிக்காரனுக்கு எவ்ளோ தரணும்னு தெரியல. இப்படிச் சொன்னா எப்படிப்பா?”

“வேற யாரையும் தெரியாதா?”

“இந்த ராத்திரியில இன்னும் எங்க போய் தேடச் சொல்றே? சாயங்காலம் 6 மணிக்கு சென்ட்ரல்ல ரயிலவிட்டு இறங்குச்சிங்க. இன்னும் பச்சைத் தண்ணிகூட கண்ணுல காட்டல. இதோ, நீ இப்பத்தான் வாங்கிக்குடுத்திருக்க. வேற எவனுக்காவது தெரிஞ்சா அசிங்கமா நினைப்பானுங்க. எங்கயாவது வாங்கிக்குடு. ராத்திரில பொண்ணுகள வெச்சுக்குட்டு சுத்திக்கிட்டு இருக்கறது டேன்ஞ்சர்பா. ரெண்டு மடங்கா தர்றேன்னு சொல்லு.”

அதற்கு மேல் தாமதிக்காமல், நாயரிடம் காலையில் தருவதாகச் சொல்லிவிட்டு… அவனுடைய முகபாவனையையோ பதிலையோ எதிர்பாராமல் வீட்டுக்கு ஓடினேன். தட்டுத்தடுமாறி விளக்கைப் போட்டபோது அருணா கண்ணைத் திறக்க முயற்சிசெய்து உடனே மூடிக்கொண்டாள்.

“எதுக்கு ராத்திரில லைட்டைப் போட்டுக்கிட்டு நிக்கிறீங்க?”

டி.வி, கட்டில், பீரோ எல்லாம் அடங்கிய ஓர் அறை வீடு அது. 170 ரூபாய் வாடகை.

"அந்த 500 ரூபாயைத் தர்ரீயா... காலைல 1,000 ரூபாயா திருப்பித் தந்துடுவாரு."

"யாரு?" கண்ணைத் திறந்தாள். அதில் சடுதியில் அவநம்பிக்கையும் எரிச்சலும் வெளிப்பட்டது.

"என் கூட படிச்சவரு. அஞ்சாறு வருஷம் கழிச்சு தேடி வந்திருக்காரு. ஒரு அவசரம். காலைல திருப்பித் தந்துடுவாரு."

அருணா தலைமுடியைச் சுழற்றி கொண்டை போட்டபடி, "யாருங்க அது? ஆகாஷுக்காவது ஃபீஸைக் கட்டிடலாம்னு பாத்தா... இரண்டு பசங்களும் 10 நாளா ஸ்கூல் போகல. ஞாபகம் வெச்சுக்கங்க" என்றாள்.

அருணாவிடம், வெளியில் 5 பெண்களோடு அவன் காத்திருப்பதைத் தவிர வேறு என்னென்னவோ சொல்லிப்பார்த்துவிட்டேன். அவள் மனது கரைவதாகத் தெரியவில்லை. பணத்தை வாங்கிச் சென்று, நம்பிக் கழுத்தறுத்தவர்களை மட்டும்தான் அவளுக்குத் தெரியும்.

கடைசியாக 'நம்மிடம் இருக்கும் 500 ரூபாயையும் கொடுத்துவிட்டு நாளைக்கு நடுத்தெருவில் நிற்க முடியாது' என்று உறுதியாகச் சொல்லிவிட்டாள்.

யாரிடமாவது காசைக் கொடுத்துவிட்டால் அதைத் திருப்பி வாங்குவதற்கு உங்களுக்குத் தெரியாது என்பது அவளுடைய தீர்மானம்.

தலையைத் தொங்கப் போட்டபடி வெளியே வந்தேன்.

எவ்வளவு மோசமான காரியமாக இருந்தாலும் கஷ்டமான நேரத்தில் உதவ முடியாமல் போய்விட்டதே என்ற குற்ற உணர்வு பாடாய்ப்படுத்தியது. வெளியே தெரு வெறிச்சோடிக் கிடந்தது. டீக்கடை மூடப்பட்டுவிட்டது. கார் இருந்த இடத்தில் ஒரு நாய் மட்டும் சுருண்டு படுத்திருந்தது. பெண்களுக்கான மணம் மட்டுமே அங்கே மிச்சம் இருந்தது.

தெருவின் இரு முனைகளையும் தீர பார்த்தேன். கார் எதுவும் நிற்கவில்லை. கோபித்துக்கொண்டு போய்விட்டானா...வேறு எங்காவது காத்திருக்கிறானா... கார் டிரைவருக்கு விஷயம் தெரிந்துபோய் இறங்கச் சொல்லிவிட்டானா... ஹைதராபாத் பார்ட்னர் வேறு இடத்தில் பணத்துக்கு ஏற்பாடு செய்து தந்தானா... பணம் தரமுடியாததற்கு, அவனாகப் போய்விட்டதில் ஒரு திருப்திதான். வீட்டுக்கு வந்து படுத்துவிட்டேன். வெகுநேரத்துக்கு தூக்கமே வரவில்லை.

காலையில் பையனுக்கு மட்டும் ஃபீஸ் கட்டி, ஹெட்மாஸ்டரைப் பார்த்து இனிமேல் இப்படி ஆகாது என்று உறுதி சொல்ல

வேண்டியிருந்தது. இதுவரைக்கும் ஏழெட்டு முறை மன்னிப்பு கேட்டாகிவிட்டது. மீதி 75 ரூபாயில் அரிசி, பருப்பு, எண்ணெய், கடுகு, தக்காளி, வெங்காயம் என முப்பதே ரூபாயில் மளிகை சாமான் வாங்கிக் கொடுத்துவிட்டு, 'தளபதி' ஆபீஸுக்குப் போனேன்.

வேலைபார்த்து இரண்டு மாதங்களுக்கு மேல் ஆகிவிட்டதால், தானாகவே ஈடுபாடு கொப்பளித்தது. 3 மணிக்குத்தான் சாப்பாட்டு ஞாபகமே வந்தது. சாப்பிட எதிரில் தள்ளுவண்டி கடையைக் காட்டினார்கள்.

சேர்ந்த அன்றைக்கே நிலைமையைச் சொல்லி 1,000 ரூபாய் அட்வான்ஸ் கேட்டிருந்தேன். அது கிடைக்குமா எனத் தெரிந்துகொண்டு சாப்பிடப் போகலாம் என்று காத்திருந்ததில் இவ்வளவு நேரம் ஆகிவிட்டது. சாப்பிட்டுவிட்டு மரத்தடியில் உட்கார்ந்து சிகரெட் பற்றவைத்தேன். பேப்பர் வெயிட்டாக ஒரு செங்கல் வைக்கப்பட்ட மாலை பேப்பர் ஒன்று கிடந்தது. இரண்டாம் பக்கத்தைப் புரட்டியபோது, அண்ணாமலையும் அந்த 5 பெண்களும் வரிசையாக நிற்கும் போட்டோ. இரவு, திடீரென்று காணாமல் போனதும் நான் சில வாய்ப்புகளை யோசித்தேன்.

'போலீஸ் வந்து பிடித்துக்கொண்டு போய்விட்டதோ...' என்பதை மட்டும் பிடிவாதமாக யோசிக்காமல் தவிர்த்தேன். ஒன்றை யோசிக்காமல் இருக்க வேண்டும் என்று பிடிவாதமாக இருக்க முடியுமா என்று கேட்காதீர்கள். எப்படியோ அப்படி இருந்துவிட்டேன்.

அட்வான்ஸ் தொகையைக் கொடுத்தார்கள். நண்பன் உத்தரவாதம் கொடுத்திருந்தான். ஒரு நண்பன் உதவிய நாளில் இன்னொரு நண்பனுக்கு உதவ முடியாமல் போய்விட்டது வருத்தமாகத்தான் இருந்தது.

1,000 ரூபாயை விதம்விதமாகப் பிரித்தாள் அருணா. பெண்ணுக்கு ஃபீஸ். வீட்டு வாடகை பாக்கிக்குக் கொஞ்சம். மளிகைக்கடை பாக்கி.

"உங்க ஃப்ரெண்ட் இன்னிக்கி வந்திருந்தார்னா ஹெல்ப் பண்ணியிருக்கலாம்" என்றாள்.

சாரி செல்வா,

இந்தக் கடிதம் உன் கையில் கிடைக்குமா என்று தெரியவில்லை. உன் முகவரியை ஞாபகத்தில் இருந்து எழுதியிருக்கிறேன். திடீர் என்று போலீஸ் வந்துவிட்டது. அந்த நேரத்தில் நீ வந்துவிடுவாயோ என்று பயந்தேன். நல்லவேளை.

- அண்ணாமலை

இரண்டு நாள் கழித்து வீட்டுக்கு வந்த ஓர் அஞ்சல் அட்டையில், அவன் இவ்வளவுதான் எழுதியிருந்தான்.

'வீட்ல ஒரு ப்ராப்ளம்' என்றானே, என்னவாக இருக்கும்? என்று நிதானமாக யோசிக்க ஆரம்பித்தேன்.

* ஆனந்த விகடன், 2014 தீபாவளி மலர்.

அங்குசம்

"**யா**னை டீ குடிக்குமா?" யாரிடத்தும் பதிலை எதிர்பார்க்காமலேயே இப்படி ஒரு கேள்வி கேட்டேன்.

நாயரிடம் டீ ஒன்று பணித்துவிட்டுத் திரும்பியபோதுதான், நெற்றி முழுக்க நாமத்தோடு தெருவையே அடைத்துக்கொண்டு யானை ஒன்று வருவதைக் கண்டேன். ஒவ்வொரு கடையிலும் வாழைப்பழமோ குறைந்தபட்சம் பத்துப் பைசாவோ கடைகாரர்கள் மகிழ்ச்சியோடு வழங்கினர்.

ஒருவேளை, நாயர் யானைக்கு சிங்கிள் டீ போட்டு கொடுத்துவிடுவானோ என்ற வியப்பில்தான் அப்படிக் கேட்டேன்.

பின்னால் இருந்து ஒருவன் சிரித்தான்.

"அதானே!" என்று என்னைப் பார்த்து ஆமோதித்துவிட்டு, 'யோவ் நாயரே... சொம்பு நிறைய டீ போட்டு வையா யானைக்கு " என்றான்.

ஒருவர், "சூடா இருந்தா உறிஞ்சுமாப்பா?" என்றார் தீவிரமாய்.

"சரி... உறிஞ்ச வேணாம். கிளாஸ்லேயே வெச்சிட்டா, அப்படியே எடுத்து வாயில ஊத்திக்காது..?"

"அட, கிளாஸ சேத்து முழுங்கிட்டா?"

பெரிய கருத்த சுவர் மாதிரி எங்களைக் கடந்து, டீக்கடையின் வாசலருகே யானை நின்றது.

இவ்வளவு காலையிலும் யானையின் பின்னால் பசங்களின் கூட்டம் இருந்தது. (பெரியவர்களும் அப்போது பசங்களின் பரபரப்போடுதான் இருந்தார்கள்).

ஒருவர் அவசரமாய் அஞ்சு காசு கொடுத்து ஆசீர்வாதம் வாங்கிக்கொண்டார். நாயர் பெருந்தன்மையாய், பன்னும் பொறையும் கொடுத்து யானையைக் கவர்ந்தார்.

அட, கஷ்டகாலமே! பெரிய பெரிய மூங்கில்களை ஒடித்துத் தின்றது போய், உனக்கா இப்படி? பிச்சைதான், இது வேறென்ன? டெய்லி இதேமாதிரி இவன் அழைச்சுக்குனு வர ஆரம்பிச்சா, கடைகாரனுங்க இல்ல போப்பா'னு சொல்றதுக்கு எவ்வளவு காலமாகும்?

யானை, நாய் மாதிரி பன்னைக் குதப்பியவாறு வாலை ஆட்டிக்கொண்டிருந்தது.

மேலே உட்கார்ந்திருந்தவன் அங்குசத்தால் ஒரு குத்து குத்த, யானை லேசான முனகலோடு காலை ஏணியாக நீட்டியது. பாகன் துள்ளலாய் இறங்கி, "டீ ஒண்ணு போடுப்பா" என்று கட்டளையிட்டான்.

எத்தனை டன் இருக்கும் யானை? அது இருக்கிற இருப்புக்கு சற்று வேகமாகத் திரும்பினாலே போதும். அத்தனை பேரும் துண்டக் காணோம் துணியக் காணோம்னு ஓடுவான். எத்தனை கிராம் இருக்கும் அவன் கையில் இருக்கிற அந்த இரும்பு? நேமலாய் அதைக் கையில் வைத்து அதட்டிக்கொண்டிருக்கிற அவனை லேசாய் வாலால் தட்டினாலே போதும். யானையே, உன் பலம் தெரியுமா உனக்கு?

சைக்கிளை நகர்த்திக்கொண்டு நடந்தேன். செயின் மட்கார்டில் உராய்ந்து, க்யிங் க்யிங் என்று பாடிக்கொண்டு வந்தது. எட்டு மணிக்கெல்லாம் வில்லிவாக்கம் போகமுடியுமா என்று தெரியவில்லை. கடிகாரத்தைப் பார்த்துவிட்டு, திரும்பி ஒரு முறை யானையைப் பார்த்துவிட்டு, சைக்கிளில் ஏறி அமர்ந்தேன்.

"ஏம்பபா... ஃபைல் கீழ விழுது பாரு" என்று பின்னால் சைக்கிளில் வந்துகொண்டிருந்தவன் சுத்த, பிரேக்கை அழுத்திக் கொண்டு திரும்பினேன். ஃபைல் கேரியரின் கடைசி பகுதியில் தொற்றிக்கொண்டிருந்தது. இறங்கி சரிப்படுத்திக்கொண்டு ஏறுவதற்குள் அவன் சமீபத்தில் வந்தான்.

"நீங்க தண்டபாணியோட அண்ணந்தானே?" என்றான்.

தண்டபாணியின் அண்ணன் என்று சொல்லிக்கொள்வதில் எனக்கு எந்தவிதப் பெருமையும் இருக்கவில்லை. வெறுமனே தலையை அசைத்தேன்.

:அதானே, எங்கேயோ பாத்தாப்ல இருக்கேனு பாத்தேன். டீ குடிக்கும்போதே கேக்கலான்னு இருந்தேன்."

அவன் சைக்கிளும் பாடிக்கொண்டு வந்தது. சங்கரோடு இணைந்த கணேஷ் மாதிரி இசைக்குக் குறைவில்லாமல் போனது.

“தண்டபாணிய ரெண் (டு) நாளா காணமே?” என்றான்.

“தெரில” என்றேன்.

தண்டபாணியில் எனக்கு சுவாரஸ்யம் இல்லை என்பதைப் புரிந்துகொண்டவன் மாதிரி,

“என்னா, வேலைக்கி போறீங்களா?” என்றான்.

“இல்ல... வெல விஷயமா...”

“எங்க?”

“பால் பண்ணைல ஆள் எடுக்கிறாங்களாம்.”

“கிடைக்குமா?”

பதில் சொல்வதற்குப் பயமாய் இருந்தது. முந்திக்கொள்வானோ என்ற பயம்.

“போட்டுப் பாருங்க. இப்ப எங்க செய்றீங்க?” என்று திருப்பினேன்.

“சி.எம்.சி-ல”

“பர்ம்னென்டா?”

உதட்டைப் பிதுக்கினான்.

கொஞ்சதூரம் கடந்து, “என்னைக்கி லாஸ்ட் டேட்டு?”

“இன்னும் பத்து நாள் இருக்குது.”

“இன்னா கேக்றான்?”

“என்னது?”

“எவ்ளோ படிச்சிருக்கணுமாம்?”

“வொர்க்கர்னா எய்த். க்ளார்க்னா ப்ளஸ் டூ பாஸ் பண்ணியிருக்கணும். மூணு பாஸ்போர்ட் சைஸ் போட்டோ வெசு அனுப்பணும்.”

நிறைய தகவல் சொல்லிவிட்டேனா என்று நினைத்தேன்.

“எவ்ளோ குடுப்பான்?”

“எவ்ளோ குடுக்கப்போறான்... வொர்க்னா பன்னெண்டு ரூபா குடுப்பான்.”

“க்ளார்க்னா?”

“ஒரு பதினெட்டு.”

“போட்டுப் பார்க்கலாமா?” என்று ஆலோசனை கேட்டான்.

"ஸி.எல் தான் மூணு மாசம் கழிச்சி தொரத்திடுவான். மறுபடியும் பத்து நாள் கழிச்சு எடுப்பான். பர்ம்னென்ட் என்ற பேச்சே கிடையாது." என்று பயமுறுத்தினேன்.

"மசிவதாய்க் காணோம். "இப்போ யாரு பர்ம்னென்ட் பண்றான்? போட்டுப் பாக்றேன்." சாலை ஒன்று குறுக்கே வந்ததும் "எந்தப் பக்கம் போறீங்க?" என்றான். காட்டினேன்.

"அப்ப சரி, நா இப்டிக்கா போவணும்" என்று வேகத்தைக் குறைத்தான்.

"நீ ப்ளஸ் டூ பாஸா?" என்றேன்.

"பி.ஏ ஹிஸ்ட்ரி" என்று வேகமாய்ப் போனான்.

வில்லிவாக்கத்தில் பரந்தாமன் என்று பிளாஸ்டிக் எழுத்துகளால் பொறிக்கப்பட்டிருந்த வீட்டை 8.10-க்கு கண்டுபிடிக்க முடிந்தது.

அப்பா பயமுறுத்தி அனுப்பிவைத்ததைப் பார்த்தால், போர்டிகோவில் காரையும் கேட்டருகில் அல்சேஷனையும் எதிர்பார்த்தேன். கால் மனையில் வீடும், வீட்டின் முன்னால் முருங்கை மரத்துக்கும் சைக்கிளுக்கும் இடம் ஒதுக்கியிருந்தார்.

கதவைத் தட்டி காத்திருந்தபோது, முதலில் சிறுவன் ஒருவன் விவரங்களைக் கேட்டுக்கொண்டு உள்ளே போனான். சிறிது நேரத்தில் லுங்கியை இறுக்கிக் கட்டியவாறு 40 வயதில் ஒருவர் வந்து நின்றார். கொட்டாவி விட்டபடி "யாரு?" என்று தலையசைத்தார்.

"பரந்தாமன்றது?"

"நாந்தான்."

"ஆறுமுகம் சொல்லியனுப்பிச்சாரு... நா, அவரோட பையன்."

"எந்த ஆறுமுகம்?"

"தேனாம்பேட்ல வெத்தலை பாக்கு கடை வெச்சிருக்காரே..."

"ஹூம், அவரு பையனா நீ..?"

"வா" என்று சொல்லிவிட்டு உள்ளே போய் நாற்காலியில் அமர்ந்து கண்களை மூடிக்கொண்டார். இன்னமும் அவர் விழித்ததாய்த் தெரியவில்லை. எட்டு மணிக்கு மேல போனா இருக்க மாட்டாரு" என்று அப்பா அவசரப்படுத்தி அனுப்பினார்.

கண்களைத் திறக்காமலேயே "சர்ட்டிஃபிகேட்லாம் கொண்டாந்திருக்கியா?" என்றார்.

"உம்..."

“போட்டோ?”

“கொண்டாந்திருக்கேன்.”

கண்ணைத் திறந்தார். நின்றுகொண்டிருப்பவனைப் பார்த்து, “உட்காரு! என்று இருக்கையைக் காட்டினார்.

மிகவும் பணிவோடு, அப்ளிகேஷன், படித்ததற்கான ஆதாரங்களின் நகல், போட்டோ ஆகியவற்றை நீட்டினேன்.

“ஷிஃப்ட்லாம் போட்டா செய்வியா?”

“செய்வேன் சார்.”

“ஓட்டிலாம் வந்தா வுடாதே.”

தலையசைத்தேன்.

“பேர் இன்னா சொன்னே..?” என்று அப்ளிகேஷனில் தேடினார்.

“பாலசுந்தரம்.”

“சர், இருவத்தஞ்சாந்தேதி நோட்டீஸ் போர்டுல வந்து பாரு.”

“கிடைக்குமா சார்?”

“சி.எல்-லாம் நாந்தாம் பாக்கறது. போட்டு வுட்ருவேன் கவலப்படாதே.”

என்னுடைய போட்டோவை சீட்டு மாதிரி குலுக்கிக்கொண்டே சொன்னார்.

வேற என்ன பேச வேண்டும் என்று தெரியவில்லை. விடைபெற வேண்டிய நேரம் சற்று முன்னர் கடந்துவிட்டது தெரிந்தது. இன்னொன்றையும் கேட்டுத் தெரிந்துகொள்ளலாம் என்றிருந்த்து. கேட்பதற்குத் தயக்கமாக இருந்தது.‘போற இடத்தில வாய வெச்சிகிட்டு சும்மா இருக்கணும்’ என்று அப்பா மனதில் திட்டுவது கேட்டது.

பரந்தாமன், “அப்புறம்?” என்றார்.

“ஒண்ணுமில்ல சார்... பர்மெனன்ட் ஆகறதுக்கு சான்ஸ் இருக்குதா?”

கொஞ்ச நேரம் அதிர்ச்சியடைந்தவராய்ப் பார்த்தார். பின்னர், மேசை அறையைத் திறந்து, கத்தையாய் காகிதங்களை உருவினார். “பாரு” என்று நீட்டினார்.

அனைத்தும் அப்ளிகேஷன்கள், தற்காலிகமாய் சேர்த்துக்கொள்கிற வேலைக்கு வந்து குவிந்த விண்ணப்பங்கள். மூன்று மாதம் கழித்து பெயரை நீக்கி, மறுபடியும் மூன்று போட்டோவும் அப்ளிகேஷனும் கொடுத்து சேர்த்து, மறுபடி நீக்கி, சேர்த்து...

“பாத்தியா?” என்று கேட்டபடி அவற்றை வாங்கி மறுபடி அறைக்குள் அடுக்கினார்.

“ஒவ்வொருத்தனும் பி.ஏ, பி.காம்-னு பாஸ் பண்ணியிருக்கான். அவனுங்களுக்லாம் குடுக்காம, உனக்குப் போட்றேன். ஏன்? பத்து வருஷமா உங்கப்பாவ எனக்குப் பழக்கம். அதுக்காகதான், இத்தினிக்கும் பிளஸ் டூ மூணு வாட்டி கோட் அடிச்சிருக்க இல்ல?”

தலையசைத்தேன்.

ரோஷமும் ஆவேசமும் வருவதற்குப் பதில் வெட்கமும் பயமும் வந்தது.

“இல்லை சார்...”

“என்னது இல்ல சார்? உன்னை விட்டா ஆயிரம் பேர் காத்துக்னு இருக்றான் வெளியில. ‘காசுவல் லேபர்களை நிரந்தரம் செய்’னு செவுத்துல எழுதி வெச்சிருக்கானுங்களே... அத பாத்துட்டு கேக்றியா?”

“அதெல்லாம் இல்ல சார்...”

“உம்... ஒழுங்கா இருந்தியனா மாசம் 700 ரூபா சம்பாரிக்கலாம். சொல்லிட்டேன்.”

“சரி சார்.”

“இருவத்தஞ்சாந்தேதி வந்து பாரு.”

“சரி சார்.”

மனசுக்குள் ஒரு யானை திமிரடங்கிக் கட்டுப்பட்டது.

• தாய் வார இதழ், 1986.

கலாவுக்குக் கல்யாணம்

வெள்ளை ஜாக்கெட், நீல நிறப் பாவாடை, சற்றே வெளிர் நீல நிறத்தில் தாவணி. கலாவுக்கு தாவணிதான் சற்றே இடையூறு. போன வருஷம் வரை வெள்ளைச் சட்டையும் நீலப் பாவாடையும்தான் சீருடையாக இருந்தன. பத்தாம் வகுப்பு வரைதான் பாவாடை சட்டைக்கு அனுமதி. ஊரிலிருந்து ஆறு கிலோமீட்டர் தூரத்தில் இருக்கிற பள்ளிக்கூடத்துக்கு அரக்க பரக்க ஓடுவதற்கு, பாவாடை சட்டையில் இருந்த சௌகர்யம் தாவணி போட்ட பிறகு குறைந்துவிட்டது.

கொசஸ்தலை ஆற்றில் மணல் ஏற்றிக்கொண்டு கோயில் மேட்டுத் திருப்பத்துக்கு வரும் லாரிகளின் பின்னால் ஓடி தொற்றிக்கொண்டு ஏறிவிட்டால், நாலு கிலோ மீட்டர் ஓட்டம் மிச்சமாகும் என்ற வசதி, தாவணி கட்டிய பிறகு சிரம்மானதாக மாறிவிட்டது. என்னதான் முந்தானையை இழுத்துக்கட்டி இடுப்பில் சொருகிக்கொண்டாலும் ஓடிச்சென்று லாரியில் ஏறும்போது, அங்கே இங்கே விலகி அவஸ்தைப்படுத்தியது.

கோயில் மேட்டுத் திருப்பத்தில் லாரிகள் சிரமப்பட்டு மேடு ஏறும். லோடு கியர் போட்டு, பழநி மலையில் ஏறும் ரோப் ட்ரெயின் போல மெல்ல நகரும். பள்ளிச் சிறுவர்கள், அந்த அசந்த நேரத்தில் லாரியின் பின்புறங்களில் தாவி ஏறி, மணல் குவியலில் அமர்ந்துகொள்வார்கள். ஒருவன் ஏறிவிட்டால், மற்றவர்களை ஒருவர் ஒருவராக இழுத்து மேலே ஏற்றிவிடுவான். லாரி, மேட்டைத் தாண்டிவிட்டால் ஏறமுடியாது. அடுத்த மணல் லாரி அந்த இடம் வரும் வரை பொறுத்திருந்து ஏறவேண்டும்.

லாரியில் ஏறிவிட்ட பின்பு, அதில் பயணிப்பது தனிக் கலை. 'சடன் பிரேக்' போடும் நேரங்களில் நிலை தவறிக் குப்புற விழுந்து தலையில்

அடிபடும் சாத்தியங்கள் உண்டு. மணல் குவியலில் உட்கார்ந்து, லாரியின் பாடியில் காலை அழுத்தமாக ஊன்றிக்கொள்ள வேண்டும். புத்தகப் பைகளை ஒரு கையில் சமாளிக்க வேண்டும். இடையில் புத்தகப் [பையை நழுவ விட்டுவிட்டால் அதோகதிதான். லாரிக்காரன் அடித்துக்கொண்டு போவான்.

ஒரு லோடு மணலுக்கு 1000 ரூபாய் சம்பாதித்துக்கொண்டிருக்கும் அவர்களுக்கு, அவர்களின் அனுமதி இல்லாமலேயே நடந்துகொண்டிருக்கிற இந்த கல்விப் பணியில் கவனம் இருப்பதில்லை. சமயத்தில் லாரியை நிறுத்தி, தயவு தாட்சண்யம் பார்க்காமல் இறக்கிவிடுவதும் உண்டு.

சோழவரம் பள்ளிக்கூடத்தருகே சாலையில் பெரிய ஸ்பீட் பிரேக்கர் போட்டிருப்பதால், மணல் லாரிகள் அங்கே சற்று வேகம் குறைக்கும். பசங்க எல்லாம் வேகவேகமாகக் குதிப்பார்கள்.

பஸ் வசதி இல்லாத இந்தக் கிராமத்தில், இந்த 'லாரிப் பயண வசதி' மட்டும் இல்லையென்றால், ஊரில் பாதி பேர் பள்ளிக்குப் போயிருக்க மாட்டார்கள் என்பது அரசாங்கத்துக்கோ, பள்ளி நிவாகத்துக்கோ புரிந்திருக்க நியாயமில்லை.

இந்த லாரிப் பயணத்தின் ஒரே ஒரு பெண்பால் பயணி, கலா. பத்தாம் வகுப்பின் இடையிலேயே கலாவின் படிப்புக்கு 'கெடு' வைக்கப்பட்டது. 'வயதுக்கு வந்துவிட்டாள்' என்ற பிரதான காரணம் காட்டி படிப்பை நிறுத்த பேச்சுவார்த்தை எழுந்தது. ஊரில் நாலு பேர், 'பரவால்ல. எஸ்.எஸ்.எல்.சி வரைக்கும் முடிச்சுட்டா நல்லதுதான்' என்று போகிறபோக்கில் சம்மதம் கொடுத்ததால் தப்பித்தாள்.

இந்தச் சம்மதம், ஊர் பெரியவர்களுக்கு அப்படியொரு தர்மசங்கடத்தை ஏற்படுத்தும் என்று யாரும் எதிர்பார்க்கவில்லை. பத்தாம் வகுப்பில், சோழவரம் பள்ளியில் முதல் மாணவியாக வந்துவிட்டாள் கலா. நன்றாகப் படிப்பவளை பள்ளிக்கூடம் போக வேண்டாம் என்று சொல்லுகிற துணிச்சல் பெண்ணுக்கு சம்பந்தம் உள்ள, சம்பந்தம் இல்லாத யாருக்கும் வரவில்லை.

ஆனால், பெண் இப்படி ஓடிப்போய் லாரியில் ஏறி படாத இடத்தில் பட்டு அங்கஹீனமாகிவிடப்போகிறாள் என்ற கவலை அப்பாவுக்கும், தினமும் யாராவது பையன் கையைப் பிடித்து இழுத்து லாரியில் ஏற்றிவிடுகிற துயரம் அம்மாவுக்கும் தொற்றிக்கொண்டு வருத்திக்கொண்டிருந்தது. ஆனால், இதை ஒரு விஷயமாக எடுத்துப் பேசும் தருணம் வராததால், கலாவின் படிப்பு தொடர்ந்துகொண்டிருந்தது.

பதினோராம் வகுப்பில் சயின்ஸ் குரூப்பில் படித்துக்கொண்டிருந்த

கலாவுக்கு, அடுத்து ஐந்து வருஷத்தில் முடிக்க வேண்டிய ஒரு கனவு இருந்தது.

லாரியில் உடன் பயணிக்கும் மணி, துண்டுப் பீடிகளைப் பொறுக்கி எடுத்து 'தம்' அடிப்பான்.

'அடப் பாவி! லங்ஸ் பாழாயிடும்டா' என்பாள் கலா.

'இந்தம்மா பெரிய்ய டாக்டரு...' என்பான் மணி.

மணியின் இந்த ஏளனப் பட்டம்தான் கலாவின் கனவு.

ஒரு ஞாயிற்றுக்கிழமை மதிய வேளையில் சுற்றமும் சொந்தமுமாக கலா வீட்டு வாசலில் ஒரு ஸ்டேண்டர்ட் ட்வென்டி வேன் வந்து நின்றது.

வந்தவர்கள் ஸ்வீட், பலகாரம், பூ எல்லாம் கொடுத்துவிட்டு, இரண்டு மணி நேரம் பேசிக்கொண்டிருந்ததன் சாராம்சம், கலாவைத் தம் வீட்டு மருமகளாக்கிக்கொள்வது.

அப்பா, 'பொண்ணு படிச்சிக்கிட்டிருக்கா' என்று சொன்னது அவர்களுக்கு, 'சப்பை'க் காரணமாக இருந்த்து.

'படிச்சு என்ன பண்ணப்போறா? வீட்டை பொறுப்பா பாத்துக்கணும், அதுக்கு இந்தப் படிப்பே அதிகம்தான்' என்பது அவர்கள் வாதம்.

தனக்கு ஓர் ஆசையும் கனவும் இருப்பதை அவர்கள் மத்தியில் எடுத்துச் சொல்கிற தைரியம் கலாவுக்கு எழவில்லை. அவர்கள் போனதும் பொறுமையாக அம்மா அப்பாவிடம் பேசிக்கொள்ளலாம் என்று நினைத்தாள்.

அடுத்து அப்பா பேசியது அவளுக்கு அதற்கான சாத்தியத்தையும் அழித்தது. "ஊருக்கு பஸ் வசதி இல்லை. இதோ அடுத்த மாசம் வந்துடும், அடுத்த வாரம் வந்துடும்னு வருஷக் கணக்கா சொல்லிக்கிட்டு இருக்காங்க. எப்ப வருமோ! லாரில தாவி ஏறிப்போய் படிச்சுட்டு வர்றத நினைச்சா பயமாத்தான் இருக்கு.." என்று பேசிக்கொண்டுபோனார்.

பெண்ணைப் பெற்றவர், வயிற்றில் நெருப்பைக் கட்டிக்கொண்டிருப்பவர். வந்த வரனைத் தட்டிக்கழிக்கிற தெம்பு அப்பாவுக்கு இல்லை. அவருடைய நோக்கமெல்லாம், உடனே ஒத்துக்கொண்டு, 'சரண்டர்' ஆகிவிடக்கூடாது என்பதில்தான். 'ரெண்டு வருஷம் போகட்டுமே... என்பதும்கூட அந்த வகை'பிகு'தான். இன்னும் கொஞ்சம் வற்புறுத்திக் கேட்ட பிறகு சம்மதம் சொல்ல வேண்டும் என்ற பெண் வீட்டாருக்கே ஆன வழக்கமான கவனத்துடன் பேசிக்கொண்டிருந்தார்.

ஒரு வழியாக, 'பேசிட்டு லெட்டர் எழுதறோம்' என்று அனுப்பிவைத்தார்.

சென்னையில் இருந்து பெண் கேட்டு வந்தவர்கள், அப்பாவுக்கு அத்தை உறவு. சமீபத்தில் பையனுக்கு ரயில்வே கோ ஆபரேட்டிவ் பேங்க்கில் வேலை கிடைத்த சந்தோஷத்தில் சம்பந்தம் பேச வந்திருந்தார்கள். 'பொண்ணுக்கு உங்க இஷ்டம்போல செய்ங்க. அதுல எங்க விருப்பம் எதுவும் இல்ல' என்று சொல்லிவிட்டார்கள்.

அவர்கள் போய் ஒரு வாரமாக வீட்டில் அதே பேச்சாக இருந்தது. கலாவிடம் சம்மதம் கேட்கிற தொனியில் யாருமே எதுவும் கேட்காததால், படிக்க விரும்புவதை எப்படி ஆரம்பிப்பது என்று குழம்பினாள். இன்னும் ரெண்டு வருஷம் போகட்டுமே என்றும் பேசிக்கொண்டார்கள்.

இந்த நேரத்தில் மணல் குவாரி கான்ட்ராக்ட் ரத்து செய்யப்பட்டு, இனிமேல் யாரும் ஆற்று மணலை எடுக்கக்கூடாது என்று அரசு சட்டம் போட்டதில் கலா நிலை குலைந்துபோனாள். லாரிகள் வருவது ஒரே நாளில் நின்றுபோனது. தினமும் காலையும் மாலையும் யாராவது ஒருவர், கலாவை மெனக்கெட்டு பள்ளிக்கு அழைத்துச்செல்வதும் வருவதுமாக இருக்க வீட்டில் வாய்ப்பில்லை. தினமும் பையன்களோடு சேர்ந்து, வயல் வரப்பு, சவுக்குத் தோப்பு பாதைகளில் ஆறு கிலோ மீட்டர் ஓடுவதற்கு கலா தயாராக இருந்தாலும் 'வயசு வந்த' பெண்ணை இப்படி அனுப்பி வைப்பதில் வீட்டில் யோசனை அதிகமாகிக்கொண்டே இருந்தது.

ஒரே ஒரு முறை தன் வாழ்நாள் ஒட்டுமொத்த தைரியத்தையும் சேர்த்து, "நான் படிக்கப் போறேம்பா" என்று அப்பா எதிரில் கேட்டாள் கலா. அதற்கே அவளுக்கு பதறிப்போய்விட்டது.

"என்ன பண்ணணும்னு அப்பாவுக்குத் தெரியாதாம்மா" என்று அவர் திருப்பிக் கேட்டுவிட்டாலே, அது இந்தப் பதினேழு வயதில் அவரிடமிருந்து அவள் எதிர்கொண்ட முதல் கடுஞ்சொல்லாக அமைந்திருக்கும்.

எதிரில் வந்து பேசுகிற அளவுக்கு படிப்பின்மீது அப்படியொரு ஆசையா என்று அவருக்குத்தான் அதிர்ச்சியாக இருந்த்து.

"தினமும் எப்படிம்மா போய் வருவே?" என்றார்.

"சைக்கிள் கத்துக்கட்டுமாப்பா?"

அவருக்கு, கலா கேட்டது பரிதாபமாக இருந்தது. இன்னொரு முறை கேட்டால் படிக்கச் சொல்லிவிடுவோமோ என்று உணர்ச்சிவசப்பட்டார்.

"நல்லா சாப்பிடும்மா. மெலிஞ்சு போய்ட்டியே" என்றார்.

கலாவுக்கு, இனி பேசுவது பயனில்லை என்று புரிந்தது. சற்றே தயங்கி, “சரிப்பா” என்று அறைக்குள் போய்விட்டாள்.

கலாவுக்கு நினைவு தெரிந்து, இதுதான் அப்பாவுடன் அவள் நிகழ்த்திய நீண்ட உரையாடல். அப்பா மனதைச் சங்கடப்படுத்திவிட்டோமோ என்ற எண்ணமும், இனி படிக்க முடியாதே என்ற ஏக்கமும் பெரும் துக்கமாக இருந்தது. அழுகை வரும்போல இருந்தது. ஆனால், அதை வெளிப்படுத்துவது குடும்ப நிம்மதியைக் குலைத்துவிடும் என்று அஞ்சினாள்.

தாமு சித்தப்பா அச்சாபீஸிலிருந்து, ‘மணமகன் வெங்கடேசன், மணமகள் கலா’ என்று அச்சிட்ட பத்திரிக்கை கட்டோடு வந்தார். யார் யாருக்கு பத்திரிக்கை வைக்க வேண்டும் என்று பேச்சு ஆரம்பித்து, நகைக் கடை, பட்டுப்புடவை என்று போனது.

கூடவே, தாமு சித்தப்பா சந்தோஷமாகச் சொன்னார்.

“நம்ம கலாவோட கல்யாண ராசி, ஊருக்கு நாளைல இருந்து பஸ் வரப்போகுது. கலெக்டர் ஆபீஸ்ல இருந்து பொன்னேரி டிப்போவுக்கு ஆர்டர் வந்துருச்சாம். பஸ் ரூட், *T 41.*”

“எம் பேத்தியாச்சே... இனிமே மாப்பிள்ளையோட ஜம்முனு பஸ்ல வந்து இறங்குவா” என்றாள் பாட்டி.

“நாளைல இருந்தா சித்தப்பா..? என்று கலா ஆர்வமாகக் கேட்டதை அப்பா கவனித்தார்.

• குங்குமம் வார இதழ், 2004.

தெரிந்தவர்

ஒரு கணம், திரும்பிப் போய்விடலாம் என்றுகூட நினைத்தான். கடும் கோபத்தில் இருந்தார் மனிதர்.

இந்த மாதிரி நேரத்தில் அறிமுகம் செய்துகொள்வது பயன் தராது. முதலில் நான் யாரென்று ஞாபகப்படுத்த வேண்டும். அட்டே நீயா? என்பார். நிச்சயம் சொல்வார். அதன் பிறகு பேரத்தை ஆரம்பிக்க வேண்டும். (சகாய விலைக்கு வாங்கிவிட வேண்டும்...) ஒருவேளை மறந்து விட்டிருந்தால்...

எதிராளி என்ன பேசினான் என்பது கேட்கவில்லை. அவர், 'பல்ல பேத்ருவேன்' என்றார்.

நிசப்தம். எதிரே வேறு யாருமில்லை என்று புரிந்துகொள்ள முடிந்தது. போனில்தானா இவ்வளவும்?

சந்தானம் தரைக்கு வலிக்காமல் நடந்து உள்ளே எட்டிப்பார்த்தான்.

"யாரு?"

"உங்கிட்ட வண்டி ஏதோ இருக்கிறதா சொன்னாங்க" என்றான் சந்தானம். உடனடியாய் அறிமுகம் செய்துகொள்ள வேண்டும் என்று நினைத்திருந்ததெல்லாம் மறந்துபோய்விட்டது.

"வண்டியா?"

"ட்ரக் வண்டி"

"ஹாங்... ஹாங்" என்றபடி உட்காரச் சொல்லி சைகை காட்டினார்.

சோபாவில் தினத்தந்தி ஞாயிறு மலர் சகிதம் பரவலாய் இருந்தது. தினத்தந்திக்குப் போக மீதியிருந்த இடத்தில் ஓரமாய் உட்கார்ந்துகொண்டான்.

“எங்கேயோ பாத்தாப்ல இருக்கு” என்றார்.

ஞாபகம் வைத்திருக்கிறார்!

“இட்லிக்கடை அன்னம்மா புள்ளைங்க. ஞாபகம் இருக்குதுங்களா?” என்றான். இட்லிக்கடை திண்ணையில் உட்கார்ந்து அவர் இட்லி சாப்பிட்டதையும் நினைவுபடுத்த நினைத்து தவிர்த்தான்.

“அட்டே, அம்மா சௌக்கியந்தானா?”

“காலமாயிட்டாங்க.”

“ச்சோ...” என்றார்.

“இப்ப என்ன பண்றே?”

“அரிசிக் கடைல லோடு அடிக்கிறேன்.”

“ம்... மாடு வெச்சிருக்கியா?”

“வண்டி, மாடு ரெண்டுந்தான் வெச்சிருந்தேன். போன மாசம் சம்சாரத்துக்கு சீமந்தம். செலவுக்கு வண்டிய வித்துட்டேன்.”

புன்முறுவலாய்... கல்யாணம் ஆயிடுச்சா?” என்றார்.

“ஒண்ணரை வருஷமாச்சுங்க.”

“நல்லா ஒக்காந்துக்கோ. வண்டி என்னமோ இருக்குது. ஆரம்பத்துல வாங்கினது. ரொம்ப ராசியான வண்டி. லாரி வாங்கிட்ட பின்னால அதை எடுக்கரதில்லை. அப்படியே போட்டுட்டேன். விக்கிறதுக்கு மனசு வல்ல.”

“அப்படியா இருந்தா வண்டி வேணாங்க...”

“ம்... நா மட்டும் இனிமே அதை என்ன பண்ணப்போறேன்? ஆயிரங் கல்லு ஏத்தமுடியும். ஒரு காலத்துல ரொம்ப உதவியா இருந்தது.

பத்து வருஷத்துக்கு முந்தைய வண்டி. பயன்படுத்தி ரொம்ப நாள் ஆகிவிட்டதால், அந்த வண்டியையே மறந்து போய் இருந்தார். அதை வாங்கவும் ஒரு மனிதர் ஊரில் இருப்பது அவருக்கே சற்று அதிர்ச்சியான ஆச்சரியம்.

பெல்லைத் தட்டி, “மேஸ்த்ரீ...ய்” என்றார் சத்தமாய்.

மேஸ்திரி என்பவன் லுங்கி கட்டிக்கொண்டு வெள்ளைச் சட்டை போட்டிருந்தான்.

“தம்பிக்கு அந்த வண்டியக் காட்டு.”

செங்கற்களை கன செவ்வகமாய் அடுக்கி வைத்திருந்தார்கள். தூண் தூணாய் வசீகர செங்கல் வரிசையில் நுழைந்து நுழைந்து அழைத்துப் போனான். மேஸ்திரி. கண்ணாமூச்சி ஆடலாம் போல இருந்தது.

"அப்பல்லாம் எங்க கடைலதான் இட்லி வாங்கி சாப்பிடுவாரு."

மேஸ்திரி குழப்பமாய், "யாரு?" என்று திரும்பிப் பார்த்தான். அவனது பற்கள் சிலிர்த்தெழுந்தது மாதிரி இருந்தன.

"உங்க முதலாளிதான்."

"அதெல்லாம் பத்து வருஷத்துக்கு முன்னாடி."

மேஸ்திரி நம்பவில்லை போல இருந்தது.

"பத்து வருஷத்துக்கு முன்னாடி சைதாப்பேட்டை ஸ்டேஷன் பக்கத்லதான் பெட்டிக்கடை வெச்சிருந்தாரு. வேபாரம் டல்லா இருக்கும். எங்களுக்கு நெறைய பாக்கி. திடீர்னு கடைய வித்துட்டு காணாமப் போய்ட்டாரு."

"ம்?"

"அதையெல்லாம் மறந்திருக்க மாட்டாரு."

"இத்தான் வண்டி..."

நாலு டயருமே காற்றிறங்கி இருந்தது. இரண்டு ரிம்களும் துப்பேறிப்போய் உதிரும் நிலையில் இருந்தன. மேலே பலகைகள் சில மாற்ற வேண்டி மங்கிப் போய்...

"இதுவா?"

"ஆறு மாசமா மழையிலேயும் வெயில்லேயும் நிக்குது."

"ரிம்மு கூட..."

மேஸ்திரி அப்போதுதான் கவனித்தது போல குனிந்து பார்த்துவிட்டு,

"அது ஒண்ணுமில்ல... கிருஷ்ணாயில் போட்டு தேய்ச்சா போயிடும்" என்றான்.

சந்தானம் சந்தேகமாய் அந்த வண்டியைப் பார்த்துவிட்டு,

"இருபது மூட்டை தாங்கினாகூட போதும்" என்று அவனுக்கே சொல்லிக்கொண்டான்.

"பலக வேற மோசமா இருக்கு."

"தேக்குப்பா..."

"தேக்கா இது?" தேங்காய் முற்றிவிட்டதா என்று பார்ப்பதுபோல தட்டிப்பார்த்தான்.

"குழி என்ன வெல விக்குது தெரியுமா?"

"சரி, என்ன வெல சொல்றாரு..?"

"என்கிட்ட சொல்லல..."

"லாரி அவர்தா?" என்றான் சந்தானம்.

"ஆமா. ஆறு மாசந்தான் ஆச்சி."

சரவணபவா லாரியை ஒருமுறை சுற்றிப் பார்த்துவிட்டு வந்தான்.

"இன்னா வெல?"

"என்கிட்ட சொல்லலன்னு சொன்னேனில்ல?"

"அதில்லப்பா, லாரி."

"ரெண்டு."

"ரெண்டு லட்சமா?"

"………."

"மேஸ்திரீ…ய்" என்று அவர் அறையிலிருந்து குரல் கொடுத்தார்.

மேஸ்திரி ஓட, பின்னாலேயே சந்தானமும் ஓடினான்.

அறையில் புதிதாக இரண்டு பேர் உட்கார்ந்திருந்தார்கள்.

"மேஸ்திரி, சாருக்கு நாலு லோடு வேணுமா… கூட்டிப்போய் காட்டு. இவ்ளோ நாளா பாண்டியன்கிட்ட வாங்கியிருக்காங்க. சாருக்கு நம்ம கல்ல காட்டு."

புதியவர், "நல்லார்ந்தா சரி" என்றார்.

"பாக்கப் போறீங்களே..?"

மேஸ்திரி அவர்களை அழைத்துக்கொண்டு வெளியே போக, சந்தானத்தைப் பார்த்து, "பாத்தியாப்பா?" என்றார்.

"பாத்தேங்க."

"ம்…"

"எவ்ளோங்க சொல்றீங்க?"

"டெய்லி யாராவது வந்து கேட்டுட்டுப் போறாங்க. நேத்துக்கூட 2500-க்கு கேட்டுட்டுப் போனான். எனக்குத்தான் மனசில்ல. ராசியான வண்டி. நீ வந்து கேக்கிறதால பாக்றேன்."

"என் வண்டியை ரெண்டாயிரத்துக்கு வித்தேங்க. அருமையான வண்டி. பேரிங்லாம் புதுசு."

"ம்…"

மேற்கொண்டு அவர் பேசவில்லை. தினத்தந்தியை இப்படியும் அப்படியும் புரட்டினார். 'மூவாயிரத்துக்கு விற்றிருக்கலாம். அவசரம். வந்தவரைக்கும் விற்க வேண்டியதாயிடுது.'

"இன்னா சொல்றே?" என்கிட்ட 2400 தான் இருக்குது" என்றான்.

சற்று யோசித்துவிட்டு, "சரி, குடு" என்றார்.

"அதில்லங்க... வாங்கி கொஞ்சம் ரிப்பேர் பண்ண வேண்டியது இருக்குது."

"ஆமா..."

"ரெண்டாயிரம்னாகூட பரவால்லங்க."

"முடியாது தம்பி. வேணும்னா யாரையாவது கேட்டுட்டு வாங்கு."

"கேட்கிறதுக்கு இன்னா இருக்கு?"

"என்ன பண்ணச் சொல்றே?"

மேஸ்திரி உள்ளே வந்தான்.

"என்ன சொல்றாங்க?" என்றார்.

"குடிக்க தண்ணி கேட்டாங்க" என்றான். "கல்ல பத்தி என்ன சொல்றாங்க?"

"கல்லு பரவால்ல... வெலதான் ஜாஸ்தியா இருக்குன்றாங்க."

"வெல முன்ன பின்ன பாத்துப் போடலாம்னு சொல்லு. ஆமா... வண்டி கேட்டுட்டு போனானே நாராயணன். அப்புறம் வந்தானா?"

மேஸ்திரி சுதாரித்து, "ஆ... சாயங்காலம் வரேன்னான்" என்றான்.

"கேட்டுக்கப்பா... ஆள் ரெடியா இருக்கு, 2500-க்கு."

"இல்லன்னு சொல்லல... வாங்கனதும் செலவிருக்கு. அதாம் பாக்றேன்."

"இப்போ எவ்ளோ இருக்கு?"

"400 இருக்கு. செலவு வேற."

"சரி. 2300 குடுத்துட்டு எடுத்தும் போ. ஏதோ தெரிஞ்சவன்னு குடுக்கறேன்."

மேஸ்திரி தண்ணீர் எடுத்துக்கொண்டு வெளியே போனான். வண்டி அவ்வளவு தேறுமா... அல்லது அவசரத்துக்கு வேறு வண்டி கிடைக்குமா என்பதை என்பதை யோசித்தான். குழப்பமாய் இருந்தது. ஒரு 100 ரூபாய் தாளை மட்டும் உருவி, மறுபடி பாக்கெட்டில் வைத்துக்கொண்டு மீதியை நீட்டினான்.

"2500-க்கு நகை வெச்சேங்க. வட்டி எழுவத்தஞ்சு ரூபா போவ மீதி குடுத்தான். 20 ரூபா அரிசி வாங்கிப் போட்டேன்."

அவர் சற்றே அதிர்ந்து,

"அட்டே..." என்றார்.

"இந்தா வெச்சுக்க" என்று ஒரு 50 ரூபாயை எடுத்துக் கொடுத்தார்.

தமிழ்மகன் | 187

"இப்ப சந்தோஷமா?"

"மறந்திட்டு இருப்பீங்கன்னு பாத்தேன்."

"மறக்க முடியுமா? ம்... சரி. வண்டிய எப்ப எடுக்கப்போறே?"

"மாடு ஓட்டிக்குனு வரேங்க... சாயங்காலமா வரட்டுங்களா?"

"எப்ப வேண்ணாலும் வந்து எடுத்துக்குனு போ. டயர்லாம் காத்து அடிச்சி வெக்கச் சொல்றேன்."

"வர்றேங்க."

"டீ சாப்பர்றியா?"

"இருக்கட்டுங்க. வரேன்."

சந்தானம் வெளியே வந்தான். அண்ணாச்சிக்கு எப்படி இவ்வளவு வசதி வந்தது என யோசித்தபடியே, பீடியைக் கொளுத்திக்கொள்ள நெருப்புக்கு ஆள் தேடிபோது, மேஸ்திரி எதிரே வந்தான்.

"என்னாச்சி?"

"முடிச்சிட்டேன்..." என்றான் சந்தானம்.

"எவ்ளோத்துக்கு?"

"ரெண்டாயிரத்து எர்நூற்றி அம்பது" சந்தானம் புன்னகைத்தான்.

மேஸ்திரி, "தெரிஞ்சவர்னு சொன்னியே?" என்று கேட்டான். கேட்டபடியே நெருப்புக்குத் தன் பீடியை நீட்டினான்.

* சத்யா மாத இதழ், 1989.